ആശയസമരങ്ങളുടെ ലോകം

Ashayasamarangalude Lokam
Politics/Conversations

Nitheesh Narayanan, Dayal Paleri

CHINTHA PUBLISHERS
Thiruvananthapuram

First Edition
April 2022

Published & Typesetting
Chintha Publishers, Thiruvananthapuram

Printed at
Print Express, Kochi

Cover Design
Vinod Mangoes

ISBN : 978-93-93468-90-1

CO - 3096 / 5893

₹ 160

Email: chinthapublishers@gmail.com
Website: www.chinthapublishers.com

A version is available at National Libraries
Kolkata, Mumbai, Chennai and Delhi

Distribution
DESHABHIMANI BOOKHOUSE
H O Thiruvananthapuram 695035

Branch
Head Office Kunnukuzhi • Statue Thiruvananthapuram
KSRTC Bus Terminal Thampanoor • Saphalyam Complex Thiruvananthapuram
KSRTC Bus Station Alappuzha • KSRTC Bus Station Ernakulam
Machingal Lane Thrissur • IG Road Kozhikode
Mavoor Road Kozhikode • NGO Union Building Kannur
Central Bus Terminal Complex Thavakkara Kannur

ആശയസമരങ്ങളുടെ ലോകം

നിതീഷ് നാരായണൻ
ദയാൽ പലേരി

ഫെർണാന്റോ ഗൊൺസാലസ്, എൻ റാം,
മുഹമ്മദ് യൂസഫ് തരിഗാമി, പ്രഭാത് പട്നായ്ക്,
വിജയ് പ്രഷാദ്, ലെയ്മ മാർട്ടിനസ് ഫ്രൈരെ,
റാം പുനിയാനി, ചമൻ ലാൽ
എന്നിവരുമായി നടത്തിയ അഭിമുഖങ്ങൾ

ചിന്ത പബ്ലിഷേഴ്സ്
തിരുവനന്തപുരം-695 035
വില : ₹ 160

നിതീഷ് നാരായണൻ

എസ് എഫ് ഐ അഖിലേന്ത്യാ സെക്രട്ടേറിയറ്റ് അംഗവും *സ്റ്റുഡന്റ് സ്ട്രഗിൾ* ജേർണലിന്റെ എഡിറ്ററുമാണ്. ഉത്തര മലബാറിലെ കർഷക പ്രസ്ഥാനത്തിന്റെ ജാതിപ്രശ്ന ത്തോടുള്ള സമീപനത്തെക്കുറിച്ചുള്ള പഠനത്തിന് ജെ എൻ യുവിൽനിന്നും എം എഫിൽ കരസ്ഥമാക്കിയ ശേഷം അതേ സർവ്വകലാശാലയിലെ സോഷ്യൽ എക്സ്ക്ലൂഷൻ പഠനവിഭാഗത്തിൽ പി എച്ച് ഡി ചെയ്തുകൊണ്ടിരിക്കുന്നു. ട്രൈക്കോണ്ടിനെന്റൽ ഇൻസ്റ്റിറ്റ്യൂട്ട് ഫോർ സോഷ്യൽ റിസർച്ചിലെ ഗവേഷകനാണ്. കക്കറ ഗവ: ഗാന്ധി സ്മാരക യു പി സ്കൂൾ, വെള്ളോറ ടാഗോർ മെമ്മോറിയൽ ഹയർ സെക്കന്ററി സ്കൂൾ, ബ്രണ്ണൻ കോളേജ് തലശേരി, കാലിക്കറ്റ് സർവ്വകലാശാല, ജെ എൻ യു എന്നിവിടങ്ങളിൽ വിദ്യാഭ്യാസം. കണ്ണൂർ ജില്ലയിലെ തോക്കാട് സ്വദേശി. ഇത് ആദ്യ പുസ്തകം.

9958153993, 7025549198
nitheeshnarayanankv@gmail.com

ദയാൽ പലേരി

കണ്ണൂർ ജില്ലയിലെ തിമിരി സ്വദേശി. തിമിരി ഗവ യു പി സ്കൂൾ, കണ്ണൂർ ജവഹർ നവോദയ വിദ്യാലയം എന്നിവിടങ്ങളിൽ സ്കൂൾ പഠനം പൂർത്തിയാക്കിയശേഷം ഹൈദരാബാദ് കേന്ദ്ര സർവ്വകലാശാലയിൽ നിന്ന് പൊളിറ്റിക്കൽ സയൻസിൽ ബിരുദവും ബിരുദാനന്തര ബിരുദവും കരസ്ഥമാക്കി. ഇപ്പോൾ ഐ ഐ ടി മദ്രാസിലെ സോഷ്യൽ സയൻസ് ഡിപ്പാർട്ട്മെന്റിൽ കേരളത്തിലെ മതസൗഹാർദ്ദ വ്യവഹാരത്തെക്കുറിച്ച് ഗവേഷണം നടത്തുന്നു. *സ്റ്റുഡന്റ് സ്ട്രഗിൾ* ജേർണലിന്റെ എഡിറ്റോറിയൽ അംഗമാണ്. ഐ ഐ ടി മദ്രാസിലെ പുരോഗമന വിദ്യാർത്ഥി കൂട്ടായ്മ ചിന്താ ബാറിന്റെ സംഘാടകരിൽ ഒരാളാണ്. ഇത് ആദ്യ പുസ്തകം.

9074988411
dayalpaleri@gmail.com

ഉള്ളടക്കം

പ്രസാധകക്കുറിപ്പ്

സത്യാനന്തരകാലം എന്ന് ഇന്നത്തെ ലോകത്തെ പൊതുവെ വിശേഷിപ്പിക്കാറുണ്ട്. ലോകമാകെ പരന്നു കിടക്കുന്ന മാധ്യമ ഭീമന്മാരുടെ ശൃംഖലകളും ആഗോളീകരണവും ടെലികമ്മ്യൂണിക്കേഷൻ രംഗത്തെ വിപ്ലവവും ഡിജിറ്റൽ സാങ്കേതിക വിദ്യകളുടെ വ്യാപനവും സാമൂഹ്യ മാധ്യമങ്ങളും എല്ലാം ചേർന്ന് സൃഷ്ടിക്കുന്ന ആശയ പ്രചാരണം അതീവ ശക്തമാണ്. എന്താണ് ചർച്ച ചെയ്യേണ്ടതെന്നും ചർച്ചയുടെ കളിനിയമങ്ങൾ എന്തെന്നും ഇക്കൂട്ടർ മുൻകൂട്ടി നിശ്ചയിക്കുന്നു. ഇവരുടെ വ്യാഖ്യാനങ്ങൾ എല്ലാം തന്നെ സമൂഹത്തിന്റെ സമസ്ത മേഖലകളിലും പടരുന്നു. നാമറിയാതെ തന്നെ നമ്മുടെ മനസിനെയും ശരീരത്തെയും ബോധമണ്ഡലത്തെയും നിർണായകമായി സ്വാധീനിക്കുന്നു. അതു വഴി മൂലധനത്തിന്റെ ഇംഗിതങ്ങൾക്കു വിധേയരായ കർതൃത്വങ്ങളെ സൃഷ്ടിക്കുന്നു. ഇത് ഭരണകൂട അധികാരത്തിന്റെ നേരിട്ടുള്ള ഇടപെടൽ ഇല്ലാതെ തന്നെ അവർക്കനുകൂലമായ സമ്മതി സൃഷ്ടിച്ചെടുക്കുന്നു.

ക്യൂബയെന്ന കൊച്ചു രാജ്യത്തെ സാമ്പത്തികോപരോധത്താൽ വീർപ്പുമുട്ടിച്ചു കൊല്ലുന്നതും, കാശ്മീരി ജനതയുടെ സ്വത്വം തൃണവൽ ഗണിച്ച് അവർക്കു മേൽ നടത്തുന്ന അധിനിവേശങ്ങളും, നമ്മുടെ സെക്കുലർ പൈതൃകങ്ങൾ ഹിന്ദുത്വ വർഗീയ ആഖ്യാനങ്ങൾക്ക് അടിപ്പെടുന്നതും വളരെ സ്വാഭാവികമായി മാറുന്നത് ഇങ്ങിനെയാണ്.

ഇത്തരം മുഖ്യധാരാ ആഖ്യാനങ്ങളുടെ പൊള്ളത്തരങ്ങൾ തുറന്നു കാട്ടുന്ന സംഭാഷണങ്ങളാണ് ഈ പുസ്തകത്തിന്റെ ഉള്ളടക്കം. നിതീഷ് നാരായണനും ദയാൽ പാലേരിയും പ്രമുഖ രാഷ്ട്രീയ സാമൂഹിക വ്യക്തിത്വങ്ങളുമായി നടത്തിയ സംഭാഷണങ്ങളാണ് ഇവിടെ സമാഹരിച്ചിരിക്കുന്നത്. ചൂഷണ മുക്തമായ ഒരു ലോകത്തെ സ്വപ്നം കാണുന്നു എന്നതാണ് സംഭാഷണങ്ങളിൽ ഏർപ്പെട്ടിരിക്കുന്നവരുടെ ചിന്തകളെ കോർത്തിണക്കുന്ന കണ്ണി. ആശയ ലോകത്തെ പോരാട്ടങ്ങളിൽ നിരന്തരം പങ്കാളികളാവുന്നവർക്കു ഇത് ഏറെ ഉപയോഗപ്രദമാകും എന്ന് ഞങ്ങൾക്ക് ഉറപ്പുണ്ട്.

ചിന്ത പബ്ലിഷേഴ്സ്

അവതാരിക

പുതിയൊരു ലോകം

ഡോ. വി ശിവദാസൻ

നിതീഷ് നാരായണനും ദയാൽ പലേരിയും *സ്റ്റുഡന്റ് സ്ട്രഗിളി*നു വേണ്ടി നടത്തിയ ഇന്റർവ്യൂകളുടെ സമാഹാരം *ആശയസമരങ്ങളുടെ ലോകം* എന്ന പേരിൽ പുസ്തകമായി പ്രസിദ്ധീകരിക്കപ്പെടുകയാണ്. തികഞ്ഞ ദിശാബോധത്തോടെയാണ് തങ്ങൾ പ്രവർത്തിക്കുന്നതെന്ന വിദ്യാർത്ഥി സംഘടനാ നേതാക്കളുടെ ആവർത്തിച്ചുള്ള പ്രഖ്യാപനം കൂടിയാണിത്. ബെസ്റ്റ് സെല്ലേഴ്സ് എന്നപേരിൽ പുസ്തകങ്ങൾ പെരുമഴ പോലെ കമ്പോളത്തിൽ പെറ്റുവീഴുന്നത് നമ്മൾ കാണുന്നുണ്ട്. സാമൂഹ്യ ജീവിതത്തിന്റെ വസ്തുതകളുടെ സമീപത്തുപോലും സഞ്ചരിക്കാത്ത തായിരിക്കും അത്തരം പ്രസിദ്ധീകരണങ്ങളുടെ ഉള്ളടക്കം. എന്നാൽ അതിൽനിന്നും വ്യത്യസ്തമെന്നു മാത്രമല്ല മനുഷ്യജീവിതത്തിന്റെ വർത്തമാനകാല വെല്ലുവിളികളെ എങ്ങനെയാണ് നോക്കിക്കാണേണ്ടതെന്ന ശാസ്ത്രീയ വീക്ഷണത്തെ അടിസ്ഥാനപ്പെടുത്തിയാണ് ഈ പുസ്തകത്തിലെ സംഭാഷണങ്ങളെല്ലാം തയ്യാറാക്കപ്പെട്ടിരിക്കുന്നത്. *ആശയ സമരങ്ങളുടെ ലോക*മെന്ന പുസ്തകം വിദ്യാർത്ഥി പ്രസ്ഥാനത്തിന്റെ പ്രവർത്തകർക്കുമാത്രമല്ല സാമൂഹ്യപ്രശ്നങ്ങളെ ഗൗരവത്തോടെ സമീപിക്കുന്ന എല്ലാവർക്കും ഒരു കൈപ്പുസ്തകമെന്നതുപോലെ സഹായകമാകും.

വ്യത്യസ്തമേഖലകളിൽ അതിപ്രശസ്തരായ എട്ട് വ്യക്തികളുമായുള്ള സംഭാഷണങ്ങളെ രാഷ്ട്രീയമായ ഉൾക്കാഴ്ചയോടെയാണ് പുസ്തകത്തിൽ ക്രമീകരിച്ചിരിക്കുന്നത്. അത് അവരെങ്ങനെ ലോകത്തെ നോക്കി കാണുന്നുവെന്നത് മനസ്സിലാക്കാനും നമ്മളെങ്ങനെ നോക്കി കാണണമെന്നത് നിശ്ചയിക്കാനും സഹായിക്കും. അമേരിക്കൻ ജയിലറകൾക്ക് തകർക്കാനാകാത്ത വിപ്ലവവീര്യത്തിന്റെ പര്യായമായ ക്യൂബൻ

പോരാളി ഫെർണാന്റോ ഗൊൺസാലസിൽ തുടങ്ങി ലെയ്മ മാർട്ടിനസ്, എൻ റാം, പ്രഭാത് പട്നായ്ക്, വിജയ് പ്രഷാദ്, റാം പുനിയാനി, മുഹമ്മദ് യൂസഫ് തരിഗാമി എന്നിവരുടേതും, അതിനുപുറമെ, ഇന്ത്യൻ ദേശീയ സമരത്തിൽ മാർക്സിസ്റ്റ് വീക്ഷണം ഉൾച്ചേർക്കാൻ ശ്രമിച്ച അതുല്യനായ പോരാളി ഭഗത്സിങ്ങിന്റെ ജീവിതത്തെ നിരന്തരം പരിചയപ്പെടുത്തിക്കൊണ്ടിരിക്കുന്ന ചമൻ ലാലും ഇതിൽ ഉൾപ്പെടുന്നു. ഈ പുസ്തകം ഇന്നത്തെ ലോക രാഷ്ട്രീയത്തിൽ ബഹുജനങ്ങളെ ഭിന്നിപ്പിക്കുന്നതിന് മൂലധനം ഉപയോഗിക്കുന്ന വ്യത്യസ്തരീതിയും രീതിശാസ്ത്രങ്ങളും നമുക്ക് പരിചയപ്പെടുത്തിത്തരുന്നു. സമൂഹത്തിൽ ഭരണവർഗ്ഗത്തിന്റെ ആശയപരമായ മേധാവിത്വത്തിന് അതെങ്ങനെയെല്ലാം കാരണമാകുന്നുവെന്നതിന്റെ ഒരുരേഖാ ചിത്രമായത് മാറുന്നുണ്ട്. അതിലൂടെ ഇന്നലെകൾ എങ്ങനെ ഇന്നിനെ സൃഷ്ടിച്ചു എന്നതിനൊപ്പം അതെങ്ങനെയായിരിക്കും നാളെയെ സൃഷ്ടിക്കുക എന്നതിലേക്കുകൂടി വിരൽചൂണ്ടുകയാണ്.

പുസ്തകത്തിലെ ഓരോ സംഭാഷണങ്ങളും വർത്തമാന ലോകത്തിന്റെ ജീവൽ പ്രശ്നങ്ങളേയും വർഗ്ഗസംഘട്ടനങ്ങളേയുമാണ് അഭിമുഖീകരിക്കുന്നത്. സാമ്രാജ്യത്വ ശക്തികൾ മനുഷ്യാവകാശങ്ങളെയെല്ലാം അടിച്ചമർത്തി ആധിപത്യം സ്ഥാപിക്കുന്നത് ജീവിതാനുഭവങ്ങളിലൂടെ ക്യൂബൻ പോരാളി വിശദീകരിക്കുമ്പോൾ ക്യൂബയുടെ അതിജീവന സമരത്തിന്റെ ആഴം നമുക്ക് കാണാനാകും. മാധ്യമ പ്രവർത്തനത്തിലെ അന്വേഷണാത്മകത മൂലധന താല്പര്യത്തിൽ തട്ടിവീഴുന്നതും, ദേശീയ വിദ്യാഭ്യാസ നയത്തിന്റെ കൊളോണിയൽ സ്വഭാവവും, കാശ്മീരിലെ ജനങ്ങൾ ഏറ്റുവാങ്ങേണ്ടിവരുന്ന ഭരണകൂട വേട്ടയെക്കുറിച്ചുള്ള നേർ സാക്ഷ്യവും ഇതിലുണ്ട്. ഗാന്ധിജിയുൾപ്പെടെയുള്ള ഹിന്ദു മതവിശ്വാസികളുടെ ചിന്തയും പ്രവർത്തനങ്ങളും ആർ എസ് എസ് മുന്നോട്ടുവെക്കുന്ന ഹിന്ദുത്വ പ്രത്യയശാസ്ത്രത്തെ തടയാൻ സഹായിക്കുമെന്ന ഉദാഹരണങ്ങളിലൂടെയുള്ള വിശദീകരണത്തിനൊപ്പം ഭഗത്സിങ്ങിന്റെയും സഖാക്കളുടേയും മതനിരപേക്ഷ വീക്ഷണവും സംഭാഷണത്തിൽ എടുത്തുപറയുന്നുണ്ട്. കോവിഡ് 19 മഹാമാരിക്കെതിരായ പോരാട്ടത്തിൽ ഇടത് വലത് നയങ്ങളിലെ വ്യത്യാസം സോഷ്യലിസ്റ്റ് ക്യൂബയുടെ അനുഭവങ്ങളിലൂടെ വിശദീകരിക്കുമ്പോൾ രോഗത്തെ നേരിടുന്നതിലും പ്രത്യയശാസ്ത്രതലമുണ്ടെന്നത് ഓർമ്മിപ്പിക്കുന്നു.

ലോകം കണികകളാലല്ല, കഥകളാൽ നിർമ്മിക്കപ്പെട്ടതാണെന്ന് തന്റെ ഗുരുവായ എഡ്വാർഡ്വൊ ഗലീനൊ പറയാറുണ്ടെന്ന് വിജയ് പ്രഷാദ് പറയുന്നുണ്ട്. അതു ശരിയാണ്. ജനതയുടെ ബോധം രൂപപ്പെടുത്തിയത് അതിജീവനത്തിന്റെ കഥകളാണ്. ഒരാശയം ഒരു ജനതയുടെ മനസ്സിൽ പ്രവേശിച്ചാൽ അല്ലെങ്കിൽ അതൊരു ജനതയുടെ ബോധമായാൽ അതൊരു ഭൗതികശക്തിയായി മാറും. അതുതന്നെ

യാണ് എല്ലാ സാമൂഹ്യവിപ്ലവങ്ങളുടേയും അടിത്തറയാകുന്നതും. അത് വൈരുദ്ധ്യാത്മക ഭൗതികവാദ ദർശനത്തിന്റെ അടിസ്ഥാനവുമാണ്. മർദ്ദകരുടെ കൊടിയ ചൂഷണത്താൽ പൊറുതിമുട്ടിയ ജനത വ്യക്തികളായി വേർതിരിഞ്ഞ് മുട്ടിലിഴയുകയല്ല, കൈകോർത്ത് പൊരുതുകയാണ് വേണ്ടതെന്ന് ചിന്തിക്കുമ്പോഴാണ് വിമോചനത്തിന്റെ ചാലുകൾ സൃഷ്ടിക്കപ്പെടുന്നത്. അത് വർഗ്ഗസംഘട്ടനത്തിന്റെ വ്യത്യസ്ത രൂപതലങ്ങളിലേക്ക് വികസിക്കുകയും തുടർന്ന് മഹത്തായ വിപ്ലവങ്ങളായി മുന്നേറുകയും ചെയ്യും.

ആശയങ്ങൾക്ക് മനുഷ്യരെ ഇരുമ്പിനെക്കാൾ കരുത്തുള്ളവരാക്കി മാറ്റാനാകും. പ്രത്യയശാസ്ത്രത്തിന് മറ്റൊന്നിനും നല്കാനാകാത്ത ദൃഢത സമ്മാനിക്കാനാകും. അതുകൊണ്ടാണ് ഒരു കമ്യൂണിസ്റ്റ് ഉരുക്കിനാൽ തീർക്കപ്പെട്ടിരിക്കുന്നുവെന്ന് പറയാറ്. പതിറ്റാണ്ടിലേറെ ഗുഹാതുല്യമായ ഇരുട്ടറയിൽ ബന്ധനസ്ഥനായിരിക്കുമ്പോഴും സ്വാതന്ത്ര്യമെന്ന മഹത്തായ സ്വപ്നവുമായി കരുത്തുചോരാതെ തടവറയിൽ ജീവിച്ച പോരാളികളുടെ ജീവിതം അത് നമ്മെ ബോദ്ധ്യപ്പെടുത്തുന്നതാണ്.

ഇന്ത്യയിലെ ആദ്യകാല മാർക്സിസ്റ്റ് വിപ്ലവകാരികളെന്ന് വിശേഷിപ്പിക്കാനാകുന്ന ഭഗത്സിങ്ങിന്റെയും സഖാക്കളുടേയും ജീവിതത്തെ നോക്കുക. ജയിലറയിൽ തൂക്കിലേറ്റപ്പെടുന്നതിനു മുമ്പ് അവസാനത്തെ ആഗ്രഹത്തെക്കുറിച്ചുള്ള ചോദ്യത്തിന് ഭഗത്സിങ് പറഞ്ഞത് എനിക്ക് ക്ലാര സേത്കിൻ എഴുതിയ *ലെനിനെക്കുറിച്ചുള്ള ഓർമ്മക്കുറിപ്പുകൾ* വായിച്ചു തീർക്കണമെന്നായിരുന്നു. എന്തുകൊണ്ടായിരിക്കും ഒരാൾക്ക് മരണത്തെ മുഖാമുഖം കാണുമ്പോഴും ചഞ്ചലപ്പെടാതെ ഇങ്ങനെ സംസാരിക്കാൻ കഴിയുന്നത്? അതിൽ അത്ഭുതപ്പെടാനില്ലെന്നതാണ് ചരിത്രാനുഭവങ്ങൾ സാക്ഷ്യപ്പെടുത്തുന്നത്. കാരണം പ്രത്യയശാസ്ത്രത്താൽ കരുത്താർജ്ജിക്കുന്ന മനുഷ്യന് പർവ്വതസാനുക്കളേക്കാൾ സ്ഥൈര്യമാർജ്ജിക്കാനാകും. ഭഗത്സിങ്ങും, രാജ്ഗുരുവും സുഖ്ദേവും കൊലമരത്തിനടുത്തേക്ക് കവിത പാടിക്കൊണ്ടായിരുന്നു നടന്നുപോയത്. പണ്ഡിറ്റ് ബിസ്മില്ലിന്റെ രക്തസാക്ഷിയാകാൻ കൊതിക്കുന്നുവെന്ന്/ഇനിയുമുച്ചത്തിൽ അതുപറയാൻ സാധിക്കണമെന്നും തുടങ്ങുന്ന വരികളായിരുന്നു അത്.

വിഘടന വാദത്തിനെതിരായ സമരത്തിൽ അസമിലും പഞ്ചാബിലും രക്തസാക്ഷിത്വം വരിച്ച സഖാക്കളുടെ കഥകളെടുക്കുക. അസമിൽ, നിങ്ങൾക്ക് ഞങ്ങളുടെ ശരീരത്തെ വെട്ടിമുറിക്കാം എന്നാൽ ഞങ്ങളുടെ രാജ്യത്തെ വെട്ടിമുറിക്കാൻ അനുവദിക്കില്ലെന്ന് പ്രഖ്യാപിച്ച് വിഘടനവാദികളോടേറ്റുമുട്ടിയ പുരോഗമന വിദ്യാർത്ഥി പ്രസ്ഥാനത്തിന്റെ പ്രവർത്തകന്മാരുടെ കഥയും അതിന് ഉദാഹരണമാണ്.

ജയിലറയിൽ കിടന്നുകൊണ്ടായിരുന്നു അന്റോണിയോ ഗ്രാംഷി തന്റെ കുറിപ്പുകൾ തയ്യാറാക്കിയത്. ജയിലറയ്ക്കുള്ളിൽ ശരീരം ചങ്ങ

ലകളാൽ ബന്ധിതമാക്കപ്പെട്ടപ്പോൾ അദ്ദേഹം എഴുതിയത് മനുഷ്യരാശിയുടെ മുഴുവൻ ചങ്ങലകൾ പൊട്ടിച്ചെറിയുന്നതിനെക്കുറിച്ചായിരുന്നു. മേധാവിത്വം വഹിക്കുന്ന വർഗ്ഗത്തിന്റെ പ്രത്യയശാസ്ത്ര അധീശത്വത്തെക്കുറിച്ചുള്ള ആ കുറിപ്പുകൾ ദാർശനിക മണ്ഡലത്തിലെ മഹത്തായ സംഭാവനയായാണ് മാറിയത്. *കൊലമരത്തിൽ നിന്നുള്ള കുറിപ്പു*കളെഴുതിയ ജ്യൂലിയസ് ഫ്യൂച്ചിക്കിന്റെ കഥയും വ്യത്യസ്തമല്ല. അതെല്ലാം ലോകത്തിന്റെ വിവിധയിടങ്ങളിലെ പോരാട്ടങ്ങളിൽ നിന്നുണ്ടായ ആവേശത്തിന്റെ തിരയടിയാണ്. അത് ലോകത്തിന്റെ മറ്റുഭാഗങ്ങളിലെ സമരങ്ങളെയെല്ലാം പതിന്മടങ്ങ് ഉത്തേജിപ്പിക്കുകയും ചെയ്യുന്നു. പുരോഗമന ജനാധിപത്യ പ്രസ്ഥാനങ്ങൾ എവിടങ്ങളിലെല്ലാം ശക്തിപ്പെട്ടിട്ടുണ്ടോ അവിടങ്ങളിലെല്ലാം പ്രത്യയശാസ്ത്ര പ്രതിബദ്ധതയോടെ ഒരു ജനത നടത്തിയ ത്യാഗസുരഭിലമായ സമരത്തിന്റെ കഥകളുണ്ടാകും.

അപരന്റെ ശബ്ദം സംഗീതം പോലെ ആസ്വദിക്കാൻ കഴിയുന്ന നവലോകത്തിനുവേണ്ടിയുള്ള യാത്ര, മാനവികതയുടെ ദർശനമുയർത്തി ജീവനും ജീവിതവും സമർപ്പിച്ച അറിയപ്പെടുന്നവരും അറിയപ്പെടാത്തവരുമായ അനേകായിരങ്ങളുടെ ഹൃദയരക്തത്തിലൂടെയായിരിക്കും. അത് വാക്കുകൾകൊണ്ടും വരകൾകൊണ്ടും വിവരിക്കാനാകുന്നതിനപ്പുറത്താണ്. സഹജീവി സ്നേഹമെന്ന മഹത്തായ വികാരമാണ് വിപ്ലവകാരികളുടെ ജീവിതസത്ത. അവർ വേദനിപ്പിക്കുന്നവരുടെയല്ല, വേദന ഏറ്റുവാങ്ങേണ്ടി വരുന്നവരുടെ കൂടെയായിരിക്കും. കരുണയും സ്നേഹവും ഒരിക്കലും വറ്റാത്ത മഹാനദി പോലെയായിരിക്കും ഓരോ വിപ്ലവകാരിയുടേയും മനസ്സും വികാര വിചാരങ്ങളും.

രണ്ട്

ബഹുജന സമരങ്ങൾ ആത്യന്തികമായി ഒരിക്കലും പരാജയപ്പെടില്ല. പരാജയപ്പെട്ടെന്നു തോന്നുന്നവയിലും വിജയത്തിന്റെ മുദ്രകളുണ്ടാകും. സമരങ്ങളിലുയരുന്ന മുദ്രാവാക്യങ്ങൾ കാലത്തിന്റെയും ചരിത്രത്തിന്റെയും മുദ്രപതിഞ്ഞതായിരിക്കും. അത്തരത്തിലൊരു മുന്നേറ്റത്തിന്റെ അടയാളമായിരുന്നു 1871 ലെ പാരീസ് കമ്യൂൺ. മഹാനായ ലെനിന്റെ നേതൃത്വത്തിൽ 1917 ൽ റഷ്യയിൽ സാർ ചക്രവർത്തിയുടെ ഭരണം അവസാനിപ്പിച്ച് വിപ്ലവത്തിലൂടെ തൊഴിലാളിവർഗ്ഗ നേതൃത്വത്തിലുള്ള സർക്കാർ അധികാരത്തിൽ വന്നു. ലോകമാകെയുള്ള തൊഴിലാളിവർഗ്ഗത്തെ അത് ആവേശഭരിതമാക്കി. വിവിധ രാജ്യങ്ങളിൽ അതിന്റെ തുടർച്ചയായി സമരമുന്നേറ്റങ്ങളുണ്ടായി. ജർമ്മനി, പോളണ്ട്, ഉത്തരകൊറിയ, ചൈന, ക്യൂബ, വിയറ്റ്നാം തുടങ്ങിയ രാജ്യങ്ങളെല്ലാം സമാനതകളില്ലാത്ത ജനമുന്നേറ്റങ്ങൾക്ക് സാക്ഷിയായി. ചിലയിടങ്ങളിൽ സോഷ്യലിസ്റ്റ് ഭരണക്രമം സ്ഥാപിതമായി. അത് മറ്റ് രാജ്യങ്ങളിലെ തൊഴിലാളി കർഷക മുന്നേറ്റങ്ങൾക്ക് പ്രചോദനമായി. യൂറോപ്പിലും ഏഷ്യയിലും ലാറ്റിന

മേരിക്കൻ രാജ്യങ്ങളിലും മാത്രമല്ല ആഫ്രിക്കൻ രാജ്യങ്ങളിലും മാർക്സിസ്റ്റ് ദർശനം വളരെ വിപുലമായി സ്വാധീനം ചെലുത്തി. അത് ജനകീയ സമരങ്ങൾ വളർന്നു വരുന്നതിന് കാരണമാകുകയും ചെയ്തു.

ആശയവാദത്തിന്റെയും കേവല ഭൗതികവാദത്തിന്റെയും ന്യൂനതകൾ അക്കമിട്ടു നിരത്തി മാർക്സ് മുന്നോട്ടുവെച്ച വിമർശനങ്ങൾ ലോക ചരിത്രത്തിൽ വളരെ പ്രധാനമാണ്. അതുവഴി മനുഷ്യ ജീവിതത്തിന്റെ ഓരോ മേഖലയേയും പഠിക്കുന്നതിനും വിലയിരുത്തുന്നതിനുമുള്ള ദാർശനിക സമീപനത്തിനും മാർക്സ് നേതൃത്വം നല്കി. കാൾ മാർക്സിന്റെ ഫെഡറിക് എംഗൽസുമായുള്ള ഒത്തുചേരൽ പ്രവർത്തനങ്ങൾക്ക് കൂടുതൽ ദൃഢതയും വ്യക്തതയും നല്കി. നമ്മൾ ജീവിക്കുന്ന ലോകത്തെ ശാസ്ത്രീയമായി പഠിക്കാനും വിലയിരുത്താനും അത് സഹായകമായി. മാർക്സിസം ഒരു ജനതയുടെ വിമോചന സ്വപ്നങ്ങളെ കൂടുതൽ വിശാലമാക്കി. യാന്ത്രികമായ പഠന പ്രവർത്തനങ്ങൾക്ക് അത് ജൈവികമായ കരുത്തേകുകയുണ്ടായി. നന്മയും സമത്വവും പുലരുന്ന ലോകത്തെ സൃഷ്ടിക്കുന്നതിനുള്ള ജനതയുടെ കരുത്തിലും ശേഷിയിലും അത് വിശ്വാസമർപ്പിച്ചു. ലോകത്തിന്റെ വിവിധ ഭാഗങ്ങളിൽ ചൂഷണത്തിനെതിരായി നടന്ന സമരപ്രസ്ഥാനങ്ങളെ മാർക്സിയൻ ചിന്താപദ്ധതി കൂടുതൽ ചടുലമാക്കി. ലോകത്തിന്റെ നാനാഭാഗങ്ങളിൽ ചൂഷിതരുടെ സമര കാഹളമായത് മാറി. ഭരണകൂടത്തിനെതിരായുള്ള ഉശിരൻ പോരാട്ടങ്ങളായത് വികസിക്കുകയായിരുന്നു. അതിൽ ചിലത് സമാനതകളില്ലാത്ത മുന്നേറ്റത്തിന് കാരണമായി. മാർക്സിസ്റ്റ് സാഹിത്യങ്ങളുടെ പ്രസിദ്ധീകരണവും പ്രചാരണവും അത്തരം സമര മുന്നേറ്റങ്ങളെ ത്വരിതപ്പെടുത്തി.

പുതിയൊരു ലോകം സ്വപ്നം കണ്ട് പൊരുതിയ മനുഷ്യരുടെ ചോരയിലും വിയർപ്പിലുമാണ് ഇന്ത്യയിലും തൊഴിലാളിവർഗ്ഗത്തിന്റെ രാഷ്ട്രീയാടിത്തറ വികസിതമായത്. ദേശീയ സ്വാതന്ത്ര്യ സമരത്തിന്റെ ഭാഗമായാണ് ഇന്ത്യയിൽ മാർക്സിസ്റ്റ് കാഴ്ചപ്പാടിന്റെ സ്വാധീനം കൂടുതൽ വിപുലമായത്. ബ്രിട്ടീഷ് കൊളോണിയലിസത്തിനെതിരായ സമരത്തെ എങ്ങനെ നയിക്കണം? പുതിയ സർക്കാർ എങ്ങനെയായിരിക്കണം? തുടങ്ങിയ ചോദ്യങ്ങൾക്കുള്ള പോരാളികളുടെ ഉത്തരമായിരുന്നു മാർക്സിസം. അതിന് യൂണിയൻ ഓഫ് സോവിയറ്റ് സോഷ്യലിസ്റ്റ് റിപ്പബ്ലിക് അവർക്ക് പ്രചോദനമായി. ലോകത്തിന്റെ വിവിധ ഭാഗങ്ങളിൽ ഉടലെടുത്ത വിപ്ലവ മുന്നേറ്റങ്ങളുടെ തുടർച്ചയെന്ന നിലയിലാണ് ഇന്ത്യയിലും തൊഴിലാളിവർഗ്ഗ സമരങ്ങൾ ശക്തിപ്പെട്ടത്. റഷ്യൻ വിപ്ലവം ഇന്ത്യയിലെ ബഹുജനങ്ങൾക്കിടയിൽ വലിയ സ്വാധീനം ചെലുത്തിയിരുന്നു. അന്നേവരെയുണ്ടായിട്ടുള്ള ഭരണമാറ്റങ്ങളിൽനിന്നും വ്യത്യസ്തമായിരുന്നു സോവിയറ്റ് സോഷ്യലിസ്റ്റ് റിപ്പബ്ലിക്കിലെ വിപ്ലവാനന്തര സമൂഹം. അതുകൊണ്ട് തന്നെ ഇന്ത്യയിൽനിന്നും ഒരുപാട് ചെറുപ്പക്കാർ സോവിയറ്റ് യൂണിയൻ സന്ദർശിക്കാൻ പോയിരുന്നു. പുതിയതായി

രൂപംകൊണ്ട സോഷ്യലിസ്റ്റ് റിപ്പബ്ലിക്കിനെയും അവരുടെ ഭരണ നയങ്ങളെയും അടുത്തറിഞ്ഞത് അവർക്കാവേശകരമായ അനുഭവമായി മാറി. ചൂഷണ രഹിതമായ സാമൂഹ്യവ്യവസ്ഥയെന്ന അവരുടെ ലക്ഷ്യത്തെ അതുകൂടുതൽ ശക്തിപ്പെടുത്തി. റഷ്യയെന്ന പേര് തന്നെ ആവേശത്തിന്റെ അടയാളമായി മാറുകയായിരുന്നു. സോവിയറ്റ് യൂണിയൻ സന്ദർശിച്ച യുവാക്കളിൽ പലരും ആ രാജ്യത്തെയും മാർക്സിസത്തെയും തങ്ങളുടെ രാജ്യങ്ങളിലെ ജനങ്ങൾക്ക് പരിചയപ്പെടുത്തുന്നതിന് അവരുടേതായ ശ്രമങ്ങൾ നടത്തുകയുണ്ടായി. അതിന്റെ ഭാഗമായി സോവിയറ്റ് യൂണിയനെയും കമ്യൂണിസ്റ്റ് ചിന്തകളെയും പരിചയപ്പെടുത്തുന്ന ലഘുലേഖകളും കുറിപ്പുകളും തയ്യാറാക്കുകയും പ്രചരിപ്പിക്കുകയും ചെയ്തു.

പ്രത്യയശാസ്ത്രത്തിന് ദേശാതിർത്തികൾ ഭേദിച്ച് സാഹോദര്യവും ഐക്യദാർഢ്യവും സൃഷ്ടിക്കാനാകും. അതുകൊണ്ടാണ് മാവേലിനാട്ടിലിരുന്നുകൊണ്ട് *നാണി*യെന്ന കവിതയിൽ കെ പി ജി ഇങ്ങനെയെഴുതിയത്, "സോവിയറ്റെന്നൊരു നാടുണ്ടത്രെ കാണാൻ കഴിഞ്ഞെങ്കിലെന്തു ഭാഗ്യം." ഭൂമിയിൽ താനിതുവരെ കണ്ടിട്ടില്ലാത്ത ഏതോ കോണിൽ താമസിക്കുന്ന മനുഷ്യരെ തന്റെ സഹോദരങ്ങളായി കാണാനും അവർക്കായി പൊരുതാനും തന്റെ ജീവിതം നല്കാൻ സന്നദ്ധരാകുന്ന മനുഷ്യരെ സൃഷ്ടിക്കാൻ പ്രത്യയശാസ്ത്രത്തിനല്ലാതെ മറ്റെന്തിനാണ് കഴിയുക?. സോവിയറ്റ് യൂണിയന്റെയും കിഴക്കൻ യൂറോപ്പിലെ സോഷ്യലിസ്റ്റ് ചേരിയുടെയും പിന്നോട്ടടിക്കുശേഷം സാമ്രാജ്യത്വ ആക്രമണത്തെ നേരിടേണ്ടിവന്ന ക്യൂബയെ സഹായിക്കാൻ ലോകത്തിന്റെ നാനാഭാഗത്തുനിന്നുയർന്ന പ്രസ്ഥാനങ്ങളും മുദ്രാവാക്യങ്ങളും അതിന്റെ മറ്റൊരദ്ധ്യായമായി ഇന്നും തുടരുന്നു.

ഇന്നത്തെ ഇന്ത്യൻ പരിതഃസ്ഥിതിയിൽ മേധാവിത്വം വഹിക്കുന്ന വർഗ്ഗത്തിന്റെ പ്രത്യയശാസ്ത്ര സ്വാധീനത്തിനെതിരായ സമരം അത്യന്തം ത്യാഗനിർഭരമായി മാത്രം സാദ്ധ്യമാകുന്നതാണ്. മൂലധന താല്പര്യാർത്ഥം നവഉദാരവല്ക്കരണവും വർഗ്ഗീയതയും അടിച്ചേല്പിക്കപ്പെടുകയാണ്. ജനതയുടെ പിന്തുണയോടെ അതിനെ പരാജയപ്പെടുത്താനുള്ള ജനകീയപ്രസ്ഥാനങ്ങളുടെ വിപുലീകരണം അടിയന്തരകടമയായി നില്ക്കുന്നു. എന്നാൽ ഓരോ പ്രദേശത്തും അത്തരത്തിലുള്ള പ്രസ്ഥാനങ്ങളുടെ വൈപുല്യം ചരിത്രപരമായ പല കാരണങ്ങളുമായി കെട്ടുപിണഞ്ഞുകിടക്കുന്നതാണ്. ഇന്ന് തീക്ഷ്ണമായി പ്രതികരിക്കുന്ന ഇന്ത്യൻ പ്രദേശങ്ങൾക്കെല്ലാം ഒരു ഭൂതകാല സമരത്തിന്റെ, രക്തസാക്ഷിത്വത്തിന്റെ കഥപറയാനുണ്ടാകും. ഇന്നത്തെ ഇന്ത്യൻ രാഷ്ട്രീയത്തിന്റെ ബദൽ ഉയർത്തിപ്പിടിക്കുന്ന കേരളത്തെയെടുക്കുക, ചുവന്നകൊടി പാറുന്ന ഓരോ ഗ്രാമത്തിനും അതിന്റേതായ അനുഭവകഥയുണ്ട്. പ്രാദേശികമായ വ്യത്യാസങ്ങൾ മാത്രമാണതിൽ കാണാനാകുക. ശൂരനാട് സമരത്തിൽ പങ്കെടുത്തതിന് പൊലീസു

കാരാൽ വേട്ടയാടപ്പെട്ട ചേലക്കോടൻ കുഞ്ഞിരാമനാണ് തോപ്പിൽ ഭാസി തന്റെ *മൂലധന*മെന്ന പുസ്തകം സമർപ്പിക്കുന്നത്. താൻ ഒളിവിലായിരിക്കെ സന്നിപാതജ്വരം ബാധിച്ച് മരിച്ച തന്റെ കുഞ്ഞിനെ അടക്കം ചെയ്ത മണ്ണിൽ തോട്ടിൻ കരയിൽ നിന്നുള്ള കൈതമുൾ പൂക്കളർപ്പിച്ച് ദുഃഖം കടിച്ചമർത്തിനിന്ന ശൂരനാട്ടെ കുഞ്ഞിരാമൻ.. കുഴിമാടത്തിനരികിൽനിന്നും വിങ്ങിയ കവിളിലൂടൊഴുകിയ കണ്ണുനീരിൽ ഒരു ജനതയുടെ ജീവിതത്തെയാണ് നാം കാണുന്നത്. നിരഞ്ജനയുടെ *ചിരസ്മരണ*യെന്ന നോവൽ സമർപ്പിക്കുന്നത് കയ്യൂരിലെ സഖാക്കൾക്കാണ്. തൂക്കുമരത്തിലേറുന്നതിന് മുമ്പ് ജയിലറയിൽ തങ്ങളെ കാണാൻ വന്ന സഖാക്കളോട് ഇനിയുമൊരു ജന്മമുണ്ടെങ്കിൽ കയ്യൂരിന്റെ മക്കളായി പിറന്ന് കർഷകസംഘത്തിന്റെ പ്രവർത്തകരായി തങ്ങൾക്ക് മരിക്കണമെന്ന് പറഞ്ഞ നാല് ധീരയൗവനങ്ങൾ. "അവരാണ് നമ്മളെ ആദ്യം പഠിപ്പിച്ചതവകാശ ബോധത്തിൻ ബാലപാഠം" എന്ന് നമ്മൾ പാടുമ്പോൾ ഓർക്കുക ഇന്ന് നാം നടത്തുന്ന സമരങ്ങളായിരിക്കും നാളത്തെ നമ്മുടെ നാടിന്റെ, ലോകത്തിന്റെ, ബോധത്തെ മാറ്റിമറിക്കുക.

പട്ടിണിയും ദാരിദ്ര്യവുമില്ലാത്ത ലോകമാണ് നമ്മുടെ സ്വപ്നം. "പട്ടിണിക്കാരെ ദരിദ്രന്മാരെ വന്നുതടിക്കുകീ ചെങ്കൊടിക്കീഴിൽ നാം ഒന്നു തയ്യാറായ് പുറപ്പെടേണം..." എന്ന് കവി ആഹ്വാനം ചെയ്തത് മഹത്തായ ഒരു സ്വപ്നത്തിന്റെ സാക്ഷാൽക്കാരത്തിനാണ്. മനുഷ്യരെല്ലാം മനുഷ്യരായി അംഗീകരിക്കപ്പെടുന്ന ലോകം, ജനിച്ച കുലവും കൈയിലെ കാശും മനുഷ്യന് വിലയിടാത്ത ഒരു കാലം. അത് ഇവിടെ സൃഷ്ടിക്കപ്പെടണം. മരണാനന്തരമുള്ള സ്വർഗ്ഗത്തെക്കുറിച്ച് തർക്കിച്ച് സമയം കളയാൻ നമ്മളാഗ്രഹിക്കുന്നില്ല. അത് ബുദ്ധിയുള്ളവർക്ക് ഭൂഷണവുമല്ല. ഞാനും നിങ്ങളും ജീവിക്കുന്ന ഈ ലോകത്ത്, പരലോകത്തല്ല ഇഹലോകത്ത് സ്വർഗ്ഗം പണിയുകയെന്നതാണ് നമ്മുടെ ലക്ഷ്യം. അതിന് മാർക്സിസ്റ്റ് ദർശനം ലോകതൊഴിലാളിവർഗ്ഗത്തിന് കരുത്തായിമാറുന്നു. തൊഴിലാളി വർഗ്ഗരാഷ്ട്രീയത്തെ പരാജയപ്പെടുത്താനാകില്ല. ജനതയുടെ സ്ഥൈര്യത്തിലും കരുത്തിലുമാണ് തൊഴിലാളിവർഗ്ഗത്തിന്റെ പാർട്ടി വിശ്വാസമർപ്പിച്ചിരിക്കുന്നത്. പണമൂലധനമല്ല, ബഹുജനപിന്തുണയാണതിന്റെ കരുത്ത്. വൻമുതലാളിമാരല്ല, ജനതയാണ് രാജ്യത്തിന്റെയും ലോകത്തിന്റെയും ഭാവി തീരുമാനിക്കുക. സ്റ്റാലിൻ പറഞ്ഞു, 'The Leaders will come, the Leaders will go. But mass is eternal.' സാമൂഹ്യ വിപ്ലവത്തെ ഏതെങ്കിലും വ്യക്തികളുടെ ഇഷ്ടാനിഷ്ടങ്ങൾക്ക് തടഞ്ഞുനിർത്താനാകില്ല. വ്യക്തിയും നേതാവുമൊന്നുമല്ല മുഖ്യം; നയിക്കുന്ന പ്രത്യയശാസ്ത്രമാണ്. ആരൊക്കെ തടയാൻ ശ്രമിച്ചാലും ജനതയുടെ പോരാട്ടം തുടരും. വിപ്ലവം ഒരുനാൾ യാഥാർത്ഥ്യമാകുകയും ചെയ്യും. അതിന്റെ ഗതിവേഗത്തെ ശക്തിപ്പെടുത്താൻ നമ്മൾ നടത്തുന്ന പോരാട്ടങ്ങളാണ് ആശയസമരങ്ങളുടെ ലോകത്തെയും വികസിതമാക്കുന്നത്.

ആമുഖം

ചില മനുഷ്യരെ കേൾക്കുമ്പോൾ നമുക്ക് സംസാരം ഒരു കലയാണെന്ന് തോന്നും. പറയുന്ന കാര്യങ്ങളിൽ പൂർണ്ണമായ ബോദ്ധ്യവും പറയുക എന്ന പ്രക്രിയയിൽ ആഴത്തിലുള്ള അഭിനിവേശവും ചേർന്ന ആ മനുഷ്യരാണ് ആശയസമരങ്ങളുടെ ലോകം സൃഷ്ടിക്കുന്നത്. ഇടതുപക്ഷത്തിന്റെ ഏറ്റവും സവിശേഷമായ പ്രത്യേകതകളിൽ ഒന്ന് അത് മനുഷ്യനോട് മറുപടി പറയാൻ എപ്പോഴും വെമ്പൽ കൊള്ളുന്നുവെന്നാണ്. ഉത്തരവുകൾ അധികാരത്തിന്റെയും ഉത്തരം അഭിവാദനത്തിന്റെയും ഭാഷകളാണ്. ഈ പുസ്തകം ഉത്തരങ്ങളുടേതാണ്. ഇടതുപക്ഷ ആശയ സമരങ്ങളുടേതാണ്.

എസ് എഫ് ഐ കേന്ദ്രകമ്മിറ്റിയുടെ മുഖമാസികയായ *സ്റ്റുഡന്റ് സ്ട്രഗിളി*നായി ഞങ്ങൾ നടത്തിയ ചില അഭിമുഖ സംഭാഷണങ്ങൾ മൊഴിമാറ്റം ചെയ്ത് തയ്യാറാക്കിയതാണ് ഈ പുസ്തകം. അടുത്തകാലത്ത് ഞങ്ങളോട് ഏറ്റവും മനോഹരമായി സംസാരിച്ച എട്ട് മനുഷ്യരെക്കുറിച്ചുള്ളതുമാണ് ഈ പുസ്തകം. അമേരിക്കൻ സാമ്രാജ്യത്വം പതിനാറ് വർഷം തടവിലിട്ട ക്യൂബയുടെ ദേശീയ ഹീറോ ഫെർണാണ്ടോ ഗൊൺസാലസും ഭരണകൂട ഭീകരതകൾക്കും തീവ്രവാദികളുടെ വെടിയുണ്ടകൾക്കും നടുവിൽ ഒരത്ഭുതം പോലെ ജീവിക്കുന്ന കാശ്മീരിലെ പോരാളി തരിഗാമിയും ഈ പുസ്തകത്തിലുണ്ട്. വിദ്യാർത്ഥി പ്രസ്ഥാനകാലത്തെ അനുഭവങ്ങൾ മുതൽ അന്വേഷണാത്മക മാധ്യമ പ്രവർത്തനത്തെയും ഇന്ത്യൻ രാഷ്ട്രീയത്തിൽ സംഭവിച്ചുകൊണ്ടിരിക്കുന്ന മാറ്റങ്ങളെയുമെല്ലാം കുറിച്ച് എൻ റാമിന്റെ ദീർഘമായ സംഭാഷണം ഉണ്ട്. മഹാമാരിയുടെ കാലത്ത് സാർവ്വദേശീയതയുടെ പതാകയേന്തി ലോകത്തെ വിസ്മയിപ്പിച്ച ക്യൂബയുടെ അനുഭവങ്ങൾ ലെയ്മ

മാർട്ടിനസും പുതിയ വിദ്യാഭ്യാസ നയത്തെക്കുറിച്ച് പ്രഭാത് പട്നായ്കും ഹിന്ദുത്വത്തിന്റെ ഹൃദയശൂന്യതയെക്കുറിച്ച് റാം പുനിയാനിയും സംസാരിക്കുന്നു. ഒരു ചരിത്ര വിദ്യാർത്ഥിയെന്ന നിലയിൽ തന്റെ ഗവേഷണവിഷയം മുതൽ ലോകരാഷ്ട്രീയത്തിലെ ഇടതുപക്ഷ ചലനങ്ങളെക്കുറിച്ചും രാഷ്ട്രീയ ഇസ്ലാമിനെക്കുറിച്ചും പശ്ചിമേഷ്യയിലെയും മറ്റും സ്ഥിതിഗതികളെക്കുറിച്ചുമെല്ലാം തുടങ്ങി തന്റെ ഏറ്റവും പുതിയ പുസ്തകങ്ങൾ വരെയുള്ള കാര്യങ്ങളാണ് വിജയ് പ്രഷാദ് പങ്കുവെയ്ക്കുന്നത്. ഭഗത്സിങ്ങിനെക്കുറിച്ച് ദീർഘകാലമായി താൻ നടത്തിക്കൊണ്ടിരിക്കുന്ന പഠനങ്ങളുടെയും അന്വേഷണങ്ങളുടെയും വെളിച്ചത്തിൽ ആ വിപ്ലവകാരിയുടെ ചിന്തകളെയും അദ്ദേഹത്തെ പ്രചോദിപ്പിച്ച സോഷ്യലിസ്റ്റ് സമൂഹ സങ്കല്പത്തെയുമെല്ലാം ചമൻ ലാൽ വരച്ചുകാട്ടുന്നു.

ഓരോ സംഭാഷണത്തെക്കുറിച്ചും വിശദീകരിക്കുന്നില്ല. അവയോരോന്നും ആലോചനയുടെ പുതിയൊരു ലോകത്തേക്ക് നിങ്ങളെ ക്ഷണിക്കും എന്ന് ഞങ്ങൾ കരുതുന്നു. ഇതിലെ ചില സംഭാഷണങ്ങൾ ഞങ്ങൾ ഒരുമിച്ചും മറ്റു ചിലത് ഏതെങ്കിലും ഒരാളും തയ്യാറാക്കിയതാണ്. അവ ഓരോ അഭിമുഖത്തിനുമൊപ്പം സൂചിപ്പിച്ചിട്ടുണ്ട്. പുസ്തകത്തിന് അവതാരിക തയ്യാറാക്കിയ ഡോ. വി ശിവദാസനോടും മനോഹരമായ കവർ ചിത്രം വരച്ച് നല്കിയ യുവ ചിത്രകാരി ജുനൈന മുഹമ്മദിനോടും ഇത് പ്രസിദ്ധീകരിക്കാൻ വഴിയൊരുക്കിയ ചിന്ത പബ്ലിഷേഴ്സിനോടും ഞങ്ങൾ കൃതജ്ഞത രേഖപ്പെടുത്തുന്നു. ഞങ്ങളുടെ ആദ്യത്തെ പുസ്തകമാണ് ഇത്. ഞങ്ങളെ ഇതിന് പ്രാപ്തരാക്കിയ ഓരോരുത്തരും, എസ് എഫ് ഐയും ഈ പുസ്തകത്തിന്റെ അവകാശികളാണ്.

"ആശയ സമരങ്ങളുടെ ലോകം" എന്നത് യാദൃച്ഛികമായി വന്നൊരു പേരല്ല. ഒരു സോഷ്യലിസ്റ്റ് സമൂഹ സങ്കല്പത്തിന്റെ നാഡീഞരമ്പുകൾ വഹിക്കുന്നത് ആശയങ്ങളെയാണ്. മനുഷ്യനിലേക്ക് ഒരു ഭൗതികശക്തിയായി ഇറങ്ങിച്ചെല്ലുന്ന, മണ്ണിൽ തൊടുന്ന ആശയങ്ങൾ. സാമ്രാജ്യത്വ വിരുദ്ധതയുടെയും ജനാധിപത്യ ബദലിന്റെയും കൊളോണിയൽ വിരുദ്ധ ബോധത്തിന്റെയും മതനിരപേക്ഷക്കരുത്തിന്റെയും ചരിത്രപഠനത്തിന്റെയും ആശയങ്ങളെ സന്നിവേശിപ്പിച്ച് ഒരു പുസ്തകം തയ്യാറാക്കുവാനാണ് ശ്രമിച്ചത്. ഇതിലെ ഓരോ അഭിമുഖങ്ങളും ശാന്തമായൊഴുകുന്ന പുഴ പോലെയാണ് ഞങ്ങൾക്ക് അനുഭവപ്പെട്ടത്. അത്രമേൽ തെളിഞ്ഞ്, ദിശ തെറ്റാതെ അതിങ്ങനെ ഒഴുകുകയായിരുന്നു.

നിതീഷ് നാരായണൻ
ദയാൽ പലേരി

ക്യൂബൻ വിപ്ലവത്തിന്റെ ആറുപതിറ്റാണ്ടുകൾ

ഫെർണാന്റോ ഗൊൺസാലസ്/നിതീഷ് നാരായണൻ

ആയിരത്തി തൊള്ളായിരത്തി തൊണ്ണൂറ്റി എട്ട് സെപ്തംബർ 12 ന് അഞ്ച് ക്യൂബൻ ഇന്റലിജൻസ് ഉദ്യോഗസ്ഥർ യു എസിലെ മിയാമിയിൽ വച്ച് അറസ്റ്റിലായി. വ്യാജ തിരിച്ചറിയൽ രേഖ തയ്യാറാക്കിയതും ചാരപ്പ ണിയെടുക്കാൻ ശ്രമിച്ചതുമുൾപ്പെടെ ഇരുപത്തഞ്ച് കുറ്റങ്ങളാണ് അവർ ക്കുമേൽ അമേരിക്ക ചാർത്തിയത്. പതിനാറ് വർഷങ്ങൾക്ക് ശേഷം 2014 ൽ ആണ് പിന്നീടവർ ജന്മനാടായ ക്യൂബയിലേക്ക് തിരിച്ചെത്തുന്നത്, ഒന്നര പതിറ്റാണ്ട് നീണ്ട നിയമപരവും നയതന്ത്രപരവും രാഷ്ട്രീയവുമായ പോരാട്ടങ്ങൾക്കൊടുവിൽ. ജെറാർഡോ ഹെർണാണ്ടസ്, അന്റോണിയോ ഗുറേ, റാമോൺ ലബാനിനോ, ഫെർണാന്റോ ഗൊൺസാലസ്, റെനെ ഗൊൺസാലസ് എന്നിവരായിരുന്നു ആ അഞ്ച് ക്യൂബൻ രഹസ്യാന്വേ ഷണ സംഘാംഗങ്ങൾ. ലോകമെമ്പാടും ക്യൂബൻ ഫൈവ് എന്നും മിയാമി ഫൈവ് എന്നും അവർ അറിയപ്പെട്ടു. പതിനാറ് വർഷവും മൂന്ന് മാസവും നീണ്ട ജയിൽവാസത്തിനിടയിൽ ദീർഘകാലം ഏകാന്ത തടവിലും ഏറ്റവും കഠിനമായ സാഹചര്യങ്ങളിലുമെല്ലാം അവർക്ക് കഴിയേണ്ടിവന്നു. ക്യൂബൻ ഫൈവിന്റെ മോചനം ആവശ്യപ്പെട്ട് ലോകമെമ്പാടും പ്രതിഷേധങ്ങളും കൂട്ടായ്മകളും സംഘടിപ്പിക്കപ്പെട്ടു. കഠിനമായ പീഡനങ്ങൾക്കിടയിലും സോഷ്യലിസ്റ്റ് ക്യൂബയെ ഒറ്റിക്കൊടുക്കാൻ അവർ തയ്യാറായില്ല. ക്യൂബൻ വിപ്ലവത്തിന്റെ ധീരവും സ്വയം സമർപ്പിതവുമായ പാരമ്പര്യത്തെ അവർ സാമ്രാജ്യത്വത്തിന്റെ തടവുമുറികളിലും ഉയർത്തിപ്പിടിച്ചു. ജീവിതകാലം മുഴുവൻ പുറം ലോകം കാണില്ലെന്ന് തോന്നിയ നാളുകളിലും തങ്ങൾ ചെയ്ത കാര്യ ങ്ങളിൽ അവർക്ക് നിരാശയോ കുറ്റബോധമോ തോന്നിയില്ല. ക്യൂബയെ

അസ്ഥിരപ്പെടുത്താനും ആക്രമിക്കാനും നിരന്തരം തക്കം പാർത്തിരിക്കുകയും കെണിയൊരുക്കുകയും ചെയ്യുന്ന അമേരിക്കയുടെ കുടില നീക്കങ്ങളെ നിരീക്ഷിക്കാൻ ജന്മനാട് ഏല്പിച്ച ചുമതല വിപ്ലവകാരികളുടെ ആത്മവീര്യത്തോടെ അവർ നടപ്പിലാക്കുകയായിരുന്നു. മിയാമി ആയിരുന്നു ഇത്തരം പ്രവർത്തനങ്ങളുടെ ഒരു കേന്ദ്രം. ക്യൂബയിൽനിന്നും വിട്ടുപോയ വലിയ സംഘം അവിടെയുണ്ടായിരുന്നു. അവരെ ഉപയോഗിച്ച് ക്യൂബക്കെതിരായ നീക്കങ്ങൾ ആസൂത്രണം ചെയ്യുകയെന്നത് അമേരിക്കയുടെ ശീലമായിരുന്നു.

അഞ്ചിൽ ഒരാൾ, റെനെ ഗൊൺസാലസ് 2011 ൽ ജയിൽ മോചിതനായെങ്കിലും മറ്റ് നാലു പേരും 2014 വരെ തടവിൽ കിടന്നു. ക്യൂബ അവരെ രാജ്യത്തെ ഏറ്റവും വലിയ ബഹുമതിയായ ദേശീയ ഹീറോകളായി പ്രഖ്യാപിച്ചു. അമേരിക്കയും ക്യൂബയും തമ്മിൽ ഇടക്കാലത്തുണ്ടായ മെച്ചപ്പെട്ട നയതന്ത്ര ബന്ധത്തിന്റെ പശ്ചാത്തലത്തിലാണ് ഇവർ മോചിപ്പിക്കപ്പെടുന്നത്. ജന്മനാട്ടിൽ പ്രസിഡന്റ് റൗൾ കാസ്ട്രോയുടെ നേതൃത്വത്തിൽ വീരോചിത സ്വീകരണം ഏറ്റുവാങ്ങിയ അവർ തങ്ങളുടെ രാജ്യം ആവശ്യപ്പെട്ടാൽ വീണ്ടും അതേ ഉത്തരവാദിത്വം ഏറ്റെടുക്കാൻ തയ്യാറാണെന്ന് പ്രഖ്യാപിച്ചു.

രണ്ട് തവണയായി ക്യൂബൻ ഫൈവിൽ ഒരാളായ ഫെർണാന്റോ ഗൊൺസാലസിനോട് സംസാരിച്ചതിൽനിന്നും തയ്യാറാക്കിയതാണ് ഈ അഭിമുഖം. ക്യൂബൻ വിപ്ലവത്തിന്റെ അറുപതാം വർഷത്തിലാണ് കാഠ്മണ്ഡുവിൽ വച്ച് ഞാൻ ആദ്യമായി ഫെർണാന്റോ ഗൊൺസാലസിനോട് സംസാരിക്കുന്നത്. ഏഷ്യാ പസഫിക് ക്യൂബൻ ഐക്യദാർഢ്യ സമ്മേളനത്തിൽ പങ്കെടുക്കാൻ വന്നതായിരുന്നു അദ്ദേഹം. പിന്നീട് ഏതാനും ആഴ്ചകൾക്ക് മുൻപ് ക്യൂബൻ കമ്യൂണിസ്റ്റ് പാർട്ടിയുടെ പാർട്ടി കോൺഗ്രസ് കഴിഞ്ഞ വേളയിൽ ഒരുതവണ കൂടി അദ്ദേഹത്തെ ബന്ധപ്പെട്ടു. ക്യൂബയുടെ കോവിഡ് പ്രതിരോധ പ്രവർത്തനങ്ങളെക്കുറിച്ചും പാർട്ടി കോൺഗ്രസിനെക്കുറിച്ചുമെല്ലാം വിശദമായി അദ്ദേഹം സംസാരിച്ചു. നിലവിൽ ക്യൂബൻ പാർലമെന്റംഗവും ക്യൂബൻ ഇൻസ്റ്റിറ്റ്യൂട്ട് ഓഫ് ഫ്രണ്ട്ഷിപ്പ് വിത്ത് പീപ്പിൾ എന്ന ഔദ്യോഗിക സ്ഥാപനത്തിന്റെ അദ്ധ്യക്ഷനും ആണ് ഫെർണാന്റോ ഗൊൺസാലസ്. ക്യൂബൻ ഐക്യദാർഢ്യ സമ്മേളനത്തെ അഭിസംബോധന ചെയ്ത് പ്രസംഗിച്ചത് സ്പാനിഷിൽ ആയിരുന്നെങ്കിലും നമ്മുടെ സംസാരം പരിഭാഷകരില്ലാതെ നേരിട്ട് ഇംഗ്ലീഷിൽ തന്നെയാകാമെന്ന് അദ്ദേഹം സമ്മതിച്ചു. ക്യൂബൻ ഹീറോ സംസാരിക്കുന്നു.

ഒന്ന്

നിതീഷ് നാരായണൻ: ക്യൂബൻ വിപ്ലവത്തിന് ശേഷം അറുപത് വർഷങ്ങൾ പിന്നിടുന്നു. ഒരു സോഷ്യലിസ്റ്റ് രാഷ്ട്ര നിർമ്മാണത്തിന്റെ ആറ്

പതിറ്റാണ്ടത്തെ അനുഭവത്തിന്റെ വെളിച്ചത്തിൽ താങ്കളെങ്ങനെയാണ് ആ വിപ്ലവത്തെ വായിക്കുന്നത്?

ഫെർണാന്റോ ഗൊൺസാലസ്: ഇപ്പോഴും അതേ കരുത്തിൽ തുടരുന്ന ഒരു വിപ്ലവത്തെയാണ് ഞാൻ ദർശിക്കുന്നത്. കടന്നു പോയ ഓരോ തലമുറയെയും പോലെ തന്നെ പുതിയ തലമുറകൾക്കിടയിലും വിപ്ലവകാരികളുടേതായ സവിശേഷതകളും ഞങ്ങളുടെ രാജ്യത്തെ വിപ്ലവ പ്രസ്ഥാനത്തിന്റെ ചേതനയുമുണ്ട്. സ്വയം പുതുക്കാൻ ശ്രമിക്കുന്നൊരു വിപ്ലവത്തെയാണ് ഞാൻ കാണുന്നത്. മൗലികമായ ചേതനയെയും ദർശനത്തെയും നിലനിർത്തിക്കൊണ്ടു തന്നെ ആവശ്യമായ മാറ്റങ്ങൾക്ക് വിധേയമാകുന്ന ഒന്ന്. സാമ്പത്തിക മാതൃകകളെ പരിഷ്കരിക്കുകയും ഞങ്ങളെ സ്വയം കൂടുതൽ മെച്ചപ്പെടുത്തുകയും ഭാവിയിലേക്ക് നിലനില്ക്കുന്ന ഒന്നായി അതിനെ മാറ്റിത്തീർക്കുകയും അങ്ങനെ ഞങ്ങളുടെ സോഷ്യലിസം കെട്ടിപ്പടുക്കുകയും ചെയ്യുകയാണ്. ക്യൂബൻ ജനതയുടെ ലക്ഷ്യമായ ആ സോഷ്യലിസമാണ് ഞങ്ങളുടെ പരമാധികാരവും സ്വാതന്ത്ര്യവും ഉറപ്പു നല്കുന്ന ഒരേയൊരു സാമൂഹിക വ്യവസ്ഥിതി.

വിവിധ കാലങ്ങളിലായി ലോകത്തിന്റെ വിവിധ ഭാഗങ്ങളിലെ വ്യത്യസ്ത രാജ്യങ്ങളിൽ സോഷ്യലിസ്റ്റ് പരീക്ഷണങ്ങൾ ഉണ്ടായിട്ടുണ്ട്. ക്യൂബയിലെ സോഷ്യലിസത്തിന്റെയും സോഷ്യലിസ്റ്റ് പരിണാമങ്ങളുടെയും ഏറ്റവും സവിശേഷമായ സ്വഭാവങ്ങൾ എന്തൊക്കെയാണ്?

ഓരോ രാജ്യത്തിനും അവരുടേതായ ചരിത്രവും പാരമ്പര്യവും സംസ്കാരവും അവരുടെ സ്വന്തം ആശയങ്ങളും പ്രക്രിയകളുമൊക്കെയുണ്ട്. അതുകൊണ്ട് തന്നെ എല്ലായിടത്തും ഒരുപോലെ പ്രയോഗിക്കാനായുള്ള ഏതെങ്കിലും ഒരൊറ്റ സോഷ്യലിസ്റ്റ് മോഡൽ ഉണ്ടെന്ന് ഞാൻ കരുതുന്നില്ല. തങ്ങൾക്കാവശ്യമായ പരിവർത്തനങ്ങളിലേക്കുള്ള പാത ഏതാണെന്ന് ഓരോ രാജ്യവും കണ്ടെത്തേണ്ടതുണ്ട്. ക്യൂബയുടെ കാര്യത്തിലാണെങ്കിൽ, സ്പെയിനിനെതിരായ സ്വാതന്ത്ര്യ സമരത്തിലെ ക്യൂബൻ എന്ന ബോധത്തിൽനിന്നും ഉരിത്തിരിഞ്ഞ് വന്ന ശക്തമായൊരു സ്വത്വപരമായ തിരിച്ചറിവ് ഞങ്ങൾക്കുണ്ട്. അതുകൊണ്ടു തന്നെ ഞങ്ങളുടെ ആ സ്വത്വത്തെയും അതിന്റെ ജനതയെയും സംരക്ഷിക്കാൻ വേണ്ടിയുള്ള അങ്ങേയറ്റം ദേശസ്നേഹപരമായ ബോധമാണത്. ഞങ്ങൾ വിശ്വസിക്കുന്നത് ഞങ്ങളുടെ സോഷ്യലിസം കെട്ടിപ്പടുക്കപ്പെട്ടത് മനുഷ്യനെ ഏറ്റവും കേന്ദ്രസ്ഥാനത്ത് വച്ചു കൊണ്ടാണെന്നാണ്. ഭരണകൂടത്തിന്റെയും അതുമായി ബന്ധപ്പെട്ട സമൂഹത്തിന്റെയുമെല്ലാം സംഘർഷങ്ങൾക്ക് അതീതമായി മനുഷ്യൻ കേന്ദ്രസ്ഥാനത്ത് പ്രതിഷ്ഠിക്കപ്പെടുന്ന സോഷ്യലിസം.

ക്യൂബൻ വിപ്ലവത്തെ നയിക്കുകയോ അതിന് സാക്ഷികളാവുകയോ ചെയ്ത തലമുറ ഏറെക്കുറെ ഏകദേശം വിടപറഞ്ഞു കഴിഞ്ഞു. ഇപ്പോൾ ക്യൂബയിലുള്ളത് ചരിത്രപരമായ വിപ്ലവത്തിന്റെ നേർ അനുഭവങ്ങൾ ഇല്ലാത്ത ഒരു തലമുറയാണ്. ക്യൂബയിൽ ഒരു തലമുറമാറ്റം ഉണ്ടായിക്കഴിഞ്ഞു. ഈ തലമുറമാറ്റത്തെയും ക്യൂബൻ വിപ്ലവത്തിന്റെ ആദർശങ്ങളെ തോളേറ്റുന്നതിൽ പുതിയ തലമുറയുടെ ശേഷിയെയും താങ്കൾ എങ്ങനെയാണ് കാണുന്നത്?

വിപ്ലവത്തിന്റെ വിജയത്തിനു ശേഷം ആദ്യമായി ഒരു പുതിയ തലമുറ അധികാരത്തിലിരിക്കുന്നു എന്നത് സത്യമാണ്. രാജ്യത്തിന്റെ നിലവിലെ പ്രസിഡന്റ് (മിഗേൽ ഡിയാസ് കാനൽ) വിപ്ലവത്തിന് ചരിത്രപരമായ നേതൃത്വം കൊടുത്ത അംഗങ്ങളിൽ ഒരാളല്ല. പുതിയ തലമുറയാണ്. എന്നാൽ ഫിദൽ ആരംഭിക്കുകയും റൗൾ തുടരുകയും ചെയ്ത അതേ പ്രക്രിയകൾ മുന്നോട്ടു കൊണ്ടുപോകാൻ സജ്ജരാണ്. രാജ്യത്തിന്റെയും രാജ്യത്തിന്റെ വിവിധ സ്ഥാപനങ്ങളുടെയുമെല്ലാം നേതൃത്വത്തിലേക്ക് പുതിയൊരു തലമുറ കടന്നു വന്നതോടെ ഒരു തുടർ പ്രക്രിയയാണ് സംഭവിക്കുന്നത്. വളരെ സക്രിയമായൊരു ഗവൺമെന്റ് ഇപ്പോൾ ക്യൂബയിലുണ്ട്. അവർ രാജ്യമെമ്പാടും സഞ്ചരിക്കുകയും കാര്യങ്ങളെല്ലാം പ്രശംസനീയമാം വിധം മുന്നോട്ടു പോകുന്നുണ്ടെന്ന് ഉറപ്പാക്കുകയും ചെയ്യുന്നുണ്ട്. അതായത് ഉല്പാദന പ്രക്രിയ ശരിയായ പാതയിലാണെന്നും സാമ്പത്തിക വ്യവസ്ഥ കൃത്യമായി പ്രവർത്തിക്കുന്നുണ്ടെന്നും കണ്ട് ഉറപ്പാക്കുന്നു. അതീവ വിവേകമതികളായ, ക്യൂബയിലെയും ലോകത്തെയുമെല്ലാം അവസ്ഥയെക്കുറിച്ച് ആഴത്തിൽ ധാരണയുള്ള, എന്നാൽ അതേ വിപ്ലവചേതന സൂക്ഷിക്കുന്ന ഒരു പുതിയ തലമുറയാണിത്. അതാണെനിക്ക് തലമുറ മാറ്റത്തെക്കുറിച്ച് പറയാനുള്ളത്.

ആഗോള സാഹചര്യങ്ങളിൽ വലിയ മാറ്റങ്ങൾ വന്നിട്ടുണ്ട്, വിശിഷ്യാ സോവിയറ്റ് യൂണിയന്റെ പതനത്തിനുശേഷം. ലോകത്തിന്റെ മറ്റ് ഭാഗങ്ങളിലെല്ലാം എന്നപോലെ തന്നെ സോവിയറ്റ് യൂണിയന്റെ കാലത്തെ ക്യൂബ അതിനുശേഷമുള്ള ക്യൂബയിൽനിന്നും ഒരുപാട് വ്യത്യസ്തമാണ്. എന്തൊക്കെയായിരുന്നു വെല്ലുവിളികൾ? എങ്ങനെയാണ് നിങ്ങളതിനെ നേരിട്ടത്?

സോവിയറ്റ് യൂണിയന്റെ പതനം വളരെ പ്രയാസകരമായിരുന്നു എന്ന് മാത്രമല്ല അത് ക്യൂബയിൽ അതീവ ദുഷ്കരമായ സാഹചര്യം സൃഷ്ടിക്കുകയും ചെയ്തു. ക്യൂബയിൽ ഞങ്ങളതിനെ വിശേഷിപ്പിച്ചത് 'സവിശേഷ കാലഘട്ടം' എന്നായിരുന്നു. ക്യൂബയുടെ മൊത്ത ആഭ്യന്തര ഉല്പാദനം (GDP) 35 ശതമാനം ഇടിഞ്ഞു. ഞങ്ങൾക്ക് ഞങ്ങളുടെ

വ്യാപാരത്തിന്റെ 85 ശതമാനവും നഷ്ടപ്പെട്ടു. അതായിരുന്നു ക്യൂബൻ വിപ്ലവത്തിന്റെ വിജയത്തിനുശേഷം ക്യൂബൻ ജനത കടന്നുപോയ ഏറ്റവും പ്രയാസകരമായ വർഷങ്ങളെന്ന് ഞാൻ പറയും. എന്നിരുന്നാലും ഞങ്ങൾ ചെറുത്തു നിന്നു, ആ ചെറുത്തുനില്പിനാൽ ഞങ്ങളിതാ ഇപ്പോൾ ഇവിടെ എത്തിയിരിക്കുന്നു. ഞങ്ങൾ പഴയതിനേക്കാൾ കരുത്തരാണ്. ആ കഠിനമായ സാഹചര്യങ്ങളിൽനിന്നും ഞങ്ങൾ ഒരുപാട് പഠിച്ചു. ഞങ്ങളിപ്പോൾ മാറ്റങ്ങളെ ഉൾക്കൊള്ളാൻ കൂടുതൽ പ്രാപ്തരും ഞങ്ങളുടെ വഴിയിൽ കടന്നു വരുന്ന ഏത് പ്രതിസന്ധികളെയും നേരിടാൻ കൂടുതൽ ശേഷിയുള്ളവരുമാണ്. ഞങ്ങൾക്ക് അത്തരം അനുഭവങ്ങളുണ്ട്.

ഞങ്ങളുടെ ഇപ്പോഴത്തെ സമ്പദ് വ്യവസ്ഥ അന്നുണ്ടായിരുന്നതിനേക്കാൾ വളരെ വ്യത്യസ്തമാണ്. ക്യൂബൻ സമ്പദ് വ്യവസ്ഥയെ മുന്നോട്ട് നയിക്കുന്ന പ്രധാന മേഖലയെന്ന നിലയിൽ ഞങ്ങൾക്ക് ശക്തമായ പൊതുമേഖലയുണ്ട്. സഹകരണ മേഖലയുണ്ട്. കൂടാതെ ഞങ്ങൾക്ക് സ്വകാര്യ മേഖലയുമുണ്ട്. ഞങ്ങൾക്ക് വിപണിയുണ്ട്, ആ വിപണിയുടെ നിയമങ്ങൾ സമ്പദ് വ്യവസ്ഥയെ സ്വാധീനിക്കുന്നുമുണ്ട്. അപ്പോഴും ആസൂത്രണം തന്നെയാണ് ക്യൂബയുടെ സമ്പദ് വ്യവസ്ഥയെ നയിക്കുന്ന ഏറ്റവും പ്രധാനപ്പെട്ട ആയുധം. അങ്ങനെ സമ്പദ്ഘടനയുടെ കുറേക്കൂടി വൈജാത്യപരമായ സംഘാടനത്തിന്റെ പാതയാണത്. ചിന്തയിലും വിപ്ലവത്തെക്കുറിച്ചുള്ള ദേശസ്നേഹപരവും സമർപ്പിതവുമായ കാഴ്ചപ്പാടുകളിലും ഈ സമൂഹവും വൈവിദ്ധ്യപൂർണ്ണമാണ്. സോവിയറ്റ് യൂണിയനോ ഞങ്ങൾ ഭാഗമായിരുന്ന സോഷ്യലിസ്റ്റ് ക്യാമ്പോ നിലനിന്നിരുന്ന സമയത്തിനേക്കാൾ കുറവ് മാത്രം ഏകജാതീയ സ്വഭാവമുള്ളതാണത്. അങ്ങനെ കൂടുതൽ വൈവിദ്ധ്യങ്ങൾ നിറഞ്ഞതാണ്, കുറഞ്ഞ നിലയിൽ മാത്രം ഏകജാതീയവും. എന്നാൽ ജനങ്ങളുടെ ഐക്യം ഇപ്പോഴും അതുപോലെ തന്നെ ഉണ്ടുതാനും. ഞങ്ങൾ കെട്ടിപ്പടുക്കുന്ന സാമൂഹിക പദ്ധതിക്ക് ചുറ്റും ജനങ്ങളുടെ ഐക്യവും ഗവൺമെന്റിനും വിപ്ലവത്തിനും പിന്തുണയുമായി യോജിപ്പോടെ ഒരു സമൂഹവും. അതാണ് ക്യൂബയുടെ അനുഭവം.

ഫിദൽ ആശയങ്ങളുടെ പോരാട്ടത്തെക്കുറിച്ചും ജനങ്ങളുടെ ഐക്യത്തെക്കുറിച്ചും ഊന്നുമായിരുന്നു. ക്യൂബയിലും ക്യൂബയ്ക്ക് ചുറ്റുമൊക്കെയുള്ള സംഭവവികാസങ്ങളെക്കുറിച്ച് ജനങ്ങളെ ബോധവാന്മാരാക്കുവാനുള്ള നിരന്തരമായ ശ്രമങ്ങളുണ്ടായിരുന്നു. ഫിദൽ ജനങ്ങളോട് ദീർഘമായി പ്രസംഗിക്കുന്നത് നമ്മൾ കണ്ടിട്ടുണ്ട്. നിങ്ങളെ സംബന്ധിച്ചിടത്തോളം രാഷ്ട്രീയ പ്രവർത്തനത്തിൽ ആശയ പോരാട്ടങ്ങളുടെ പങ്കെത്രമാത്രമാണ്?

ആശയങ്ങളുടെ ഏറ്റുമുട്ടൽ തുടരുകയാണ്. കാര്യങ്ങളെ പാശ്ചാത്യ രീതിയിൽ നോക്കിക്കാണുവാൻ സ്വാധീനിക്കപ്പെടുകയും അവരാൽ സാംസ്കാരിക മാതൃകകൾ അടിച്ചേല്പിക്കപ്പെടുകയുമൊക്കെ ചെയ്യുന്ന ഒരു ലോകത്താണ് നമ്മൾ ജീവിക്കുന്നത്. കാരണം വിവരവിനിമയ മാർഗ്ഗങ്ങൾ അവരുടെ ഉടമസ്ഥതയിലാണ്. നിങ്ങൾക്ക് ലോകത്തെവിടെ നിന്ന് ടെലിവിഷൻ വീക്ഷിച്ചാലും ഒരു കാര്യം മനസ്സിലാകും. നിങ്ങൾ ടി വിയിൽ കാണുന്ന മിക്കവാറും പരിപാടികൾ, അല്ലെങ്കിൽ സിനിമകൾ, അതുമല്ലെങ്കിൽ നിങ്ങൾ കേൾക്കുന്ന സംഗീതം ഒക്കെ പാശ്ചാത്യ സംസ്കാരത്തിൽ നിർമ്മിക്കപ്പെട്ടതാണ്. യു എസും യൂറോപ്പും പോലുള്ള അധികാര കേന്ദ്രങ്ങളിൽ. മിക്കവാറും യു എസിൽ തന്നെ. അവരുടെ കൈയിൽ അവരുടെ അജണ്ടയും അവർ ലോകത്തെ കാണുന്ന രീതിയും അടിച്ചേല്പിക്കാനാവശ്യമായ വാർത്താവിനിമയ സംവിധാനങ്ങളുണ്ട്. അതുകൊണ്ട് തന്നെ ആശയ സമരം അത്രമേൽ പ്രധാനപ്പെട്ടതാണ്. അത് പ്രബുദ്ധരായ വ്യക്തികളെ സൃഷ്ടിക്കുവാനുള്ള ശ്രമം ആണ്. ഞങ്ങളുടേതു പോലെയുള്ള ഒരു ലോകത്ത് ജീവിക്കാൻ സാധിക്കുന്നവരും സാമ്രാജ്യത്വ ലോകത്തിന്റെ അധീശത്വപരമായ സാന്നിദ്ധ്യത്തെയും സ്വാധീനത്തെയും തിരിച്ചറിയാൻ ശേഷിയുള്ള വരുമായ വ്യക്തികൾ. എന്റെ അഭിപ്രായത്തിൽ ആശയങ്ങളാലുള്ള പോരാട്ടം എന്നാൽ നിങ്ങൾക്ക് അവഗണിക്കാനാകാത്ത വിധം സമൂഹത്തിൽ സ്വാധീനമുള്ള ആശയവിനിമയോപാധികളുടെ ഇടയിൽ ജീവിക്കാൻ പ്രാപ്തമാക്കുന്ന വിധം ഒരാളെ പ്രബുദ്ധമാക്കുന്നതാണ്. ഈ പ്രാപ്തിയെന്നാൽ മുതലാളിത്തവും പാശ്ചാത്യ ജീവിത രീതികളും മുന്നോട്ടു വെക്കുകയും അടിച്ചേല്പിക്കുകയും ചെയ്യുന്നതിൽനിന്നും വ്യത്യസ്തമായ കാഴ്ചപ്പാടുകളും ജീവിത പദ്ധതികളും എനിക്കുണ്ടെന്ന് പറയുവാൻ കരുത്തുണ്ടാവുക എന്നതാണ്.

ക്യൂബക്കെതിരായ അമേരിക്കയുടെയും സഖ്യകക്ഷികളുടെയും പ്രധാനപ്പെട്ട പ്രചാരണങ്ങളിൽ ഒന്ന് ജനാധിപത്യത്തെക്കുറിച്ചുള്ള ചോദ്യത്തിനുമേലാണ്. അവർ ക്യൂബയെ വിശേഷിപ്പിക്കുന്നത് ജനാധിപത്യ വിരുദ്ധ രാഷ്ട്രം എന്നാണ്. എങ്ങനെയാണ് ഇതിനോട് പ്രതികരിക്കുക?

അമേരിക്ക അവരുടെ നാട്ടിലെ രാഷ്ട്രീയ ജീവിതത്തെ ക്രമീകരിച്ചിരിക്കുന്ന വിധത്തിന് ജനാധിപത്യവുമായി യാതൊരു ബന്ധവുമില്ലെന്ന് തിരിച്ചറിയാൻ ആവശ്യമായത്രയും കാലം ഞാൻ അവിടെ ജീവിച്ചിട്ടുണ്ട്. അതുകൊണ്ട് അതിനെക്കുറിച്ച് അവർക്കെന്നോട് യാതൊന്നും പറയാനാകില്ല. ഞാൻ വിശ്വസിക്കുന്നതും ഞാൻ കണ്ടതും ഏതെങ്കിലും ഒരു പദവിയിലേക്ക് തിരഞ്ഞെടുക്കപ്പെടാൻ ദശലക്ഷക്കണക്കിന് ഡോളറുകൾ ആവശ്യമുള്ളിടത്ത് ജനാധിപത്യം ഉണ്ടാവുകയില്ല എന്നതാണ്.

നിങ്ങൾക്ക് നഗരത്തിലെ മേയർ സ്ഥാനത്തേക്ക് മത്സരിക്കണമെങ്കിൽ ഒരുപാട് പണം ആവശ്യമാണ്, നിങ്ങൾക്ക് ഒരു സ്റ്റേറ്റിന്റെ ഗവർണ്ണർ സ്ഥാനത്തേക്ക് മത്സരിക്കണമെങ്കിലും അമേരിക്കൻ കോൺഗ്രസിലേക്ക് മത്സരിക്കണമെങ്കിലും ദശലക്ഷക്കണക്കിന് ഡോളറുകൾ ആവശ്യമാണ്, പ്രസിഡന്റ് സ്ഥാനത്തേക്കുള്ള പോരാട്ടത്തിൽ അണിനിരക്കുകയാണെങ്കിലും നിങ്ങൾക്ക് ലക്ഷം കോടി ഡോളറുകൾ ആവശ്യമാണ്. അതുകൊണ്ട് തന്നെ അവിടെ ഒരു ജനാധിപത്യവും ഇല്ല. നിങ്ങൾക്ക് തിരഞ്ഞെടുപ്പിൽ നില്ക്കാനുള്ള പണം നല്കിയവർക്ക് അത് തിരിച്ചടയ്ക്കേണ്ട സാഹചര്യത്തിൽ എന്ത് ജനാധിപത്യമാണ് നിലനില്ക്കുക? പിന്നെ, ആരാണ് നിങ്ങൾക്ക് പണം നല്കിയത്? തെരുവിലെ ജനങ്ങൾ ഒന്നോ രണ്ടോ ഡോളറുകൾ നല്കുന്നതല്ല അത്. അത് വൻകിട കമ്പനികളാണ്. വ്യക്തികൾക്ക് തിരഞ്ഞെടുക്കപ്പെടാനായി പണം നല്കുന്ന വൻ വാണിജ്യ കമ്പനികൾ. അപ്പോൾ അവൻ അല്ലെങ്കിൽ അവൾ ആരോടായിരിക്കും കടപ്പെട്ടിരിക്കുക? അവർ ജനങ്ങളോട് ബാദ്ധ്യതപ്പെട്ടവരായിരിക്കാൻ പോകുന്നില്ല. കോൺഗ്രസിലും സിറ്റി കൗൺസിലിലുമൊക്കെ തങ്ങൾ പാസാക്കുന്ന നിയമങ്ങളിലൂടെ ആ കമ്പനികളോടുള്ള കടം വീട്ടുകയായിരിക്കും അവർ ചെയ്യാൻ പോകുന്നത്. ഞാൻ അവിടെ ജീവിക്കുകയും ഓരോ ദിവസവും ഇങ്ങനെ സംഭവിക്കുന്നത് കാണുകയും ചെയ്തിട്ടുണ്ട്. അതുകൊണ്ട് ജനാധിപത്യത്തിന്റെ ആ വകഭേദത്തെക്കുറിച്ച് നമുക്ക് സംസാരിക്കാതിരിക്കാം.

ക്യൂബയിൽ ഞങ്ങൾക്ക് വളരെ ജനാധിപത്യപരമായ ഒരു സംവിധാനമുണ്ട്. പുതിയ ഭരണഘടന പാസാക്കുമ്പോൾ ഞങ്ങൾ ക്യൂബയിൽ ചെയ്ത കാര്യം ആവർത്തിക്കാൻ ഞാൻ അമേരിക്കയെയും മറ്റേതൊരു വികസിത രാജ്യത്തെയും അല്ലെങ്കിൽ ലോകത്തെ ഏതൊരു രാജ്യത്തെയും വെല്ലുവിളിക്കുകയാണ്. ഒരു സമൂഹം ഒന്നാകെ ഒരു ഭരണഘടനാ നിർമ്മാണ സഭയായി മാറി. ആ (ഭരണഘടനാ നിർമ്മാണ) പദ്ധതി രാജ്യമെമ്പാടും സംവദിക്കപ്പെട്ടു. ദശലക്ഷം ക്യൂബക്കാർ യോഗങ്ങളിൽ പങ്കെടുക്കുകയും അതിൽ തന്നെ പദ്ധതിയെക്കുറിച്ച് ഒരു ദശലക്ഷത്തിലധികം നിർദ്ദേശങ്ങൾ സമർപ്പിക്കപ്പെടുകയും ചെയ്തു. ഭരണഘടന എങ്ങനെയൊക്കെ ഭേദഗതി ചെയ്യപ്പെടണമെന്ന്, എങ്ങനെ പ്രാബല്യത്തിൽ വരുത്തണമെന്ന്, എന്തിനെയൊക്കെക്കുറിച്ച് അവർക്ക് അഭിപ്രായവ്യത്യാസങ്ങൾ ഉണ്ടെന്നൊക്കെ ആളുകൾ പ്രതികരിച്ചു. അമേരിക്കയിൽ അവരിങ്ങനെ ചെയ്യുകയാണെങ്കിൽ ഇന്നത്തെ അമേരിക്കൻ പ്രസിഡന്റായിരിക്കില്ല അടുത്താഴ്ച അവിടെ ഉണ്ടാവുക. അതുകൊണ്ട് അങ്ങനെ ചെയ്യാൻ ഞാൻ അവരെ വെല്ലുവിളിക്കുകയാണ്. എന്നിട്ട് കാണൂ ആരാണ് കൂടുതൽ ജനാധിപത്യപരം എന്ന്.

എന്താണ് നിലവിലെ സാഹചര്യം?

സാമ്പത്തിക യുദ്ധം അടിച്ചേല്പിച്ചിരിക്കുകയാണ്. ക്യൂബൻ സമ്പദ് രംഗം കഠിനമായൊരു കാലത്തിലൂടെ കടന്നു പോകുന്നു. അത് വളരുന്നുണ്ട്. പക്ഷേ, വളരെ പതിയെ മാത്രം. രാജ്യത്തിന്റെ വികസനത്തിനായി ത്വരിതഗതിയിലുള്ള സാമ്പത്തിക വളർച്ച ഞങ്ങൾക്കാവശ്യമാണ്. ഞങ്ങളുടെ വളർച്ചയ്ക്കും സാമ്പത്തിക വികാസത്തിനും മുന്നിലുള്ള ഏറ്റവും പ്രധാനപ്പെട്ട തടസ്സം അമേരിക്ക അടിച്ചേല്പിച്ച ഉപരോധമാണ്. 1962 മുതൽ അത് അടിച്ചേല്പിക്കപ്പെട്ടിട്ടുണ്ട്. എന്നുവച്ചാൽ ആറ് പതിറ്റാണ്ടുകാലത്തെ ഉപരോധം.! പക്ഷേ, നിലവിലെ അമേരിക്കൻ ഭരണകൂടം കൂടുതൽ കനത്ത നടപടികളിലൂടെ ആ ഉപരോധത്തെ മറ്റൊരു നിലയിലേക്ക് ഉയർത്തിയിരിക്കുന്നു.

ദേശീയവും അന്തർദ്ദേശീയവുമായ എല്ലാ നിയമങ്ങളും പാലിച്ചുകൊണ്ടാണ് 1960 ൽ ക്യൂബയിൽ ദേശസാല്ക്കരണം നടക്കുന്നത്. യു എസിലെ സുപ്രീം കോടതി അതംഗീകരിക്കുകയും ചെയ്തിട്ടുണ്ട്. അന്ന് ഭൂമിയും വസ്തുക്കളും തട്ടിയെടുക്കപ്പെട്ടതിന്റെ പേരിൽ യു എസ് പൗരന്മാർക്ക് യു എസ് കോടതിയെ സമീപിക്കാൻ അനുവാദം നല്കുന്ന Helms Burton Act ന്റെ മൂന്നാം ടൈറ്റിൽ നടപ്പിലാക്കിയിരിക്കുകയാണ്. ആദ്യം തന്നെ, വസ്തുക്കൾ നിർമ്മിക്കപ്പെട്ട യു എസ് പൗരന്മാരുടെ ഭൂമി പിടിച്ചെടുക്കുകയായിരുന്നില്ല. ആ വസ്തുക്കൾ ദേശസാല്ക്കരിക്കുകയായിരുന്നു. അന്താരാഷ്ട്ര നിയമങ്ങളുടെ അടിസ്ഥാനത്തിലുള്ള ദേശസാല്ക്കരണം. ക്യൂബൻ ഗവണ്മെന്റ് എല്ലാ രാജ്യങ്ങൾക്കും ദേശസാല്ക്കരിക്കപ്പെട്ട അവരുടെ വസ്തുക്കൾക്കുള്ള നഷ്ടപരിഹാരം നല്കിയിരുന്നു. ദേശസാല്ക്കരിക്കപ്പെട്ടൊരു അമേരിക്കൻ കമ്പനിക്കുള്ള നഷ്ടപരിഹാരം നല്കാൻ യു എസ് ഗവണ്മെന്റ് ഒരിക്കലും ക്യൂബയെ അനുവദിച്ചില്ല. എന്തുകൊണ്ട്? കാരണം അവർ ബേ ഓഫ് പിഗ്സ് അധിനിവേശത്തിന് തയ്യാറെടുക്കുകയായിരുന്നു. ബേ ഓഫ് പിഗ്സ് അധിനിവേശം വിജയിച്ചു കഴിഞ്ഞാൽപ്പിന്നെ ആ വിഷയം പരിഹരിക്കപ്പെടുമെന്ന് അവർ കരുതി. എന്നാൽ ആ വിജയം ഒരിക്കലും പൂവണിഞ്ഞില്ല, അവർ പരാജയപ്പെട്ടു. എന്നാൽ അന്ന് ക്യൂബൻ ഗവണ്മെന്റ് നഷ്ടപരിഹാരം നല്കുവാൻ തയ്യാറായിട്ടും അത് സ്വീകരിക്കാതിരുന്ന കമ്പനികൾക്ക് Helms Burton Act പ്രകാരം ഇപ്പോൾ ക്യൂബൻ ഗവണ്മെന്റിനെതിരെയോ ക്യൂബൻ കമ്പനികൾക്കെതിരെയോ അല്ലെങ്കിൽ ക്യൂബയിൽ നിക്ഷേപം നടത്തിയിട്ടുള്ള വിദേശ കമ്പനികൾക്കെതിരെയോ ഒക്കെ പരാതിപ്പെടാൻ സാധിക്കും. ക്യൂബൻ സാമ്പത്തിക മേഖലയിൽ നിക്ഷേപം നടത്തിയവരെയും അതിന് സാദ്ധ്യതയുള്ളവരെയും ഭയപ്പെടുത്തി അകറ്റുക എന്നതാണ് ഉദ്ദേശ്യം. വിദേശ നിക്ഷേപകർ ക്യൂബയെ സംബന്ധിച്ചിടത്തോളം ആവശ്യമാണെന്ന് അവർക്കറിയാം.

നിക്ഷേപിക്കാൻ സാദ്ധ്യതയുള്ളവരെ ഭയപ്പെടുത്തി പിന്തിരിപ്പിക്കാനാണ് അവർ ശ്രമിക്കുന്നത്. സാമ്പത്തിക രംഗത്തിന്റെ വികാസത്തിന് ഉതകുംവിധമുള്ള ഏതൊരു വരുമാന സ്രോതസ്സും ക്യൂബയ്ക്ക് നിഷേധിക്കാനാണ് അവരുടെ ശ്രമം. വെനസ്വേലയിൽ നിന്നും അയക്കുന്ന എണ്ണ ലഭിക്കുന്നതിൽ നിന്നും ക്യൂബയെ തടയാനാണ് അവർ ശ്രമിക്കുന്നത്. ലോകത്തെ ഏതൊരു രാജ്യവുമായും ക്യൂബ നടത്തുന്ന ഓരോ സാമ്പത്തിക ഇടപാടിനെയും അവർ വിചാരണ ചെയ്യുകയാണ്. ഇത് ക്യൂബക്കെതിരായ ഒരു സാമ്പത്തിക യുദ്ധം ആണ്. രാജ്യത്തിന്റെ വികസനത്തിനു വേണ്ടിയുള്ള ഏതൊരു വിഭവവും ക്യൂബയ്ക്ക് നിഷേധിക്കുവാൻ ഒരുമ്പെട്ടിറങ്ങിയിരിക്കുകയാണ് അവർ. പക്ഷേ, ഞങ്ങൾ കീഴടങ്ങാൻ പോകുന്നില്ല. ഞങ്ങൾ അവരെ ചെറുക്കുകയും ഞങ്ങളുടെ ലക്ഷ്യത്തെ ഔന്നത്യങ്ങളിൽ നിലനിർത്തുകയും ചെയ്യും. എനിക്ക് ആത്മവിശ്വാസമുണ്ട്, ആ ഉദ്യമത്തിൽ ലോകമെമ്പാടുമുള്ള ഒരു പാട് ജനങ്ങൾ ക്യൂബയ്ക്ക് ഐക്യദാർഢ്യവുമായി നിലകൊള്ളുന്നുണ്ട്.

ക്യൂബ ഉയർത്തിപ്പിടിക്കുന്ന സാർവ്വദേശീയതയ്ക്കു പിന്നിലെ കാഴ്ചപ്പാട് എന്താണ്?

ലോകത്തെ അറുപതിലധികം രാജ്യങ്ങളുമായി ക്യൂബയ്ക്ക് സഹകരണമുണ്ട്. ക്യൂബ അതിന്റെ മാനവവിഭവശേഷി ലോകത്തിന്റെ പല ഭാഗങ്ങളിലേക്കും വാഗ്ദാനം ചെയ്തിട്ടുമുണ്ട്. ഡോക്ടർമാരും നഴ്സുമാരും ക്യൂബൻ ടീച്ചർമാരുമെല്ലാം ലോകമെമ്പാടും സേവനമനുഷ്ഠിക്കുന്നുണ്ട്. നാല്പതുവർഷം മുൻപത്തെ അതേ അവസ്ഥയിലല്ല ക്യൂബ ഇന്ന്. പക്ഷേ, അപ്പോഴും, ക്യൂബ മുൻകൈയെടുത്ത എല്ലാ ഐക്യദാർഢ്യ പദ്ധതികളും വിടവുകളില്ലാതെ തുടരുകയാണ്. ആഫ്രിക്കൻ ഭൂഖണ്ഡത്തിലാണ് ഏറ്റവും കൂടുതൽ ക്യൂബക്കാർ ആരോഗ്യമേഖലയിലായും ടീച്ചർമാരായും എഞ്ചിനീയർമാരായുമെല്ലാം സേവനം ചെയ്യുന്നതെന്ന് ഞാൻ പറയും. ലാറ്റിനമേരിക്കയിലെ വിവിധ രാജ്യങ്ങളും ക്യൂബയുടെ പ്രവർത്തനങ്ങളുടെ ഗുണഭോക്താക്കളായിട്ടുണ്ട്. ഒരു സ്കൂൾ ഉണ്ട്, ക്യൂബ ഇന്റർനാഷണൽ സ്കൂൾ. ലോകത്ത് എവിടെ നിന്നുമുള്ള മനുഷ്യർക്ക് അവിടെ പോവുകയും യാതൊരു ചെലവുമില്ലാതെ ഡോക്ടർമാരാവുകയും ചെയ്യാം. ക്യൂബ എല്ലാ കാലത്തെയും പോലെ തന്നെ സാർവ്വദേശീയത ഉയർത്തിപ്പിടിക്കുകയാണ്. 2001 ൽ താൻ നടത്തിയ പ്രസംഗത്തിൽ ഫിദൽ വിപ്ലവത്തിന്റെ കാഴ്ചപ്പാടിനെക്കുറിച്ചും എന്താണ് വിപ്ലവമെന്നതിനെക്കുറിച്ചും പറയുന്നത് വായിച്ചാൽ നിങ്ങൾക്കൊരു കാര്യം മനസ്സിലാകും. ഒരു വിപ്ലവം എന്താണെന്ന് അദ്ദേഹം നിർവ്വചിക്കുന്നുണ്ട്. പല ആശയങ്ങൾക്കുമൊപ്പം അദ്ദേഹം ഊന്നുന്ന കാര്യം സാർവ്വദേശീയതയും ഐക്യദാർഢ്യവും ഒരു വിപ്ലവകാരിയായിരിക്കുന്നതിന്റെ ഭാഗമാണെന്നാണ്.

കൂടുതൽ വ്യക്തിപരമായ, എന്നാൽ നിശ്ചയമായും രാഷ്ട്രീയമായ ഒരു ചോദ്യം. പതിനഞ്ച് വർഷക്കാലം നീണ്ട തടവിനെ അതിജീവിക്കാൻ നിങ്ങൾക്ക് സാധിച്ചതെങ്ങനെയാണ്?

ഞങ്ങൾക്ക് ചെയ്യാനുണ്ടായിരുന്നതെല്ലാം ഞങ്ങളുടെ രാജ്യത്തിന്റെ ചരിത്രവുമായി ബന്ധപ്പെട്ടവയായിരുന്നു. ഞങ്ങൾ പ്രതിരോധിക്കുന്ന ഒരു ജനതയാണ്. കാരണം ഞങ്ങൾ ആക്രമിക്കപ്പെടുന്നത് ലോകത്തെ ഏറ്റവും ശക്തമായ രാജ്യത്താലാണെന്ന് ഞങ്ങൾ മനസ്സിലാക്കുന്നുണ്ട്. ഞാനതിനെ ഒരിക്കലും വ്യക്തിപരമായി എടുത്തിരുന്നില്ല. അമേരിക്ക എനിക്കെതിരെയോ അല്ലെങ്കിൽ ക്യൂബയിലെ മറ്റേതെങ്കിലും സഹോദരനെതിരെയോ അല്ല നിലകൊണ്ടിരുന്നതെന്ന് എനിക്കറിയാമായിരുന്നു. അമേരിക്കയുടെ എതിർപ്പ് ക്യൂബക്കെതിരെ ആയിരുന്നു. വേദനാനിർഭരമായിരുന്നെങ്കിലും ചരിത്രപരമായ വീക്ഷണകോണിലൂടെ കാര്യങ്ങളെ കാണുന്നതിലൂടെ വൈകാരികമായ അവസ്ഥയിൽനിന്നും അകലം പാലിക്കാൻ സാധിക്കുമെന്ന് ഞാൻ മനസ്സിലാക്കി. അമേരിക്കയും ക്യൂബയും തമ്മിലുള്ള ചരിത്രപരമായ ഒരേറ്റുമുട്ടലിന്റെ ഭാഗമാണതെന്ന ബോദ്ധ്യം എനിക്കുണ്ടായിരുന്നു. ഞാൻ കടന്നുപോവുകയായിരുന്ന വേദനാനിർഭരമായ അവസ്ഥയുമായി പൊരുത്തപ്പെടാൻ അതെന്നെ സഹായിച്ചു. അതൊന്നും എനിക്കെതിരായി ചെയ്തതല്ല, പക്ഷേ, ക്യൂബക്കെതിരായാണെന്ന് ഞാൻ തിരിച്ചറിഞ്ഞു. ഞാൻ അതിനെ അങ്ങനെ കണ്ടതോടെ എനിക്കെന്ത് സംഭവിച്ചു എന്നുള്ളതായിരുന്നില്ല ഏറ്റവും പ്രധാനപ്പെട്ട കാര്യം. ക്യൂബയ്ക്ക് എന്ത് സംഭവിച്ചു എന്നുള്ളതായിരുന്നു. അതാണെനിക്ക് ആ സാഹചര്യത്തെ മറികടക്കാൻ കരുത്ത് നല്കിയത്.

താങ്കൾ യു എസിൽ തടവുകാരനായിരുന്നു. ക്യൂബയിലെ ജയിലുകളും താങ്കൾ കണ്ടിട്ടുണ്ട്. രണ്ട് രാജ്യങ്ങളിലെയും ജയിൽ സംവിധാനങ്ങൾ തമ്മിൽ എങ്ങനെയാണ് വ്യത്യാസപ്പെടുന്നത്?

വളരെ വ്യത്യസ്തമായ സമീപനത്തോടുകൂടിയാണ് ക്യൂബൻ ജയിലുകൾ നടത്തപ്പെടുന്നത്. യു എസ് ചെയ്യുന്നതുപോലെ ഇരുന്നൂറ് മില്ല്യൺ ഡോളറിന്റെ ജയിൽ നിർമ്മിക്കാനുള്ള വിഭവങ്ങൾ ഞങ്ങൾക്കില്ല. അതുകൊണ്ട് തന്നെ ക്യൂബയിലെ ഒരു തടവുപുള്ളിയുടെ ഭൗതിക സാഹചര്യങ്ങൾ വ്യത്യസ്തമാണ്. പക്ഷേ, ഞാൻ ക്യൂബയിലെ ജയിലുകൾ സന്ദർശിക്കുകയും ജയിൽവാസികളോട് സംസാരിക്കുകയും ചെയ്തിട്ടുണ്ട്. അവിടെ തടവുകാർ ക്രമീകരിക്കപ്പെട്ടിരിക്കുന്നതിന്റെ ആശയവും മനുഷ്യരായി അവർ പരിഗണിക്കപ്പെടുന്ന രീതികളും എല്ലാം സമ്പൂർണ്ണമായും വ്യത്യസ്തമാണ്. സ്ത്രീകൾ തടവിൽ കഴിയുന്ന ഇടങ്ങൾ ഞാൻ കണ്ടിട്ടുണ്ട്. അവിടെ അടിസ്ഥാനപരമായ മനുഷ്യാവ

കാശങ്ങൾ ഒന്നും ലംഘിക്കപ്പെടുന്നില്ലെന്നും ഞാൻ മനസ്സിലാക്കിയിട്ടുണ്ട്. ഒരു വനിതാ തടവുകാരി ഗർഭിണിയാണെങ്കിൽ പ്രസവ ശുശ്രൂഷയും നവജാത ശിശുവിന്റെ പരിചരണവുമെല്ലാം ഉറപ്പാക്കാനായി അവർക്ക് ജയിലിനകത്ത് പ്രത്യേക അപ്പാർട്ട്മെന്റ് ലഭിക്കും. കുഞ്ഞ് ആദ്യ ദിവസം മുതൽ തന്നെ അമ്മയ്ക്കൊപ്പമായിരിക്കും. ജയിലിനകത്ത് എല്ലാ സൗകര്യങ്ങളും ലഭ്യമാക്കും. യു എസിലാണെങ്കിൽ ഗർഭിണിയെ ഹോസ്പിറ്റലിലേക്ക് മാറ്റുകയും നവജാത ശിശുവിനെ അമ്മയിൽ നിന്നും മാറ്റി കുടുംബാംഗങ്ങൾക്ക് കൈമാറുകയും ചെയ്യും. തൊട്ടടുത്ത ദിവസം തന്നെ അമ്മ ജയിലിൽ തിരിച്ചെത്തിയിരിക്കും. ഇത് മനുഷ്യത്വരഹിതമാണ്.

ക്യൂബയുടെ മുന്നോട്ടുള്ള പാതയെ താങ്കളെങ്ങനെയാണ് കാണുന്നത്?

ഞങ്ങളുടെ ജനതയുടെ ശ്രമങ്ങളുടെ ഫലമായി തയ്യാറാക്കപ്പെടുന്ന ഒന്ന് എന്ന നിലയിലാണ് മുന്നോട്ടുള്ള പാതയെ ഞാൻ കാണുന്നത്. ഞങ്ങൾ മഹത്തരമായൊരു ഉദ്യമത്തിലാണ്. ഞങ്ങൾ വിജയിതരാകുമെന്ന് എനിക്കുറപ്പുണ്ട്. ഞങ്ങൾ ഞങ്ങളുടെ രാജ്യത്തെ കൂടുതൽ വികസിപ്പിക്കും. എത്രകാലം ആവശ്യമാണോ അത്രയും കാലം ഞങ്ങൾ എല്ലാ അതിക്രമങ്ങളും ചെറുക്കും. ഞങ്ങളെ അസ്ഥിരപ്പെടുത്താനുള്ള സാമ്രാജ്യത്വത്തിന്റെ എല്ലാ ശ്രമങ്ങൾക്കുമെതിരെ ഞങ്ങൾക്ക് ഐക്യദാർഢ്യവുമായി ഉറച്ചുനില്ക്കാൻ ലോകമെമ്പാടുമുള്ള ജനങ്ങളെ ഞങ്ങൾ വിളിക്കുകയാണ്.

രണ്ട്

മഹാമാരിയുടെ സമയത്ത് ക്യൂബ ഉയർത്തിപ്പിടിച്ച സാർവ്വദേശീയതയെ ലോകമെമ്പാടുമുള്ള ജനങ്ങൾ പ്രകീർത്തിച്ചിട്ടുണ്ട്. വിവിധ രാജ്യങ്ങളിലേക്ക് നിങ്ങൾ ഡോക്ടർമാരുടെ സംഘത്തെ അയക്കുകയും അതിലും കൂടുതൽ രാജ്യങ്ങൾക്ക് സഹായം വാഗ്ദാനം ചെയ്യുകയും ചെയ്തിരിക്കുന്നു. ക്യൂബൻ ആരോഗ്യ സംഘത്തിന് നൊബേൽ സമ്മാനം നല്കണമെന്ന് ആവശ്യപ്പെട്ടുകൊണ്ടുള്ള കാമ്പെയിൻ തന്നെ ആരംഭിച്ചിട്ടുണ്ട്. ഈയൊരു പ്രവർത്തനങ്ങളെക്കുറിച്ച് പറയാമോ?

2020–21 കാലത്ത് ടൂറിസം മേഖലയിലുണ്ടായ നഷ്ടങ്ങൾ, മഹാമാരി രൂക്ഷമാക്കിയ വ്യാപാര പ്രതിസന്ധികൾ, ഒപ്പം ഏറ്റവും പ്രധാനമായി അമേരിക്കയിലെ ട്രമ്പ് ഭരണകൂടം അടിച്ചേല്പിച്ചതും നിലവിലെ ഭരണകൂടം തുടരുന്നതുമായ ഉപരോധങ്ങൾ ഒക്കെ ക്യൂബൻ സമ്പദ്ഘടനയെ ബാധിച്ചിരുന്നു.

ഈ പ്രയാസങ്ങളിൽനിന്നും വേറിട്ട ഒന്നല്ല മഹാമാരിക്കെതിരായ

പോരാട്ടം. എന്നിരുന്നാലും ക്യൂബയുടെ ആരോഗ്യ സംവിധാനത്തിന്റെ കരുത്തും അത് ഉയർത്തിപ്പിടിക്കുന്ന സാർവ്വദേശീയതയും കോവിഡ്19 ലോകത്തെ കാട്ടിയിട്ടുണ്ട്. ഡോക്ടർമാരെയും ആരോഗ്യ പ്രവർത്തകരെയും പരിശീലിപ്പിക്കുകയെന്നത് പതിറ്റാണ്ടുകളായി ക്യൂബയുടെ മുൻഗണനകളിൽ ഒന്നാണ്. ആരോഗ്യ പരിരക്ഷയും വിദ്യാഭ്യാസവും സർവ്വകലാശാലാ വിദ്യാഭ്യാസവും സൗജന്യമായി പൊതുമേഖലയിലൂടെ നല്കുന്നു. ആതുര സാർവ്വദേശീയതയുടെ ഒരു നീണ്ട ചരിത്രം ക്യൂബയ്ക്കുണ്ട്. മറ്റ് രാജ്യങ്ങളെ സഹായിക്കാൻ ഞങ്ങൾ ആരോഗ്യ പ്രവർത്തകരെ അയക്കാൻ തുടങ്ങിയ 1960 കൾ മുതൽ തന്നെ ഇതുണ്ട്. അന്നു മുതൽ 4 ലക്ഷത്തിലധികം വരുന്ന ക്യൂബൻ ഡോക്ടർമാരും ആരോഗ്യ പ്രവർത്തകരും 164 രാജ്യങ്ങളിൽ സേവനം നടത്തിയിട്ടുണ്ട്. ഈ രാജ്യങ്ങളിൽ പ്രാദേശികമായ ആരോഗ്യ പരിപാലന സംവിധാനങ്ങൾ ശക്തിപ്പെടുത്താൻ ഞങ്ങൾ സഹായിച്ചിട്ടുണ്ട്. വിദൂരമായ സ്ഥലങ്ങളിൽ സേവനം ചെയ്യുകയും അവിടങ്ങളിലെ ഡോക്ടർമാരെ പരിശീലിപ്പിക്കുകയും ചെയ്തിട്ടുണ്ട്.

വിവിധ രാജ്യങ്ങളിൽ ദുരന്തങ്ങൾ ഉണ്ടാകുമ്പോൾ ക്യൂബ തുടർച്ചയായി ആരോഗ്യ പ്രവർത്തകരെ അങ്ങോട്ട് അയച്ചുകൊണ്ട് പ്രതികരിച്ചിട്ടുണ്ട്. ഒപ്പം മെഡിക്കൽ വിദ്യാർത്ഥികളെയും രോഗികളെയും ഞങ്ങളുടെ രാജ്യത്തേക്ക് കൊണ്ടുവന്നിട്ടുമുണ്ട്. 2005 മുതൽ രൂപീകരിക്കപ്പെട്ട ഏഴായിരത്തിലധികം ആരോഗ്യപ്രവർത്തകർ ഉള്ള ക്യൂബയുടെ ദ്രുതകർമ്മ മെഡിക്കൽ സംഘമായ ഹെൻറിറീവെ അന്താരാഷ്ട്ര ആരോഗ്യ സേന (Henry Reeve International Medical Brigade) ലോകമെമ്പാടുമുള്ള പ്രതിസന്ധികളോട് ദ്രുതഗതിയിൽ പ്രതികരിക്കാനും പ്രകൃതിദുരന്തങ്ങളോ മഹാമാരികളോ പകർച്ചവ്യാധികളോ ഒക്കെ നേരിടുന്ന ഡസൻ കണക്കിന് രാജ്യങ്ങളിലെ ജനങ്ങളെ സഹായിക്കുവാനും വളരെ പെട്ടെന്ന് രംഗത്തിറങ്ങിയിരുന്നു. നിലവിൽ 59 രാജ്യങ്ങളിലായി ഇരുപത്തെട്ടായിരത്തോളം ക്യൂബൻ ഡോക്ടർമാർ സേവനത്തിലാണ്. അതിൽത്തന്നെ 37 രാജ്യങ്ങളിൽ കോവിഡ് പ്രതിരോധ പ്രവർത്തനങ്ങളിൽ ഏർപ്പെട്ടിരിക്കുന്നു. അവരുടെ പ്രവർത്തനം ലോകമാസകലം അംഗീകരിക്കപ്പെട്ടതാണ്. അതുകൊണ്ടാണ് ഐക്യദാർഢ്യ സംഘങ്ങളും അക്കാദമിക് മേഖലയിലുള്ളവരും ശാസ്ത്രജ്ഞരും മെഡിക്കൽ അതോറിറ്റികളും നിരവധി ഗവണ്മെന്റുകളുടെ പ്രതിനിധികളും ഈ സേനയെ നൊബേൽ സമ്മാനത്തിനായി നാമനിർദ്ദേശം ചെയ്തത്.

എല്ലാ കാലത്തും ഒരു രാജ്യം എന്ന നിലയിൽ ഞങ്ങൾ ഉയർത്തിപ്പിടിച്ച നിലപാടുകളുടെ ഭാഗം തന്നെയാണ് മറ്റുള്ളവരെ സഹായിക്കുക എന്ന ഞങ്ങളുടെ നയവും. ക്യൂബൻ ഡോക്ടർമാർക്കും ആരോഗ്യ പ്രവർ

ത്തകർക്കും ലഭിക്കുന്ന ധാർമ്മികമായ പരിശീലനത്തിന്റെ ഭാഗമാണത്. ക്യൂബ അതിന്റെ ഡോക്ടർ പദ്ധതിയിലൂടെ മനുഷ്യക്കടത്ത് നടത്തുകയാണെന്ന വ്യാജമായ ആരോപണങ്ങൾ ഉന്നയിച്ച് ഈ തത്ത്വത്തെ യു എസ് ക്രൂരമായി ആക്രമിച്ചിട്ടുണ്ട്. ക്യൂബയുടെ സാർവ്വദേശീയമായ സഹായത്തെ അപകീർത്തിപ്പെടുത്താനാണ് അവരുടെ ശ്രമം. ഈ ആരോഗ്യ സഹകരണ കരാറുകൾ റദ്ദാക്കാൻ മറ്റ് രാജ്യങ്ങൾക്ക് മേൽ സമ്മർദ്ദം ചെലുത്തിയും ഭീഷണിപ്പെടുത്തിയുമാണവർ ഇത് നടപ്പിലാക്കുന്നത്.

എന്നിരുന്നാലും, വിദേശങ്ങളിലെ പ്രവർത്തനം പൂർണ്ണമായും സന്നദ്ധ സേവനമാണ്. ഇതിൽനിന്നും ക്യൂബൻ ഗവണ്മെന്റ് സ്വരൂപിക്കുന്ന വരുമാനത്തിന്റെ ഭാഗം ക്യൂബയുടെ സാർവ്വത്രിക ആരോഗ്യ സംവിധാനങ്ങൾക്കായി, മരുന്ന് വിതരണത്തിനും ആരോഗ്യ ഉപകരണങ്ങൾക്കും രാജ്യത്തെ മുഴുവൻ ആളുകൾക്കും ചികിത്സ നല്കാനുമെല്ലാമാണ് ഉപയോഗിക്കപ്പെടുന്നത്. ഇങ്ങനെയാണ് ഞങ്ങൾക്ക്, ഞങ്ങളുടെ ജനങ്ങൾക്ക് സൗജന്യവും ഉന്നതനിലവാരത്തിലുള്ളതുമായ ആരോഗ്യ പരിരക്ഷ ഉറപ്പാക്കാൻ സാധിക്കുന്നത്.

ക്യൂബയുടെ എല്ലാത്തരം ആദായവരുമാന സ്രോതസ്സുകളെയും കരുതിക്കൂട്ടി ഇല്ലാതാക്കാനുള്ള ക്രിമിനൽ ലക്ഷ്യമാണ് യു എസ് ഗവണ്മെന്റിന്റേത്. ഒപ്പം ക്യൂബ സഹായിക്കുന്ന രാജ്യങ്ങളിലെ ദരിദ്ര വിഭാഗങ്ങൾക്ക് മെച്ചപ്പെട്ടതും യഥാവിധിയുള്ളതുമായ ആരോഗ്യ സേവനങ്ങൾ ലഭിക്കുവാനുള്ള അവസരം നിഷേധിക്കുക കൂടിയാണ് അവർ ചെയ്യുന്നത്.

ഇതൊക്കെക്കൊണ്ടാണ് ഞങ്ങൾ രണ്ട് മഹാമാരികളുടെ ദുരിതം നേരിടുകയാണെന്ന് പറയുന്നത്. കോവിഡ് 19 ഉം യു എസ് ഉപരോധവും.

മഹാമാരിയിൽനിന്നും തങ്ങളുടെ ജനതയെ സംരക്ഷിക്കാൻ സാധിച്ച ചുരുക്കം ചില രാജ്യങ്ങളിൽ ഒന്നാണ് ക്യൂബ. നിലവിൽ ക്യൂബയിലെ കോവിഡ് സാഹചര്യം എന്താണ്? എങ്ങനെയൊക്കെയാണ് പ്രതിസന്ധികളെ നിങ്ങൾ നേരിടുന്നത്?

സൗജന്യമായ സാർവ്വത്രിക ആരോഗ്യ പരിരക്ഷ ക്യൂബയിലുണ്ട്. ആരോഗ്യ പ്രവർത്തകരുടെയും പ്രതിരോധ മരുന്നുകളുടെയും ലഭ്യത മുഖ്യപരിഗണനകളിൽ പെടുന്നതുമാണ്. സാംക്രമിക രോഗങ്ങൾ നേരിടുവാനുള്ള ക്യൂബയുടെ നടപടിക്രമങ്ങൾ അനുസരിച്ച് സ്കൂളുകളും തൊഴിലിടങ്ങളും അടച്ചു പൂട്ടുകയും മാസ്കുകൾ നിർബ്ബന്ധമാക്കുകയും എല്ലാ കോവിഡ് 19 പോസിറ്റീവ് രോഗികൾക്കും മെഡിക്കൽ സുരക്ഷ ഉറപ്പാക്കുകയും സമ്പർക്ക സാദ്ധ്യതയുള്ളവർക്കായി ഐസൊലേഷൻ കേന്ദ്രങ്ങൾ തയ്യാറാക്കുകയും ചെയ്തിരുന്നു.

ഇവയെല്ലാംകൂടിയും ഒപ്പം കൂടുതൽ നടപടികളും ചേർത്താണ് രോഗവ്യാപനം തടയാൻ ഇടപെട്ടത്.

2020 ൽ ക്യൂബയിൽ കോവിഡ്19 കേസുകൾ പൊതുവെ കുറവായിരുന്നെങ്കിലും നവംബറിൽ പുറത്തുനിന്ന് വന്നവരിൽനിന്നും പുതിയ കേസുകൾ റിപ്പോർട്ട് ചെയ്യപ്പെടുകയും രൂപമാറ്റം വന്ന വൈറസിന്റെ സാന്നിദ്ധ്യം കാണപ്പെടുകയും ചെയ്തതോടെ കേസുകളുടെ എണ്ണം വർദ്ധിക്കാൻ തുടങ്ങി.

നിലവിൽ ഞങ്ങളുടെ മരണനിരക്ക് 0.63 ശതമാനം ആണ്. അത് ലോകത്തെ മരണനിരക്കിനും (2.08%) അമേരിക്കൻ രാജ്യങ്ങളിലെ മരണനിരക്കിനും (2.43%) വളരെ താഴെയാണ്. ഇതുവരെ 117,097 പേർക്കാണ് രോഗം സ്ഥിരീകരിച്ചത്. അതിൽ 94 ശതമാനവും ഇതിനകം രോഗമുക്തി നേടിക്കഴിഞ്ഞു. നിലവിലുള്ള രോഗികളിൽ ഭൂരിപക്ഷവും നല്ല ആരോഗ്യാവസ്ഥയിൽ ആണ്. ഇതിനെല്ലാം പുറമേ രോഗബാധിതരെന്ന് സംശയിക്കപ്പെട്ടിരുന്ന പതിനായിരക്കണക്കിന് ആളുകളെയും സൗജന്യമായി ചികിത്സിച്ചിട്ടുണ്ട്.

നിരവധി പ്രയാസങ്ങൾ, മുഖ്യമായും സാമ്പത്തിക രംഗത്ത്, ഉണ്ടായിരുന്നെങ്കിലും കഴിഞ്ഞ എൺപത് വർഷത്തിനിടയിൽ ലോകത്തുണ്ടായ ഏറ്റവും വലിയ ആരോഗ്യ പ്രതിസന്ധിയെ നേരിടാൻ ക്യൂബയ്ക്ക് സാധിച്ചിരിക്കുന്നു. ഫിദലിന്റെ മഹത്തരമായ കാഴ്ചപ്പാടും പ്രാഥമിക ആരോഗ്യ പരിപാലന പദ്ധതികൾ മുതൽ ഏറ്റവും സങ്കീർണ്ണമായ സവിശേഷ മരുന്നുകൾ വരെ ഉറപ്പാക്കാൻ ആവശ്യമായ സൗകര്യങ്ങളും മനുഷ്യ വിഭവശേഷിയും വളർത്തിയെടുക്കുവാനുള്ള ക്യൂബൻ ബയോ ഫാർമസ്യൂട്ടിക്കൽ വ്യവസായത്തെ പ്രോത്സാഹിപ്പിക്കാൻ അദ്ദേഹം കാണിച്ച ഇച്ഛാശക്തിയും ഈ വിജയത്തിന്റെ സുപ്രധാന ഘടകമാണ്. ക്യൂബൻ മാതൃക ബലിഷ്ഠമായൊരു സമൂഹ കേന്ദ്രീകൃത വൈദ്യശാസ്ത്ര പരിപാടിയുടെ നേട്ടം വെളിപ്പെടുത്തുന്നുണ്ട്.

ഒന്നിലധികം കോവിഡ് വാക്സിനുകൾ ക്യൂബയിൽ തയ്യാറാക്കപ്പെട്ടുകൊണ്ടിരിക്കുന്നു എന്ന വാർത്തകൾ കേൾക്കുന്നുണ്ട്. അതിൽ എത്രമാത്രം പുരോഗതി കൈവരിക്കാനായിട്ടുണ്ട്? എന്താണ് ക്യൂബയുടെ വാക്സിൻ നയം?

മുപ്പതിലധികം ഗവേഷണ സ്ഥാപനങ്ങളും ഗവണ്മെന്റിന്റെ ഉടമസ്ഥതയിലുള്ള മരുന്ന് നിർമ്മാണ കമ്പനികളുടെ ശൃംഖലയായ ബയോ ക്യൂബഫാർമ്മയും ചേർന്നതാണ് ക്യൂബയുടെ ബയോടെക് വ്യവസായം. ഇവ ചേർന്ന് ദശാബ്ദങ്ങളായി അന്താരാഷ്ട്ര നിലവാരത്തിലുള്ള ചികിത്സാപരവും നിർമ്മാണപരവുമായ എല്ലാ മുറകളും നടപടിക്രമങ്ങളും പാലിച്ചു കൊണ്ട് വാക്സിനുകൾ വികസിപ്പിച്ചെടുക്കുകയും വിതരണം

ചെയ്യുകയും ചെയ്തിട്ടുണ്ട്. ക്യൂബയുടെ ദേശീയ ആരോഗ്യ സംവിധാനത്തിലേക്ക് എണ്ണൂറിലധികം ഉല്പന്നങ്ങൾ ബയോക്യൂബഫാർമ്മ വിതരണം ചെയ്യുന്നുണ്ട്. അതിൽ 349 എണ്ണം ക്യൂബയുടെ ആരോഗ്യ സംവിധാനത്തിനകത്ത് ഉപയോഗിക്കാൻ അംഗീകാരം ലഭിച്ച, രാജ്യത്തിന്റെ അടിസ്ഥാന മരുന്നുകളുടെ പട്ടികയിൽ പെടുന്നവയാണ്. ഇതിനെക്കൂടാതെ ക്യൂബയ്ക്ക് പുറത്ത് ബയോക്യൂബഫാർമ്മയ്ക്ക് 2438 പാറ്റന്റുകൾ രജിസ്റ്റർ ചെയ്തിട്ടുണ്ട്. വാക്സിനുകളും മരുന്നുകളും മെഡിക്കൽ ഉപകരണങ്ങളും ഉൾപ്പെടെയുള്ള അവരുടെ ഉല്പന്നങ്ങൾ ഒരേസമയം 200 ചികിത്സാ കേന്ദ്രങ്ങളിലായി 100 പരീക്ഷണങ്ങൾക്ക് വിധേയമാവുകയും അൻപതിലധികം രാജ്യങ്ങളിൽ അവ രജിസ്റ്റർ ചെയ്ത് വില്ക്കപ്പെടുകയും ചെയ്യുന്നുണ്ട്.

കോവിഡ് 19 നെ ലോകാരോഗ്യ സംഘടന ഒരു മഹാമാരിയായി പ്രഖ്യാപിച്ച ഉടനെ തന്നെ രോഗാണുവിനെതിരായ ക്യൂബൻ വാക്സിൻ വികസിപ്പിച്ചെടുക്കാനായി ഈ വിദഗ്ദ്ധ സംവിധാനത്തെ ചുമതലപ്പെടുത്തുകയായിരുന്നു. ഫിൻലായ് വാക്സിൻ ഇൻസ്റ്റിറ്റ്യൂട്ട് (IFV), മോളിക്യുലാർ ഇമ്മ്യൂണോളജി സെന്റർ (CIM), ഹവാന സർവ്വകലാശാലയിലെ കെമിക്കൽ ആന്റ് ബയോമോളിക്യുലാർ സിന്തസിസ് ലബോറട്ടറി എന്നിവയിലെ ഗവേഷകർ ചേർന്ന് ബയോക്യൂബഫാർമ്മയിലെ മറ്റ് സംരംഭങ്ങളുടെ കൂടി പിന്തുണയോടെ 2021 ൽ സുരക്ഷിതവും കാര്യക്ഷമവുമായ വാക്സിൻ ലഭ്യമാക്കാനുള്ള പദ്ധതിക്ക് നേതൃത്വം കൊടുക്കുകയാണ്. അഞ്ച് വാക്സിനുകൾ വികസിപ്പിച്ചെടുക്കുകയാണ്. Soberena 01, Soberena 02, Soberena plus എന്നിവ ഫിൻലായ് ഇൻസ്റ്റിറ്റ്യൂട്ടിലും Abdala, Mambisa എന്നിവ സെന്റർ ഓഫ് ജനറ്റിക് എഞ്ചിനീയറിങ് ആന്റ് ബയോടെക്നോളജിയിലും തയ്യാറാക്കപ്പെടുന്നു.

യു എസ് അടിച്ചേല്പിക്കുന്ന അക്രമസ്വഭാവമുള്ള വിലക്കുകളും ദീർഘകാലമായി തുടരുന്ന ഉപരോധവും നിലനില്ക്കുമ്പോൾ പോലും തങ്ങളുടെ ഗവേഷണ സ്ഥാപനങ്ങളുടെയും ശാസ്ത്രബോധമുള്ള സമൂഹത്തിന്റെയും യോജിച്ച ശ്രമങ്ങളിലൂടെ സ്വന്തമായ വാക്സിനുകൾ വികസിപ്പിച്ചെടുക്കാനും മുഴുവൻ ജനങ്ങളിലും രോഗ പ്രതിരോധ ശേഷി ഉണ്ടാക്കുവാനും ക്യൂബ തീരുമാനിച്ചിരിക്കുകയാണ്. ഈ വർഷം, 2021, അവസാനിക്കുന്നതിനു മുൻപ് മുഴുവൻ ജനങ്ങൾക്കും വാക്സിനേഷൻ ലഭ്യമാക്കുന്ന പ്രക്രിയ പൂർത്തീകരിക്കാനാണ് ക്യൂബ പദ്ധതിയിടുന്നത്. വാക്സിനേഷൻ പ്രവർത്തനം ഘട്ടം ഘട്ടമായിട്ടാണ് നടപ്പിലാക്കുന്നത്. ഏറ്റവും അപകട സാദ്ധ്യതയുള്ളതും എളുപ്പത്തിൽ രോഗം വരാൻ സാദ്ധ്യതയുള്ളതുമായ വിഭാഗത്തിന് ആദ്യ ഘട്ടത്തിലും, തുടർന്ന് പ്രായപൂർത്തിയായ മറ്റുള്ളവർക്കും ഒടുവിൽ കുട്ടികൾക്കും എന്ന നിലയിൽ. പഠനങ്ങളിലൂടെ വാക്സിനുകളുടെ സുരക്ഷയും കാര്യക്ഷമതയും ഉറ

പ്പാക്കിയിട്ടുണ്ടെന്ന് ക്യൂബയുടെ സെന്റർ ഫോർ സ്റ്റേറ്റ് കൺട്രോൾ ഓഫ് മെഡിസിൻസ്, എക്യുപ്മെന്റ് ആന്റ് മെഡിക്കൽ ഡിവൈസസ് സാക്ഷ്യപ്പെടുത്തിയിട്ടുണ്ട്.

ക്യൂബൻ കമ്യൂണിസ്റ്റ് പാർട്ടിയുടെ പാർട്ടി കോൺഗ്രസ് അടുത്തിടെയാണ് നടന്നത്. നേതൃത്വ മാറ്റം ഉണ്ടായിട്ടുണ്ട്. എന്തൊക്കെയായിരുന്നു പാർട്ടി കോൺഗ്രസിലെ മുഖ്യ ചർച്ചാ വിഷയങ്ങൾ? നേതൃത്വ മാറ്റം ഉൾപ്പെടെയുള്ള കാര്യങ്ങളെ എങ്ങനെയാണ് കാണുന്നത്?

ഇത്തവണത്തെ പാർട്ടി കോൺഗ്രസ് യാദൃച്ഛികമായി രണ്ട് വാർഷികങ്ങളുടെ സന്ദർഭത്തിലായിരുന്നു. സി ഐ എ കൂലിപ്പട്ടാളത്തിന്റെ ബേ ഓഫ് പിഗ്സ് അധിനിവേശ ശ്രമം പരാജയപ്പെട്ടതിന്റെയും ക്യൂബൻ വിപ്ലവത്തിന്റെ സോഷ്യലിസ്റ്റ് സ്വഭാവത്തെക്കുറിച്ച് ഫിദൽ കാസ്ട്രോയുടെ പ്രഖ്യാപനത്തിന്റെയും വാർഷിക സമയത്തായിരുന്നു പാർട്ടി കോൺഗ്രസ് ചേർന്നത്.

കോവിഡ് 19 മഹാമാരിയുടെ പശ്ചാത്തലത്തിൽ ഏഴ് ലക്ഷം പാർട്ടി അംഗങ്ങളെ പ്രതിനിധീകരിച്ച് കേവലം 300 പ്രതിനിധികൾ മാത്രമാണ് സമ്മേളനത്തിൽ പങ്കെടുത്തത്.

മാസങ്ങളോളം വിവിധ തലങ്ങളിലെ പാർട്ടി നേതൃത്വത്തിനിടയിലും സംഘടനകളുടെയും സ്ഥാപനങ്ങളുടെയും പ്രതിനിധികൾക്കിടയിലും അഭിപ്രായങ്ങൾ പ്രകടിപ്പിക്കപ്പെട്ടിരുന്നു. പാർട്ടി കോൺഗ്രസിലേക്കുള്ള പ്രതിനിധികളെ തിരഞ്ഞെടുക്കുന്നതിനായി മാർച്ച് 4 ന് പ്രൊവിൻഷ്യൽ പാർട്ടി കമ്മിറ്റികൾ ചേർന്നു. മാർച്ച് 15 മുതൽ 20 വരെയുള്ള തീയതികളിൽ പ്രതിനിധികൾ അവരുടെ പ്രദേശങ്ങളിൽ ഒത്തുചേർന്ന് 'Fulfilment of the Seventh Congress Resolution, regarding objectives approved by the First Conference on the Patry's functioning, ideological activity and relationship with the people' എന്ന രേഖ ചർച്ച ചെയ്യുകയും സുപ്രധാനമായ മാറ്റങ്ങൾ അവതരിപ്പിക്കുകയും ചെയ്തു. നിലവിലെയും ഭാവിയിലെയും സാഹചര്യങ്ങളിൽ സംഘടനയുടെ പ്രവർത്തനം മെച്ചപ്പെടുത്താനുതകുന്ന തന്ത്രങ്ങൾ രൂപവല്ക്കരിക്കുന്നതായിരുന്നു ആ രേഖ.

ദേശീയ സമ്പദ്ഘടനയുടെ വികാസം, ഒപ്പം സമാധാനം, ഐക്യം, ആശയദൃഢത എന്നിവയ്ക്കായുള്ള സമരം ഇവ ഉൾക്കൊള്ളുന്ന കഴിഞ്ഞ പാർട്ടി കോൺഗ്രസിൽ ഫസ്റ്റ് സെക്രട്ടറി അവതരിപ്പിച്ച മുഖ്യ ലക്ഷ്യങ്ങൾ പൂർത്തീകരിക്കാനായി ശ്രദ്ധയൂന്നി പ്രവർത്തിക്കുകയായിരുന്നു കഴിഞ്ഞ കുറച്ച് വർഷങ്ങളായി പാർട്ടി.

മഹാമാരി നേരിടുന്നതിലെ വെല്ലുവിളികൾ, സാമ്പത്തിക രംഗം പുനഃക്രമീകരിക്കുന്നതും ഒറ്റ കറൻസിയിലേക്കുള്ള മാറ്റവും, യു

എസിന്റെ സാമ്പത്തിക ഉപരോധം, ലാറ്റിനമേരിക്കയിലെ യു എസ് ഇടപെടലുകൾ, ഉപരോധത്തിലുള്ള യൂറോപ്പിന്റെ കുറ്റകരമായ പങ്കാളിത്തം, സോഷ്യലിസ്റ്റ് രാജ്യങ്ങളുമായും വെനസ്വേലയും നിക്കാരാഗ്വയും പോർട്ടോറിക്കോയും ഉൾപ്പെടെയുള്ളവരുമായുള്ള ക്യൂബയുടെ ഐക്യദാർഢ്യം എന്നിവയൊക്കെ പരാമർശിച്ചുകൊണ്ടുള്ള കോൺഗ്രസിന്റെ കേന്ദ്ര റിപ്പോർട്ട് ആദ്യ ദിവസം തന്നെ കമ്യൂണിസ്റ്റ് പാർട്ടിയുടെ കേന്ദ്രകമ്മിറ്റിയുടെ ഫസ്റ്റ് സെക്രട്ടറി റൗൾ കാസ്ട്രോ അവതരിപ്പിച്ചു. സായുധ സേനയുടെ സംഭാവനകളും കോവിഡ് 19 നെ തുടർന്നുള്ള യാത്രാ നിയന്ത്രണങ്ങൾ വിനോദ സഞ്ചാര വ്യവസായ ത്തിനുണ്ടാക്കിയ പ്രതിസന്ധികളും അദ്ദേഹം ഉയർത്തിക്കാട്ടി. 2019 ലെ പുതിയ ക്യൂബൻ ഭരണഘടന, സർക്കാർ ഏജൻസികളുടെ പ്രവർത്തന വും സംഘാടനവും മെച്ചപ്പെടുത്താനുള്ള നിയമനിർമ്മാണവും ഭരണപരമായ നടപടികളും, മഹാമാരിയെ നേരിടുന്നതിലെ വിജയം, ആഭ്യന്തരമായി അഞ്ച് കോവിഡ് വാക്സിനുകൾ വികസിപ്പിച്ചെടു ക്കാനുള്ള പ്രവർത്തനങ്ങൾ, യു എസ് ഉപരോധത്തോടുള്ള ചെറുത്തു നില്പ് തുടങ്ങിയ നേട്ടങ്ങളെയും അദ്ദേഹം രേഖപ്പെടുത്തി. സാമ്പത്തിക സാമൂഹിക മാതൃകകൾ പ്രാവർത്തികമാക്കുന്നതിൽ ഉയർന്ന സക്രി യത്വം, നിക്ഷേപങ്ങൾ കൂട്ടിച്ചേർക്കൽ, ഒരു സോഷ്യലിസ്റ്റ് സമ്പദ്ഘടന നിലനിർത്തുന്നതിന് അത്യന്താപേക്ഷിതമായ പൊതുമേഖലയുടെ ശക്തി പ്പെടുത്തൽ, ഒപ്പം ഉയർന്ന ദേശീയമായ ഉല്പാദനത്തിന്, വിശിഷ്യാ ഭക്ഷ്യോല്പാദനത്തിന് പിന്തുണ നല്കുംവിധമുള്ള മാനസികാവസ്ഥ യിലേക്കുള്ള മാറ്റം ഒക്കെ അദ്ദേഹം നിർദ്ദേശിച്ചു. അമിതമായ ഉദ്യോ ഗസ്ഥമേധാവിത്വത്തെയും അഴിമതിയുടെ അപകടങ്ങളെയും സ്വകാര്യ മേഖലയിലേക്ക് കടക്കാനുള്ള ചില പ്രൊഫഷണലുകളുടെ ആവ ശ്യത്തെയും വിദേശ വ്യാപാരത്തിനുമേൽ ഗവണ്മെന്റിന്റെ കുത്തകാവ കാശമെന്ന സോഷ്യലിസ്റ്റ് തത്ത്വത്തിനെതിരായ ധാരയെയും സാമൂഹിക വാർത്താ വിനിമയങ്ങളുമായി ബന്ധപ്പെട്ട നയങ്ങളിലെ അപര്യാപ്ത തകൾ തുടങ്ങി നിരവധി കാര്യങ്ങളെ അദ്ദേഹം വിമർശിക്കുകയും ചെയ്തു.

കോൺഗ്രസിന്റെ മൂന്നാം ദിവസം വിവിധ വിഷയങ്ങളിൽ മൂന്ന് കമ്മീഷനുകളുടെ നേതാക്കൾ അവരുടെ ചർച്ചകളിൽ ഉരുത്തിരിഞ്ഞു വന്ന കാര്യങ്ങൾ അവതരിപ്പിച്ചു. ഓരോ വിഷയത്തിലും പ്രമേയങ്ങൾ ചർച്ച ചെയ്യുകയും അംഗീകരിക്കുകയും ചെയ്തു. ശേഷം കോൺഗ്ര സിന്റെ അന്തിമ അംഗീകാരവും തേടി.

കമ്മീഷൻ ഒന്ന്: 2016 ലെ ഏഴാമത് പാർട്ടി കോൺഗ്രസ് അംഗീകരിച്ച സാമ്പത്തികവും രാഷ്ട്രീയവുമായ മാറ്റങ്ങൾക്കായുള്ള മാർഗ്ഗനിർദ്ദേശങ്ങൾ നടപ്പിലാക്കിക്കൊണ്ടിരിക്കുന്ന പ്രക്രിയയെ

സംബന്ധിച്ച പ്രമേയങ്ങൾ വിലയിരുത്തുകയാണ് സാമ്പത്തിക സാമൂഹിക കമ്മീഷൻ ചെയ്തത്. സംവാദങ്ങൾക്കൊടുവിൽ എത്തിച്ചേർന്ന നിർദ്ദേശങ്ങൾ ഇവയൊക്കെയായിരുന്നു.

1) സാമ്പത്തിക നടത്തിപ്പ് കരുത്തുറ്റതാക്കുക, വിശിഷ്യാ പൊതു മേഖലയിൽ.
2) ഘടനാപരമായ സാമ്പത്തിക പ്രശ്നങ്ങൾ പരിഹരിക്കുക.
3) അടുത്ത കാലത്ത് അവതരിപ്പിച്ച സാമ്പത്തികവും സാമൂഹിക സേവന പരവുമായ പുനഃക്രമീകരണങ്ങളെ ഏകോപിപ്പിക്കുക.
4) ശാസ്ത്രത്തിന്റെയും സാങ്കേതിക വിദ്യയുടെയും നവീകരണ പ്രവർത്തനങ്ങളുടെയും വികാസം തുടരുക.
5) പുതിയ സാഹചര്യങ്ങളിലും സാമൂഹ്യ നീതി ഉറപ്പിക്കുക.
6) ജനങ്ങളുടെ ജീവിത സാഹചര്യങ്ങൾ മെച്ചപ്പെടുത്തുകയും ഉപഭോഗ വസ്തുക്കൾ കൂടുതൽ വിപുലമായി ലഭ്യമാക്കുകയും ചെയ്യുക.

കമ്മീഷൻ രണ്ട്: പാർട്ടി പ്രവർത്തനം, ആശയപരമായ പ്രവർത്തനം, ക്യൂബൻ ജനതയുമായുള്ള ബന്ധം എന്നിവയെക്കുറിച്ചാണ് രണ്ടാമത്തെ കമ്മീഷൻ പഠിച്ചത്. ആശയപരമായ ഐക്യത്തെ കരുത്തുറ്റതാക്കുക, പാർട്ടിയെ എല്ലാ തലത്തിലുമുള്ള ബഹുജനങ്ങളുമായി കണ്ണിചേർക്കുക, പുതിയ തലമുറയിലേക്ക് എത്തിച്ചേരുക, ആത്മാർത്ഥതയോടും നിശ്ച യദാർഢ്യത്തോടും സർഗ്ഗാത്മകതയോടും ധൈഷണികതയോടും കൂടി രാജ്യത്തിനു വേണ്ടി ചിന്തിക്കുകയും പ്രവർത്തിക്കുകയും ചെയ്യുക, ക്യൂബയിലെയും ലോകത്തെയും ഏറ്റവും വികസിതമായ വിപ്ലവ ചിന്ത കളെ ആശ്രയിക്കുക, പാർട്ടിയെ വളർത്തുക, ഒപ്പം യുവ കമ്യൂണിസ്റ്റുക ളുടെ യൂണിയനും പൊതുവിൽ യുവ തലമുറയുമായും ഉള്ള കൂട്ടുകെട്ടു കൾ ശക്തിപ്പെടുത്തുക.

കമ്മീഷൻ മൂന്ന്: കേഡർമാരെ സംബന്ധിക്കുന്നതായിരുന്നു മൂന്നാ മത്തെ കമ്മീഷൻ. പാർട്ടിയുടെ അടിത്തട്ടിലെ സംഘടനാ സംവിധാന ങ്ങളെയും നേതൃത്വ രൂപീകരണത്തിന്റെയും ഏകീകരണം, ഉയർന്ന ആശ യപരമായ അടിത്തറ, കേഡർമാരെ തെരഞ്ഞെടുക്കുന്നതിനും വളർത്തി യെടുക്കുന്നതിനും സുസംഘടിതമായ പ്രക്രിയ, യുവജനങ്ങൾക്കൊപ്പം പ്രവർത്തിക്കുവാനുള്ള ശേഷി വർദ്ധിപ്പിക്കൽ, അഴിമതിക്കെതിരായ ശക്തമായ നിലനില്പ്, നേതൃത്വത്തിന്റെ രീതികളെക്കുറിച്ചും കേഡർ മാരുമായുള്ള ഇടപഴകലിനെക്കുറിച്ചുമുള്ള അന്വേഷണം, കേഡർമാരെ തയ്യാറാക്കുന്നതിനുള്ള ഒരു സംവിധാനം വികസിപ്പിച്ചെടുക്കൽ, കേഡർ മാരുടെ സാമൂഹിക പ്രതിച്ഛായ ശക്തിപ്പെടുത്തൽ എന്നിവയൊക്കെ ഈ കമ്മീഷന്റെ പ്രധാന വിഷയങ്ങളിൽ പെട്ടിരുന്നു.

പല കാരണങ്ങൾ കൊണ്ടും ഇത്തവണത്തേത് ചരിത്രപരമായ ഒരു കോൺഗ്രസ് ആയിരുന്നു. ഫിദലിന്റെ സാന്നിദ്ധ്യമില്ലാത്ത ആദ്യ തവണ

യായിരുന്നു ഇത്. അതേ സമയം ചരിത്രത്തിന്റെ ഭാഗമായ ഒരു നേതൃത്വം എങ്ങനെയാണ് പോളിറ്റ് ബ്യൂറോയെ പുതുക്കിയും, കേന്ദ്രകമ്മിറ്റിയിലെയും സെക്രട്ടേറിയറ്റിലെയും അംഗങ്ങളെ നവീകരിച്ചും ചെറുപ്പം തുടിക്കുന്ന ഒരു പുതിയ തലമുറയിലേക്ക് പാർട്ടിയെ നയിച്ചത് എന്നതിന് ഞങ്ങൾ സാക്ഷികളായി. റൗൾ കാസ്ട്രോ ഈ നിമിഷത്തെ ഇങ്ങനെയാണ് വിശദീകരിച്ചത്:

> ഏറ്റവും അടിത്തട്ടിൽ നിന്നും ആരംഭിച്ച് ഏറ്റവും വലിയ ഉത്തരവാദിത്വങ്ങളിലേക്ക് മുന്നേറിയതിന്റെ ദശകങ്ങളുടെ അനുഭവത്താൽ കരുപ്പിടിപ്പിക്കപ്പെട്ടവരും വിപ്ലവത്തിന്റെയും സോഷ്യലിസത്തിന്റെയും തത്ത്വങ്ങളോടും നീതിശാസ്ത്രത്തോടും സമർപ്പിതരും സജ്ജരുമായ ഒരു സംഘം നേതാക്കളുടെ കൈയിലേക്ക് ഞങ്ങൾ രാജ്യത്തിന്റെ നേതൃത്വം കൈമാറുന്നുവെന്നതിൽ എനിക്ക് സംതൃപ്തിയുണ്ട്.

നിലവിലെ ക്യൂബൻ പ്രസിഡന്റായ മിഗ്വേൽ ഡിയാസ് കാനെൽ ബെർമുഡസ് കമ്യൂണിസ്റ്റ് പാർട്ടിയുടെ പുതിയ സെക്രട്ടറി ആയി തിരഞ്ഞെടുക്കപ്പെട്ടു. "അന്തസിന്റെയും സാമൂഹ്യനീതിയുടെയും ദേശസ്നേഹികളായ തലമുറകളുടെ സ്വാതന്ത്ര്യത്തിന്റെയും സമന്വയവും ദേശീയ ഐക്യവും കാക്കുന്ന ഈടാണ് പാർട്ടി." അദ്ദേഹം പറഞ്ഞു.

ഇതിനെല്ലാമിടയിലും എല്ലാ ജനങ്ങളുടെയും ഭക്ഷ്യ സുരക്ഷ ഉറപ്പാക്കുവാനുള്ള വലിയ ശ്രമങ്ങൾ നടക്കുന്നുണ്ട്. ഇതൊരു മുഖ്യ അജണ്ടയായി മാറാനുള്ള സാഹചര്യം എന്താണ്? അതിൽ എത്രമാത്രം പുരോഗതി നേടാനായിട്ടുണ്ട്?

ആദ്യം, ഇതാണ് ഭരണകൂടത്തിന്റെ രാഷ്ട്രീയ ഇച്ഛാശക്തിയെന്ന് സൂചിപ്പിക്കേണ്ടതുണ്ട്. പോഷകാഹാരവും ഭക്ഷ്യ സുരക്ഷയും ഞങ്ങളുടെ ഗവണ്മെന്റിന്റെ ഉയർന്ന പരിഗണനകൾ ആണ്. അതുകൊണ്ട് തന്നെ 2030 വരെയുള്ള ദേശീയ സാമ്പത്തികസാമൂഹിക വികസന പദ്ധതിയിൽ അവ ഉൾപ്പെടുത്തപ്പെട്ടിട്ടുമുണ്ട്. ക്യൂബയിലെ എല്ലാ ജനങ്ങൾക്കും ഭക്ഷണം ഒരു അവകാശമാണ്. രണ്ട് വർഷം മുൻപ് അംഗീകരിച്ച ഞങ്ങളുടെ ഭരണഘടന എല്ലാ ക്യൂബക്കാർക്കും ഭക്ഷ്യ സുരക്ഷ എന്ന ലക്ഷ്യം കൈവരിക്കുകയെന്നതിനെ സംബന്ധിച്ച് വ്യക്തമായി പരാമർശിക്കുന്നുണ്ട്. ഇതിന്റെ ലക്ഷ്യ പൂർത്തീകരണത്തിലേക്ക് എത്തുമ്പോൾ, ഈ വർഷം ഒക്ടോബറോടുകൂടി, രാജ്യത്തിന്റെ പാർലമെന്റ് (നാഷണൽ അസംബ്ലി ഓഫ് പീപ്പിൾസ് പവർ) Draft Bill on Food and Nutritional Sovereignty and Security (SSAN) അംഗീകരിക്കാനായി നിശ്ചയിച്ചിരിക്കുകയാണ്. രാജ്യമെമ്പാടും

ഭക്ഷ്യ സ്വാതന്ത്ര്യവും ലഭ്യതയും സ്ഥിരതയും കൈവരിക്കാനുള്ള ഗവണ്മെന്റിന്റെയും സ്ഥാപനങ്ങളുടെയും ശ്രമങ്ങൾക്ക് ശക്തമായ ഏകോപനം നല്കുന്നതിലേക്ക് ഇത് നയിക്കും.

ഭക്ഷ്യകൃഷിയുടെ മേഖലയിൽ ഞങ്ങൾക്ക് ഇനിയും സുപ്രധാന വെല്ലുവിളികൾ നേരിടാനുണ്ട്. കാർഷിക മേഖലയിൽ ഉയർന്ന വിളവുകൾ നേടിയെടുക്കുന്നതിൽ നിന്നും ഞങ്ങളെ വിഘാതമാക്കുന്ന പ്രധാനപ്പെട്ട വെല്ലുവിളി ആ മേഖലയിൽ ഞങ്ങൾക്ക് കനത്ത നഷ്ടം അടിച്ചേല്പിക്കുന്ന വിധം യു എസ് ഗവണ്മെന്റ് ഞങ്ങളുടെ രാജ്യത്തിനു മേൽ അടിച്ചേല്പിക്കുന്ന സാമ്പത്തിക, വാണിജ്യ, ധനപരമായ ഉപരോധം ആണ്.

നീണ്ടുനില്ക്കുന്ന വരൾച്ചയും ഉയർന്ന താപനിലയും കാലാവസ്ഥാ വ്യതിയാനത്തെ തുടർന്ന് ഉണ്ടാകുന്ന ചുഴലിക്കാറ്റും മറ്റ് പ്രകൃതി വിക്ഷോഭങ്ങളുമെല്ലാം ക്യൂബൻ കാർഷിക മേഖല നേരിടുന്ന മറ്റൊരു വെല്ലുവിളി ആണ്.

എന്നിരുന്നാലും, കാര്യക്ഷമതയും ഭക്ഷ്യപോഷകാഹാര പരമാധികാരവും നേടിയെടുക്കാനുള്ള ബദൽ മാർഗ്ഗങ്ങൾ തേടുന്നതിലും ക്യൂബയുടെ കാർഷിക മേഖല അങ്ങേയറ്റം ഗൗരവതരമായ പരിവർത്തനങ്ങളിലൂടെ കടന്നു പോയിക്കൊണ്ടിരിക്കുകയാണെന്ന കാര്യം നമ്മൾ ഊന്നേണ്ടതുണ്ട്. ജൈവ വളങ്ങളുടെ നിർമ്മാണം, ഇക്കോളജിക്കൽ പ്രൊഡക്ഷന്റേതായ പുതിയ പദ്ധതികളുടെ രൂപീകരണം, ഗ്രാമങ്ങളിലെയും നഗരങ്ങളിലെയും സ്ത്രീകൾക്ക് തൊഴിലും സാമ്പത്തിക അവസരങ്ങളും പ്രദാനം ചെയ്യും വിധമുള്ള ചെറിയ വ്യവസായ സംരംഭങ്ങൾ, ഭക്ഷ്യ കൃഷിക്കാവശ്യമായ ഇടങ്ങൾ ഒരുക്കുന്നതിൽ ബഹുജന സംഘടനകളെ പങ്കെടുപ്പിക്കാനുള്ള ശ്രമങ്ങൾ ഒക്കെ ഇതിന്റെ ഭാഗമാണ്. കൂടാതെ ക്യൂബൻ കുടുംബങ്ങളിൽ ഭക്ഷണമെത്തുന്നു എന്ന് ഉറപ്പാക്കുവാനുള്ള മുനിസിപ്പൽ സെൽഫ് സപ്ലൈ പദ്ധതി, കുടുംബ കൃഷി പദ്ധതി എന്നിവയൊക്കെ ആവിഷ്കരിച്ചിട്ടുണ്ട്.

മൂലധനാധിപത്യത്തിന്റെയും വ്യാജവാർത്താ ഫാക്ടറികളുടെയും കാലത്തെ മാധ്യമപ്രവർത്തനം

എൻ റാം/ദയാൽ പലേരി, അസർ മൊയ്ദീൻ, ഉമ്മൻ സാബു

നരസിംഹൻ റാം എന്ന എൻ റാം സമകാലിക ഇന്ത്യയിലെ ഏറ്റവും വിഖ്യാതനായ മാധ്യമപ്രവർത്തകനും ഇടതുപക്ഷ ചിന്തകനുമാണ്. *ദി ഹിന്ദു ഗ്രൂപ്പ് ഓഫ് പബ്ലിക്കേഷ*ന്റെ ചെയർമാനും *ദി ഹിന്ദു* പത്രത്തിന്റെയും *ഫ്രണ്ട് ലൈൻ* വാരികയുടെയും മുൻ മുഖ്യ പത്രാധിപരുമായിരുന്ന എൻ റാം ഇടതുപക്ഷ രാഷ്ട്രീയത്തോടും സാമൂഹ്യനീതിക്കു വേണ്ടിയുള്ള പോരാട്ടങ്ങളോടും എക്കാലത്തും ചേർന്നു നിന്നിട്ടുണ്ട്. മാധ്യമപ്രവർത്തനത്തിനു പുറമെ വിവിധ ആനുകാലിക, സാമൂഹ്യ വിഷയങ്ങളെ പറ്റിയുള്ള പ്രൗഢഗ്രന്ഥങ്ങളുടെ രചയിതാവ് കൂടിയാണ് റാം. തന്റെ മാധ്യമജീവിതത്തിനിടയിൽ എക്കാലവും ശരിയുടെയും സത്യത്തിന്റെയും നീതിയുടെയും രാഷ്ട്രീയത്തിന്റെ പക്ഷത്തു നില്ക്കാൻ മടി കാണിക്കാത്ത അപൂർവ്വം മാധ്യമപ്രവർത്തകരിലൊരാളാണ് ഇദ്ദേഹം. ഇന്ത്യയിലെ ഏറ്റവും വലിയ ഇടതു വിദ്യാർത്ഥി സംഘടനയായ എസ് എഫ് ഐയുടെ സ്ഥാപകനേതാക്കളിലൊരാളും അഖിലേന്ത്യാ ഉപാദ്ധ്യക്ഷനുമായിരുന്നു റാം. അക്കാലത്തു വിവിധ വിഷയങ്ങളെ പറ്റിയുള്ള റാമിന്റെ ആധികാരിക ലേഖനങ്ങൾ സ്റ്റുഡന്റ് സ്ട്രഗിളിന്റെ പേജുകളിലെ സ്ഥിരം സാന്നിദ്ധ്യമായിരുന്നു. തന്റെ അന്വേഷണാത്മക മാധ്യമപ്രവർത്തന ഇടപെടലുകൾ തൊട്ട്, ഇന്ത്യയിലെ ഇടതുപക്ഷ വിദ്യാർത്ഥി രാഷ്ട്രീയം, അഴിമതികളുടെ സാമൂഹ്യഘടന, വ്യാജവാർത്തകളുടെ രാഷ്ട്രീയം തുടങ്ങി ഹിന്ദു ദേശീയത വരെയുള്ള വിഷയങ്ങളെ പറ്റി ദീർഘമായി സംസാരിക്കുകയാണ് എൻ റാം ഈ അഭിമുഖത്തിൽ.

എസ് എഫ് ഐയുടെ സ്ഥാപകനേതാക്കളിൽ ഒരാളായിരുന്നു താങ്കൾ. എസ് എഫ് ഐയുടെ ആദ്യകാല പ്രവർത്തനത്തെയും അക്കാലത്തെ രാഷ്ട്രീയ സാഹചര്യത്തെയും താങ്കളുടെ അനുഭവത്തിന്റെ വെളിച്ചത്തിൽ വിശദീകരിക്കാമോ?

എസ് എഫ് ഐ രൂപീകരിക്കുമ്പോൾ ഞാൻ ഔദ്യോഗികമായി ഒരു വിദ്യാർത്ഥി ആയിരുന്നില്ല. പ്രസിഡെൻസി കോളേജിൽ ബിരുദാന്തര ബിരുദം പൂർത്തിയാക്കി, 1967 ൽ തുടർ പഠനത്തിനായി ഞാൻ പ്രശസ്തമായ കൊളംബിയ സർവ്വകലാശാലയുടെ സ്കൂൾ ഓഫ് ജേർണലിസത്തിൽ ചേർന്നു. അക്കാലത്തു ശക്തമായിരുന്ന വിയറ്റ്നാം യുദ്ധ വിരുദ്ധ സമരത്തിൽ പങ്കെടുത്താണ് എന്റെ രാഷ്ട്രീയ ബോധ്യങ്ങൾ രൂപപ്പെട്ടത്. അക്കാലത്ത് അമേരിക്കയിൽ ശക്തമായിരുന്ന കറുത്ത വർഗ്ഗക്കാരുടെ വിമോചനസമരങ്ങളും എന്റെ രാഷ്ട്രീയത്തെ സ്വാധീനിച്ചിരുന്നു. അക്കാലത്തുതന്നെ ഇംഗ്ലണ്ടിൽ പഠിക്കുകയായിരുന്ന പ്രകാശ് കാരാട്ടിനെ ഇടതുപക്ഷ രാഷ്ട്രീയത്തിലേക്ക് എത്തിച്ചത് അവിടെ ശക്തമായിരുന്ന വർണ്ണവിവേചന വിരുദ്ധ സമരങ്ങളായിരുന്നു. 1968 ൽ ഞാൻ ഇന്ത്യയിൽ തിരിച്ചെത്തുകയും ഉടൻ തന്നെ സി പി ഐ (എം) നോട് ചേർന്നു പ്രവർത്തിക്കാനും ആരംഭിച്ചിരുന്നു. അക്കാലത്ത് ലോകമെമ്പാടും വിദ്യാർത്ഥി പ്രക്ഷോഭങ്ങൾ കൊടുമ്പിരികൊള്ളുന്ന സമയമായിരുന്നു. ഇന്ത്യയിൽ പല ഭാഗത്തും ഇടതുപക്ഷ വിദ്യാർത്ഥി മുന്നേറ്റങ്ങൾ ഉയർന്നു വന്നിരുന്നുവെങ്കിലും, ഒട്ടുമിക്കതും അഖിലേന്ത്യാതലത്തിൽ ഏകീകരിക്കപ്പെട്ടവ ആയിരുന്നില്ല. 1970 ന്റെ തുടക്കത്തിൽ തന്നെ ശക്തമായ ഒരു അഖിലേന്ത്യാ വിദ്യാർത്ഥി പ്രസ്ഥാനം രൂപീകരിക്കുക എന്ന ദിശയിലേക്കുള്ള പ്രവർത്തനങ്ങൾ ആരംഭിച്ചിരുന്നു. അങ്ങനെയാണ് 1970 ൽ എസ് എഫ് ഐ രൂപീകരിക്കുന്നത്. അക്കാലത്ത് തമിഴ്നാട്ടിൽ സംഘടനയ്ക്ക് വേണ്ടി പ്രവർത്തിക്കാനാണ് എന്നോട് ആവശ്യപ്പെട്ടത്. കേരളവും ബംഗാളും ആന്ധ്രാപ്രദേശുമായൊക്കെ താരതമ്യം ചെയ്യുമ്പോൾ വളരെ ചെറിയ സംഘടനാ ശക്തിയാണ് അക്കാലത്ത് തമിഴ്നാട്ടിൽ എസ് എഫ് ഐക്ക് ഉണ്ടായിരുന്നത്. എന്നിരുന്നാലും, പുരോഗമനസാഹിത്യത്തിലും മാർക്സിസ്റ്റ് സാഹിത്യത്തിലും ഉന്നതമായ അവഗാഹമുള്ള ഒരു പിടി മികച്ച പ്രവർത്തകർ അന്നുതന്നെ തമിഴ്നാട് എസ് എഫ് ഐയിൽ ഉണ്ടായിരുന്നു. മദ്രാസ് ക്രിസ്ത്യൻ കോളേജിലും മധുരയിലെയും കോയമ്പത്തൂരിലെയും പല കോളേജുകളിലും അക്കാലത്ത് എസ് എഫ് ഐക്കു നല്ല സ്വാധീനം ഉണ്ടായിരുന്നു. എന്റെ പ്രവർത്തന മേഖല തമിഴ്നാടായിരുന്നെങ്കിലും കേന്ദ്രഘടകത്തിന്റെ പ്രസിദ്ധീകരണങ്ങളിലും ഞാൻ ഭാഗമായിരുന്നു.

ഞാൻ എസ് എഫ് ഐയുടെ ദേശീയ ഉപാദ്ധ്യക്ഷന്മാരിൽ ഒരാളായിരുന്നു. അക്കാലത്താണ് ബംഗാളിൽ സിദ്ധാർഥ് ശങ്കർ റായുടെ അർദ്ധ ഫാസിസ്റ്റു ഭരണം നിലനിന്നിരുന്നത്. അതിനെതിരെ ശക്തമായ സമരമാണ് എസ് എഫ് ഐ സംഘടിപ്പിച്ചത്. കേരളത്തിലും എ ബി വി പി, കെ എസ് യു തുടങ്ങിയ സംഘടനകൾ ഇടതു വിദ്യാർത്ഥികൾക്കെതിരെ ശാരീരിക ആക്രമണം അഴിച്ചുവിട്ടിരുന്ന കാലമായിരുന്നു അത്. പി സുന്ദരയ്യ, ബി ടി രണദിവെ, ജ്യോതി ബസു, പ്രമോദ് ദാസ് ഗുപ്ത തുടങ്ങിയ വിപ്ലവനേതാക്കളുമായി നിരന്തരം ഇടപെടാനുള്ള അവസരങ്ങൾ ലഭിച്ച നാളുകൾ കൂടിയായിരുന്നു അത്.

മാധ്യമങ്ങൾ പറയുന്നത് എസ് എഫ് ഐ, സി പി ഐ (എം) ന്റെ

വിദ്യാർത്ഥി സംഘടനയാണെന്നാണ്. എന്നാൽ അങ്ങനെയല്ല അതിനെ മനസ്സിലാക്കേണ്ടത്. സി പി ഐ (എം) മായി യാതൊരു ബന്ധവുമില്ലാത്ത വലിയ വിഭാഗം വിദ്യാർത്ഥികൾ എസ് എഫ് ഐയുടെ ഭാഗമായിരുന്നു. നേതൃത്വം സി പി ഐ (എം) നോട് വളരെ അടുപ്പം പുലർത്തിയിരുന്നു എന്നത് ശരിയാണ്. ഇടതുപക്ഷ വിദ്യാർത്ഥി പ്രസ്ഥാനം എന്ന നിലയിലുള്ള മാർഗ്ഗ നിർദ്ദേശങ്ങളും മറ്റും ലഭിക്കാൻ അത്തരത്തിലുള്ള സാമീപ്യം വളരെ ആവശ്യവുമാണ്. പക്ഷേ, ഒരു മുഖ്യധാരാ പാർട്ടിയുടെ വിദ്യാർത്ഥിവിഭാഗം എന്ന നിലയിലല്ല, മറിച്ചു സ്വതന്ത്രമായി നാനാതരത്തിലുള്ള വിദ്യാർത്ഥികളുടെ പിന്തുണ കൂടെ ആർജ്ജിക്കാൻ അക്കാലത്ത് എസ് എഫ് ഐയ്ക്ക് സാധിച്ചിരുന്നു.

ദേശീയമായി അതീവ പ്രാധാന്യമർഹിക്കുന്ന സമയം കൂടിയായിരുന്നു അത്. ജയപ്രകാശ് നാരായണൻ നേതൃത്വം നല്കിയ ഇന്ദിര വിരുദ്ധ മുന്നേറ്റവും കുപ്രസിദ്ധമായ അടിയന്തരാവസ്ഥയേയും 1970 കൾ കണ്ടു. എങ്ങനെയായിരുന്നു ആ സമയത്തെ വിദ്യാർത്ഥി രാഷ്ട്രീയം?

അടിയന്തരാവസ്ഥയ്ക്കെതിരെ ഞങ്ങൾ അക്ഷീണം പ്രവർത്തിച്ചു, ആ സമയത്ത് തമിഴ്നാട് ഒരു അഭയകേന്ദ്രം പോലെ ആയിരുന്നു. ഭരണ പതർച്ചകൾക്കിടയിലും അടിയന്തരാവസ്ഥയെ ഡി എം കെ സർക്കാർ അതിശക്തമായി എതിർത്തിരുന്നു. ഇപ്പോഴത്തെ പ്രസിഡന്റ് സ്റ്റാലിൻ ഉൾപ്പെടെ ഡി എം കെയുടെ ഒട്ടനവധി നേതാക്കൾ മിസ (Maintenance of Internal Security Act) നിയമത്തിൻകീഴിൽ തടവിലായിരുന്നു. ഈ സന്ദർഭത്തിൽ മിസയുടെ പേരിലെ തടവിലാക്കലുകൾ തുടരുന്നതിനിടയിലും തമിഴ്നാട്ടിൽ ഞങ്ങൾ അക്ഷീണം പ്രവർത്തിച്ചു. ആ സമയത്ത് കുറച്ചധികം കാര്യങ്ങൾ അതിലൂടെ ഇവിടെ ചെയ്യാൻ സാധിച്ചു. ജെ പി യുടെ പ്രസ്ഥാനത്തിന് തമിഴ്നാട്ടിൽ വലിയ സ്വീകാര്യത ഉണ്ടായിരുന്നില്ല. 1977 ലെ തിരഞ്ഞെടുപ്പിൽ തമിഴ് നാട്ടിൽ കോൺഗ്രസിനു അനുകൂലമായ വിധിയായതോടെയും രാജ്യമെമ്പാടും ജെ പിയുടെ പ്രസ്ഥാനം തുടച്ചുമാറ്റപ്പെട്ടതോടെയും അത് വ്യക്തമായി. അടിയന്തരാവസ്ഥക്കെതിരെയുള്ള പ്രക്ഷോഭത്തിൽ ഞങ്ങൾ ഒരുപാട് വിയർപ്പൊഴുക്കിയെന്നത് സത്യമാണ്.

ഞാൻ വിദ്യാർത്ഥി ജീവിതത്തിൽ നിന്നും, ഒരർത്ഥത്തിൽ പ്രസ്ഥാനത്തിൽ നിന്ന് തന്നെയും മാറി സഞ്ചരിക്കുവാൻ തുടങ്ങി. സജീവരായ പ്രവർത്തകർ എപ്പോഴും ഉണ്ടാവേണ്ടത് സംഘടനയ്ക്ക് സുപ്രധാനമാണ് എന്നിരിക്കിലും വിദ്യാർത്ഥി എന്ന സ്വത്വം നഷ്ടപ്പെട്ട് കഴിഞ്ഞാൽ മാറി നടക്കുക തന്നെ വേണം. ഉദാഹരണത്തിന്, യൂത്ത് കോൺഗ്രസ് നേതാക്കളുടെ പ്രായം തന്നെ നോക്കൂ! വിദ്യാർത്ഥി ജീവിതത്തിൽ നിന്നും മാറി സഞ്ചരിക്കുമ്പോൾ വിദ്യാർത്ഥി സംഘടനാ പ്രവർത്തനങ്ങളിൽ പങ്കെടുക്കുക എന്ന് പറയുന്നത് ബുദ്ധിമുട്ടേറിയതാണ്. പൂർണ്ണ സമയ പ്രവർത്തകരായിരിക്കണം എന്നത് ശരി തന്നെയാണ്. പക്ഷേ, വിദ്യാർത്ഥി ജീവിതത്തോട് അരികുചേർന്നുനില്ക്കുന്നവരെങ്കിലും ആവുന്നതാണ് ഏറ്റവും നല്ലത്.

തീർച്ചയായും എസ് എഫ് ഐയുടെ മുദ്രാവാക്യം സൂചിപ്പിക്കുന്നതും അത് തന്നെയാണല്ലോ - പഠിക്കുക, പോരാടുക.

അക്കാലത്ത് പരീക്ഷകളിൽ വലിയ രീതിയിലുള്ള കോപ്പിയടി നിലനിന്നിരുന്നു, അത്തരം അഴിമതിക്കും കൊള്ളരുതായ്മയ്ക്കും എതിരെ എസ് എഫ് ഐ നല്ല രീതിയിലുള്ള ഇടപെടൽ നടത്തി. എസ് എഫ് ഐയുടെ പ്രസക്തമായ ഇടപെടലുകൾ അടിയന്തരാവസ്ഥക്കാലത്ത് മാത്രമല്ല 1974 ലെ റെയിൽവേ സമരകാലത്തും ഉണ്ടായിരുന്നു.

എസ് എഫ് ഐയുടെ ഭാഗം ആവുന്നതിനു മുന്നേ തന്നെ താങ്കൾ സജീവമായ ഇടപെടലുകൾ നടത്തിയിരുന്നു, പ്രകാശ് കാരാട്ട്, പി ചിദംബരം, മൈഥിലി ശിവരാമൻ എന്നിവരുമായി ചേർന്ന് റാഡിക്കൽ റിവ്യൂ എന്ന പ്രസിദ്ധീകരണം പുറത്തിറക്കുകയുണ്ടായല്ലോ, അക്കാലത്തെക്കുറിച്ചൊന്നു പറയാമോ?

ഞാൻ ന്യൂയോർക്കിൽ നിന്നും തിരിച്ചെത്തിയ ശേഷമാണ് ഞങ്ങൾ ഈ പ്രസിദ്ധീകരണം ആരംഭിച്ചത്, 1968 ൽ. മൈഥിലി ശിവരാമൻ ഐക്യരാഷ്ട്ര സഭയിൽ ജോലി ചെയ്യുകയായിരുന്നു അപ്പോൾ. ചിദംബരവും ഞാനും ഒരുമിച്ചു വളർന്നവരാണ്, ഒരേ സ്കൂളിലും, പിന്നീട് മദ്രാസ് ക്രിസ്ത്യൻ കോളേജിലും പഠിച്ചവർ. അദ്ദേഹം എന്നെ കൊളംബിയ യൂണിവേഴ്സിറ്റിയിൽ സന്ദർശിക്കുകയുണ്ടായി. അവിടുന്ന് തിരിച്ചു പോന്ന ശേഷം സോഷ്യലിസത്തിന്റെ മറ്റൊരു ധാരയെപ്പറ്റി അദ്ദേഹം സംസാരിക്കാൻ തുടങ്ങി. അതിലേക്ക് കടക്കാൻ ഞാൻ ആഗ്രഹിക്കുന്നില്ല. എന്റെ തിരിച്ചുവരവിനു ശേഷമാണ് ഞങ്ങൾ ഇത് തുടങ്ങിയത്. ചിദംബരവും അതിന്റെ ഭാഗം ആയിരുന്നു. അദ്ദേഹം വളരെ നല്ല എഴുത്തുകാരനായിരുന്നു. ആദ്യ രണ്ടു ലക്കങ്ങളിലേക്ക് വളരെ ആവേശത്തോടുകൂടി സംഭാവന ചെയ്യുകയുമുണ്ടായി. നമ്മൾ തമ്മിലുള്ള ആശയ വിയോജിപ്പുകൾ ആ സമയത്തോടുകൂടി വ്യക്തമാവുകയും അദ്ദേഹം പെട്ടെന്നു തന്നെ പ്രസിദ്ധീകരണം വിടുകയും ഉണ്ടായി.

1969 ൽ പ്രകാശ് കാരാട്ട് എഡിൻബർഗ്ഗിൽ നിന്ന് വരുകയും സി പി ഐ (എം) നേതാവ് വി പി ചിന്തനെ കാണുകയും ചെയ്തു. ഞാനും അദ്ദേഹത്തെ ആ സമയത്ത് കണ്ടു. അദ്ദേഹം മിടുക്കനായ വിദ്യാർത്ഥിയായിരുന്നു. പെട്ടെന്നുതന്നെ അദ്ദേഹം എ കെ ഗോപാലന്റെ പാർലമെന്ററി സെക്രട്ടറി ആയി. പ്രസിദ്ധീകരണത്തിലേക്കും അദ്ദേഹം സംഭാവന ചെയ്തിരുന്നു. അവിടെ വേറെ ആളുകളും ഉണ്ടായിരുന്നു. പിന്നീട് ഹൈക്കോടതി ജഡ്ജി ആയ ജസ്റ്റിസ്. ചന്ദ്രു അതിലൊരാളാണ്. ചന്ദ്രു ലയോള കോളേജിലെ വിദ്യാർത്ഥിയായിരുന്നു ഒരു പ്രതിഷേധത്തെ തുടർന്ന് അദ്ദേഹത്തെ കോളേജിൽ നിന്നും പുറത്താക്കി. ഞങ്ങൾ അദ്ദേഹത്തെ എം സി സി (Madras Christian College) യിലേക്ക് കൊണ്ടുപോയി. അവിടുത്തെ പ്രിൻസിപ്പൽ ഡോ. ചന്ദ്രൻ പുരോഗമനവാദിയായ ഒരു മനുഷ്യനായിരുന്നു. അദ്ദേഹം ചന്ദ്രുവിന് അഡ്മിഷൻ കൊടുത്തു, “ഇവിടെയും പ്രശ്നം ഉണ്ടാക്കരുത്” എന്നും പറഞ്ഞു ചന്ദ്രുവിനെ കളിയാക്കിയത് എനിക്ക് ഓർമ്മയുണ്ട്.

പറഞ്ഞു വന്നത് എന്താണെന്നു വച്ചാൽ വളരെ ഊർജ്ജസ്വലരായ ഒരു കൂട്ടം വിദ്യാർത്ഥിപ്രവർത്തകർ തമിഴ്നാടിനുണ്ടായിരുന്നു. അത്തരത്തിലുള്ളൊരു നേതൃത്വനിരയെ വാർത്തെടുക്കേണ്ടത് ഇന്ന് ആവശ്യമാണ്. വി കെ രാമചന്ദ്രനെപ്പോലെ, ടി ജയരാമനെപ്പോലെയുള്ള ഒരുപാട് ആളുകൾ ഉണ്ടായിരുന്നു. ഒപ്പം, പ്രൊഫ. വെങ്കടേഷ് ആത്രേയയും. അദ്ദേഹം എസ് എഫ് ഐയുടെ ഭാഗമായിരുന്നില്ലെങ്കിലും പ്രസ്ഥാനത്തിന് വേണ്ടി ഒരുപാട് സംഭാവനകൾ പിന്നീട് നല്കുകയുണ്ടായി. മാർക്സിന്റെ *മൂലധന*ത്തെപ്പറ്റിയുള്ള അദ്ദേഹത്തിന്റെ പാണ്ഡിത്യം ഇന്ത്യയിൽ മറ്റൊരാൾക്കും അവകാശപ്പെടാനില്ലാത്തതാണ്. *മൂലധന*ത്തിലെ ലോകത്തിലെ വളരെ പ്രധാനപ്പെട്ട വിദഗ്ദ്ധരിലൊരാളാണ് അദ്ദേഹം.

ലയോളയിലും പ്രസിഡെൻസിയിലും വിദ്യാർത്ഥിയായിരുന്ന കാലത്ത് ഞാനും ഇടതിന്റെ ഭാഗം ആയിരുന്നില്ലയെന്നത് ഇന്നോർക്കുമ്പോൾ ഒരു തമാശയാണ്. വ്യത്യസ്തമായ ഒരു കാഴ്ചപ്പാടാണ് അന്നെനിക്ക് ഉണ്ടായിരുന്നത്. ഞാൻ നെഹ്റുവിന്റെ വളരെ വലിയൊരു ആരാധകനായിരുന്നു അന്ന്. ഇന്നും ഞാൻ അദ്ദേഹത്തെ വിമർശനാത്മകമായി വിലയിരുത്തിക്കൊണ്ട് ആരാധിക്കുന്നുണ്ട്. അഹിംസ, ശാസ്ത്രചിന്ത, മതേതരത്വം എന്നിവയ്ക്ക് അദ്ദേഹം നല്കിയ സംഭാവനകൾ ഒരിക്കലും വിസ്മരിക്കപ്പെടാൻ പാടില്ല, മാത്രവുമല്ല ഇപ്പോഴത്തെ സാഹചര്യത്തിൽ വീണ്ടെടുക്കേണ്ടതുമാണ്. അക്കാലത്തു പുരോഗമന പ്രവർത്തനങ്ങളിലൊന്നും താല്പര്യമില്ലാത്ത ഒരു കേവല വിദ്യാർത്ഥി മാത്രമായിരുന്നു ഞാൻ. അതിൽ വലിയ മാറ്റമുണ്ടായത് ന്യൂയോർക്കിൽ വച്ചാണ്.

സ്റ്റുഡന്റ് സ്ട്രഗ്ഗിൾ മാസികയുടെ ആദ്യകാലത്തെ താങ്കൾ എങ്ങനെയാണ് ഓർത്തെടുക്കുന്നത്?

ഞാൻ ലേഖനങ്ങൾ എഴുതുമായിരുന്നെങ്കിലും മാസികയുടെ എഡിറ്റോറിയൽ പദവി ഒന്നുംതന്നെ വഹിച്ചിരുന്നില്ല. ഒരു മാധ്യമ വിദ്യാർത്ഥി എന്ന നിലയിലും പത്രപ്രവർത്തനത്തിൽ എനിക്കുണ്ടായ അനുഭവസമ്പത്തുകൊണ്ടും *സ്റ്റുഡന്റ് സ്ട്രഗ്ഗിളിൽ* നിരന്തരം എഴുതുവാൻ എനിക്ക് സാധിച്ചിരുന്നു. അന്ന് തമിഴ്നാട് നിന്നുള്ള റിപ്പോർട്ടുകളും ലേഖനങ്ങളും ഉള്ളടക്കത്തിലും ശൈലിയിലും ഉന്നത നിലവാരം പുലർത്തിയിരുന്നു. തമിഴ്നാട് ഘടകത്തിന്റെ സംഘടനശക്തിക്ക് അതീതമായി ഒരു കൂട്ടം നല്ല എഴുത്തുകാർ അന്ന് സംസ്ഥാന ഘടകത്തിന്റെ ഭാഗമായിരുന്നു എന്നതിനാലാണത്. കെ ബാലകൃഷ്ണൻ, സൗന്ദർ രാജൻ, ജി രാമകൃഷ്ണൻ, ടി ജയരാമൻ തുടങ്ങിയവരെല്ലാം തന്നെ നിരന്തരം എഴുതിപ്പോന്നു. വളരെ സഹായകരമായ ആശയ സംവാദങ്ങൾ അന്നത്തെ *സ്റ്റുഡന്റ് സ്ട്രഗ്ഗിളിന്റെ* താളുകളിൽ നടന്നിരുന്നു.

താങ്കൾ ഏതു കാലഘട്ടത്തിലാണ് മുഴുവൻ സമയ മാധ്യമ പ്രവർത്തനം ആരംഭിച്ചത്?

1966 ൽ തന്നെ എന്റെ കുടുംബം നടത്തിവന്നിരുന്ന *ഹിന്ദു* ദിന

പത്രത്തിൽ ഞാൻ പ്രവർത്തനമാരംഭിച്ചിരുന്നു. പിന്നീട് ന്യൂയോർക്കിലെ ഉപരിപഠനത്തിനു ശേഷം 1968 ൽ ഞാൻ അവിടെ മാധ്യമപ്രവർത്തനം പുനരാരംഭിച്ചു. എന്നാൽ പിന്നീട് കുറച്ചധികകാലം ചില വിയോജിപ്പു കളുടെ അടിസ്ഥാനത്തിൽ ഞാൻ *ഹിന്ദു*വിലെ പ്രവർത്തനത്തിൽ നിന്നും വിട്ടുനിന്നു. പിന്നീട് ഒരു ക്രിക്കറ്റ് പരമ്പര റിപ്പോർട്ട് ചെയ്തുകൊണ്ടാ യിരുന്നു ഞാൻ എന്റെ മാധ്യമ പ്രവർത്തനം പുനരാരംഭിച്ചത്. ക്രിക്കറ്റിൽ വലിയ തല്പരനായിരുന്ന ഞാൻ മദ്രാസ് സർവ്വകലാശാലയുടെ ക്രിക്കറ്റ് ടീം ക്യാപ്റ്റനും തമിഴ്നാട് ടീമംഗവുമായിരുന്നു. 1974–75 കാലഘട്ടത്തിൽ സർ വിവിയൻ റിച്ചാർഡ്സ്, ആൻഡി റോബേർട്സ്, ക്ലൈവ് ലോയിഡ് തുടങ്ങിയ ഇതിഹാസ താരങ്ങൾ അടങ്ങിയ വെസ്റ്റ് ഇൻഡീസ് ടീം ഇന്ത്യാ സന്ദർശനത്തിനെത്തുകയും എന്നോട് ആ പരമ്പര റിപ്പോർട്ട് ചെയ്യാൻ പത്രം ആവശ്യപ്പെടുകയും ചെയ്തു. വളരെ ആവേശത്തോടെ ഞാൻ അത് ചെയ്തു. അന്നത്തെ റിപ്പോർട്ടുകൾ ഞാനിപ്പോഴും സൂക്ഷിച്ചു വച്ചിട്ടുണ്ട്. പിന്നീടു കാര്യമായ ഇടവേളകളില്ലാതെ ഞാൻ മാധ്യമപ്രവർത്തനം തുടർന്നു വരുന്നു.

ബൊഫോഴ്സ് അഴിമതിയെ പൊതുസമൂഹത്തിനു മുന്നിൽ കൊണ്ടു വന്നത് താങ്കളുടെ മാധ്യമജീവിതത്തിലെ ഒരു നാഴികക്കല്ലാണ്. ആ കാല ഘട്ടത്തെ പറ്റി വിശദീകരിക്കാമോ?

അന്വേഷണാത്മക മാധ്യമപ്രവർത്തനത്തിൽ വിജയിക്കാൻ, ഭാഗ്യം എന്നത് ഒരു പ്രധാനഘടകമാണ്. ചോർന്നു കിട്ടുന്ന രേഖകളെ കൂടി ആധാരമാക്കിയാണ് അത്തരത്തിലുള്ള പത്രപ്രവർത്തനം നടക്കുന്നത്. 1980–82 കാലഘട്ടത്തിൽ ഞാൻ *ദി ഹിന്ദു*വിന്റെ വാഷിങ്ടൺ ലേഖക നായിരുന്നു. 1981 ൽ ഞങ്ങൾക്ക് വളരെ പ്രധാനപ്പെട്ട ചില വിവരങ്ങൾ ലഭിച്ചു. ഇന്ത്യ അക്കാലത്ത് ഐ എം എഫ് മായി ഒരു വായ്പാ പരിധി സംബന്ധിച്ച ചർച്ചകളിൽ ഏർപ്പെട്ടു. ഐ എം എഫിന്റെ (അന്താരാഷ്ട്ര നാണയനിധി) അക്കാലത്തെ ചരിത്രത്തിലെ ഏറ്റവും വലിയ വായ്പ യായിരുന്നു അതിൻ ഫലമായി സംഭവിച്ചത്. ഏകദേശം 6.3 ബില്യൺ അമേരിക്കൻ ഡോളർ. ഒരുപാട് നിബന്ധനകളോടുകൂടിയ ഒരു വായ് പയായിരുന്നു അത്. ഐ എം എഫ് വലിയരീതിയിലുള്ള തൊഴിൽ നിയമഭേദഗതികളും നാണയ നവമൂല്യനയവും ചെയ്യാൻ ഇന്ത്യയെ നിർബ്ബന്ധിച്ചു. ഭാഗ്യവശാൽ ഇതുമായി ബന്ധപ്പെട്ട എല്ലാ രേഖകളും വാഷിങ്ടണിൽ വച്ച് എനിക്ക് ലഭിച്ചു. അതിലെ വിവരങ്ങളെല്ലാം അടിസ്ഥാനമാക്കി ഞാൻ *ഹിന്ദു*വിൽ ഒരു ലേഖന പരമ്പര പ്രസിദ്ധീകരി ക്കുകയും അതിനു വലിയ ശ്രദ്ധ ലഭിക്കുകയുമുണ്ടായി. അത് പിന്നീട് ഒരു പുസ്തകരൂപത്തിൽ പ്രസിദ്ധീകരിക്കപ്പെടുകയും അതിലെ വിവരങ്ങൾ പാർലമെന്റിൽ ചർച്ച ചെയ്യപ്പെടുകയും ചെയ്തു .

ബൊഫോഴ്സ് ഒരു നീണ്ട പരിശ്രമത്തിന്റെ ഫലമായിരുന്നു. ഞങ്ങൾ മാത്രമല്ല, അക്കാലത്ത് *ഇന്ത്യൻ എക്സ്പ്രസ്സ്*, പത്രാധിപർ ആയിരുന്ന അരുൺ ഷൂരിയുടെ നേതൃത്വത്തിൽ ഈ വിഷയം പിന്തു ടരുന്നുണ്ടായിരുന്നു. രാം ജെത്മലാനിയെ പോലുള്ളവർ രാജീവ്

ഗാന്ധിയെ അതിരൂക്ഷമായി വിമർശിച്ചു *എക്സ്പ്രസ്സിൽ* ലേഖനങ്ങൾ എഴുതിവരുന്ന കാലമായിരുന്നു അത്. 1987 ൽ ഞങ്ങൾ ഈ വിഷയം അന്വേഷിക്കാൻ തുടങ്ങുകയും 1988 ഏപ്രിലിൽ ജനീവയിലുള്ള ഞങ്ങളുടെ റിപ്പോർട്ടർ ചിത്ര സുബ്രഹ്മണ്യത്തിനു വളരെ പ്രധാനപ്പെട്ട ചില വിവരങ്ങൾ നേടിയെടുക്കാനും സാധിച്ചു. അവർക്കു വളരെ പ്രധാനപ്പെട്ട ചില സ്രോതസ്സുകളിൽ നിന്നും ലഭിച്ച ആ രേഖകൾ ഞങ്ങൾ *ഹിന്ദു*വിൽ പ്രസിദ്ധീകരിച്ചു. എന്നാൽ അന്വേഷണത്തിന്റെ പൂർണ്ണരൂപം പ്രസിദ്ധീകരിക്കാൻ പിന്നെയും ഒന്നരവർഷത്തോളമെടുത്തു. പത്രാധിപസമിതിയിലെ വിയോജിപ്പുകളും എതിർപ്പുകളുമായിരുന്നു കാരണം. അവസാനം പത്രാധിപരുടെ തീരുമാനങ്ങളെ എതിർത്ത് എനിക്ക് പൊതുസമൂഹത്തിനു മുന്നിൽ വിവരങ്ങൾ പങ്കുവെക്കേണ്ടി വന്നു. ഞങ്ങളുടെ അന്വേഷണത്തിന്റെ വിവരങ്ങൾ അന്ന് എല്ലാ മുഖ്യധാരാ മാധ്യമങ്ങളും പ്രസിദ്ധീകരിക്കുകയുണ്ടായി. ഇന്ന് മോദി സർക്കാറിന്റെ കാലത്തുപോലും അത്തരം അന്വേഷണ വിവരങ്ങൾ പ്രസിദ്ധീകരിക്കാൻ വിഷമമില്ല. ഇന്നത്തെ സർക്കാരിനേക്കാൾ മൃഗീയമായ ഭൂരിപക്ഷമാണ് അന്ന് കേന്ദ്രം ഭരിച്ചിരുന്ന രാജീവ് ഗാന്ധി സർക്കാരിനുണ്ടായിരുന്നത്. എന്നാൽ ഇന്നത്തെ വൈകാരിക പരിസരം തികച്ചും വ്യത്യസ്തമാണ് എന്നത് കാണാതിരിക്കാനാകില്ല.

ബൊഫോഴ്സ് വലിയ ശ്രമങ്ങൾ വേണ്ടി വന്ന, വളരെ വിജയകരമായ ഒരു അന്വേഷണാത്മക പത്രപ്രവർത്തനത്തിന്റെ മാതൃകയായിരുന്നു. എന്നാൽ അത്രത്തോളം പ്രാധാന്യമർഹിക്കുന്ന, എന്നാൽ വേണ്ട വിധത്തിൽ ചർച്ചയാകാതിരുന്ന മറ്റു റിപ്പോർട്ടുകളും ധാരാളം ഉണ്ടായിരുന്നു. ആന്ധ്രയിലെ പട്ടിണിമരണങ്ങളെ പറ്റി നാഗരാജ് ആദ്യം *ഫ്രെണ്ട്ലൈനി*ലും പിന്നീട് *ഹിന്ദു*വിലും പ്രസിദ്ധീകരിച്ച പരമ്പര വളരെ പ്രധാനപ്പെട്ടതായിരുന്നു.

അന്വേഷണാത്മക മാധ്യമപ്രവർത്തനം വളരെ നിർണ്ണായകമാണ്. അത്തരം റിപ്പോർട്ടിങ്ങിലേക്കു കൂടുതൽ വിഭവങ്ങൾ നീക്കിവെക്കേണ്ടതായുണ്ട്. ഇന്നത്തെ കാലത്ത് പത്രമാധ്യമങ്ങൾക്ക് പ്രസക്തമായി നിലനില്ക്കാനും അന്വേഷണാത്മകമായ, മൂർച്ചയേറിയ പത്രപ്രവർത്തനങ്ങൾ നടത്തേണ്ടതായുണ്ട്. എന്നാൽ അന്വേഷണങ്ങൾ പ്രസക്തമാകണമെങ്കിൽ അവ നിരന്തരം പിന്തുടർന്ന്, ആഴത്തിലുള്ള, സംശയരഹിതമായി വിശദാംശങ്ങൾ പുറത്തുകൊണ്ടുവരുന്ന ശ്രമങ്ങൾ ഉണ്ടാകേണ്ടതുണ്ട്. അടുത്തിടെ പുറത്തുവന്ന, റിലയൻസ് എങ്ങനെയാണ് അഖിലേന്ത്യാ ഫുട്ബോൾ ഫെഡറേഷനെ നിയന്ത്രിക്കുന്നത് എന്നത് സംബന്ധിച്ച് വന്ന വാർത്ത നോക്കൂ. അതിൽ കാര്യമായ പിന്തുടർച്ച ഉണ്ടായില്ല. വിശദാംശങ്ങൾ ഉണ്ടെങ്കിൽ മാത്രമേ അത്തരം വാർത്തകൾ നിലനില്ക്കൂ.

ഞാൻ നേരത്തെ സൂചിപ്പിച്ച നാഗരാജിന്റെ നേതൃത്വത്തിൽ പട്ടിണിമരണങ്ങളെപ്പറ്റി വന്ന റിപ്പോർട്ടുകൾ നോക്കുക. എത്രയൊക്കെ പട്ടിണിമരണങ്ങൾ ഏതൊക്കെ സ്ഥലങ്ങളിൽ നടക്കുന്നുണ്ട് എന്ന രീതിയിലുള്ള കേവലം റിപ്പോർട്ടുകളായായിരുന്നില്ല അവ. മറിച്ച് അക്കാലത്ത്

ആ വിഷയവുമായി സംബന്ധിച്ച് സജീവമായി പ്രവർത്തിച്ച പ്രകടകോട്ടയ്യ എന്ന കോൺഗ്രസ് എം പിയുടെ സഹായത്താൽ അവിടെ മരണപ്പെട്ട എല്ലാവരുടെയും വിശദാംശങ്ങൾ ശേഖരിക്കുവാനും സംശയരഹിതമായി വിവരങ്ങൾ പുനഃപരിശോധിച്ച് ഉറപ്പിക്കാനും സാധിച്ചു. അത്തരത്തിലുള്ള ശ്രമകരമായ മാധ്യമപ്രവർത്തനത്തിൽ ചിലപ്പോൾ നമുക്ക് ആവശ്യമായ വിവരങ്ങൾ ലഭിച്ചില്ലെന്നും അന്വേഷണം പരാജയമായി എന്നും വരാം. അതൊക്കെ അന്വേഷണാത്മക മാധ്യമപ്രവർത്തനത്തിന്റെ ഭാഗമാണ്, അതിനും നാം തയ്യാറായിരിക്കേണ്ടതുണ്ട്.

റാഫേൽ വിഷയത്തിൽ നിർണ്ണായകമായ ചില വിവരങ്ങൾ ഞങ്ങൾക്ക് ലഭിച്ചിരുന്നുവെങ്കിലും പണമിടപാടുകൾ നടന്നതായി തെളിയിക്കുന്ന രേഖകൾ ലഭിച്ചില്ല. അതിനാൽ തന്നെ റാഫേൽ വിഷയം വേണ്ടവിധത്തിൽ ചർച്ചയായില്ല. കൂടുതൽ തെളിവുകൾ ലഭിക്കുമോ എന്ന കാര്യത്തിൽ ഉറപ്പൊന്നുമില്ല. എന്നിരുന്നാലും അതിനുവേണ്ടി ശ്രമിക്കുക എന്നതാണ് പ്രധാനം. മറ്റൊരു കാര്യം ഞാൻ ശ്രദ്ധിച്ചത് അന്വേഷണാത്മക മാധ്യമപ്രവർത്തനം അമിതമായി കാല്പനികവല്ക്കരിക്കപ്പെടുന്ന ഒരു പ്രവണതയാണ്. ഈയിടെ ചെന്നൈയിലെ ഏഷ്യൻ കോളേജ് ഓഫ് ജേർണലിസത്തിന്റെ ബിരുദദാന ചടങ്ങിൽ നടത്തിയ പ്രസംഗത്തിൽ ഞാൻ ഇക്കാര്യം വിശദീകരിക്കുകയുണ്ടായി. എന്റെ അഭിപ്രായത്തിൽ എല്ലാത്തരം മാധ്യമപ്രവർത്തനവും അതിന്റെ സത്തയിൽ അന്വേഷണാത്മകമാകണം. ലോകത്തിലെ പ്രസിദ്ധരായ എല്ലാ അന്വേഷണാത്മക മാധ്യമപ്രവർത്തകരും ഇതേ കാഴ്ചപ്പാടുള്ളവരായിരുന്നു. എഴുത്തുകാരൻ എന്ന നിലയിൽ ലോകമെങ്ങും അറിയപ്പെടുന്ന ഗബ്രിയേൽ ഗാർഷ്യ മാർക്കേസ് ഇതേ കാഴ്ചപ്പാട് വച്ച് പുലർത്തിയ ഒരു ഒന്നാന്തരം മാധ്യമപ്രവർത്തകനായിരുന്നു.

അഴിമതികേസുകളെപ്പറ്റി മാധ്യമ അന്വേഷണങ്ങൾ നടത്തിയതിനു പുറമെ, അഴിമതി എന്ന സാമൂഹിക പ്രതിഭാസത്തെ പറ്റി ആഴത്തിൽ ഗവേഷണം ചെയ്യുകയും ആ വിഷയത്തിൽ 'Why Scams are Here to Stay: Understanding Political Corruption in India' എന്ന ഒരു പുസ്തകം ഈയിടെ പ്രസിദ്ധീകരിക്കുകയുമുണ്ടായി. ഇന്ത്യയിലെ അഴിമതികളുടെ പ്രകൃതത്തെപ്പറ്റി എന്താണ് താങ്കൾ മനസ്സിലാക്കുന്നത്? 1990 കളിൽ തുടങ്ങിയ ഉദാരവല്ക്കരണത്തിനു ശേഷം ഇന്ത്യയിലെ അഴിമതിയുടെ സ്വഭാവത്തിലോ അളവിലോ മാറ്റങ്ങളുണ്ടായോ?

താങ്കൾ പ്രതിപാദിച്ച എന്റെ പുസ്തകത്തിലെ ഒരു അദ്ധ്യായം തന്നെ ഈ ചോദ്യവുമായി നേരിട്ട് സംവദിക്കുന്നുണ്ട്. അഴിമതികളുടെ പഠനത്തിലെ പ്രബലമായ rent -seeking സിദ്ധാന്തങ്ങൾ പറയുന്നത് സാമ്പത്തികരംഗത്തു നിന്നും സർക്കാരിന്റെ ഇടപെടലുകളും നിയന്ത്രണങ്ങളും പിൻവാങ്ങുന്നതോടെ അഴിമതിയും ഇല്ലാതാകുമെന്നാണ്. എന്നാൽ ഇതിന്റെ നേർവിപരീതമാണ് സംഭവിക്കുന്നത്. അഴിമതിയെ പ്രധാനമായും ഒരു ധാർമ്മികപ്രശ്നമായല്ല കാണേണ്ടത്. അഴിമതിക്കെതിരെ ധാർമ്മികരോഷം ഉണ്ടാകുന്നത് നല്ലതാണെങ്കിലും ധാർമ്മിക

തയുടെ കണ്ണിലൂടെ മാത്രം നോക്കിയാൽ അഴിമതി എന്ന സാമൂഹ്യ പ്രതിഭാസത്തെ വിശകലനം ചെയ്യുക സാദ്ധ്യമല്ല. ജയപ്രകാശ് നാരായൺ തൊട്ട് അണ്ണാ ഹസാരെ വരെയുള്ളവർ അഴിമതിയെ കേവലം ധാർമ്മിക പ്രശ്നം മാത്രമായി ചുരുക്കുകയാണുണ്ടായത്. അതുവഴി അഴിമതിയുടെ ഘടനാപരമായ ഉള്ളടക്കത്തെ അവർക്കു കാണാനായില്ല. ഉദാരവല്ക്കരണത്തിനു ശേഷം അഴിമതിയുടെ വ്യാപ്തി പതിന്മടങ്ങു വർദ്ധിക്കുകയാണുണ്ടായത്. ബൊഫോഴ്സ് കേവലം അൻപത് മില്യൺ ഡോളറിന്റെ ഇടപാടായിരുന്നുവെങ്കിൽ ഇന്ന് നടക്കുന്ന അഴിമതിയുടെ വ്യാപ്തി എത്ര മടങ്ങു കൂടുതലാണെന്നു നോക്കൂ.

പലതരത്തിലുള്ള അഴിമതികളുണ്ട്. ഭരണ സംവിധാനങ്ങൾ തന്നെ കീഴ്മേൽ മറിക്കുന്ന വലിയ അഴിമതികൾ തൊട്ട്, ദൈനംദിനേന നടക്കുന്ന ചെറിയ അഴിമതികൾ വരെ. അഴിമതികൾ വികസനത്തെ തടയും എന്നും അതിലൂടെ സാമ്പത്തിക അസമത്വം വർദ്ധിപ്പിക്കും എന്നാണ് പൊതുവെയുള്ള ധാരണ. എന്നാൽ അഴിമതി മൂലമാണ് അസമത്വം ഉണ്ടാകുന്നത് എന്ന ധാരണ തെളിയിപ്പിക്കപ്പെട്ടിട്ടുള്ളതല്ല. അഴിമതി എന്നത് ഒരു മുതലാളിത്ത വ്യവസ്ഥയുടെ ഭാഗമാണ്. അഴിമതിയെക്കാൾ വലിയ രീതിയിൽ അസമത്വം മുതലാളിത്തത്തിൽ നിരന്തരം ഉല്പാദിപ്പിക്കപ്പെടുന്നുണ്ട്. അഴിമതിയെ ന്യായീകരിക്കാനല്ല, മറിച്ച് അതിനെ മനസ്സിലാക്കുന്നതിൽ നിലവിലുള്ള പിശകുകളെയാണ് ഞാൻ ചൂണ്ടിക്കാണിക്കുന്നത്.

ബൊഫോഴ്സ് അഴിമതി കേസിൽ ഉണ്ടായതുപോലെ ഒരു പൊതുവികാരമോ പ്രതിഷേധമോ റാഫേൽ അഴിമതി വിഷയത്തിൽ ഉണ്ടായില്ല എന്നത് ശ്രദ്ധേയമാണ്. എന്തായിരിക്കാം അതിനു കാരണം? മോദിയുടെ സർക്കാരിന് മാധ്യമങ്ങൾക്കു മുകളിലുള്ള നിയന്ത്രണവും അധീശത്വവുമാണോ കാരണം?

അല്ല. പ്രധാന വ്യത്യാസം ബൊഫോഴ്സ് കേസിൽ പണമിടപാടിന്റെ തെളിവുകൾ ഉണ്ടായിരുന്നു എന്നതാണ്. പണമിടപാടുകൾ നടത്തിയതിന്റെ തെളിവുകളും അതുമായി സംബന്ധിച്ച സ്വിസ്ബാങ്ക് അക്കൗണ്ടുകളുടെ രേഖകളും ഞങ്ങൾക്ക് ലഭിക്കുകയുണ്ടായി. അതുകൊണ്ട് തന്നെ എല്ലാവർക്കും അഴിമതി നടന്നു എന്ന കാര്യം ബോദ്ധ്യമായി. എന്നാൽ റാഫേൽ കേസിൽ പണമിടപാടുകൾ ഉണ്ടായിട്ടില്ല. അതിലുപരി പുലർത്തേണ്ടിയിരുന്ന ചട്ടങ്ങളുടെ ലംഘനങ്ങളിലൂടെയാണ് അഴിമതി നടന്നത്. വളരെ സംശയാസ്പദമായ രേഖകൾ ഞങ്ങൾക്ക് ലഭിച്ചെങ്കിലും സംശയരഹിതമായി കാര്യങ്ങളെ അവതരിപ്പിക്കാനുള്ള തെളിവുകൾ ഞങ്ങൾക്ക് ലഭിച്ചില്ല. എന്നിരുന്നാലും വളരെ വിലയേറിയ വിവരങ്ങൾ പൊതുസമൂഹത്തിന് മുന്നിൽ കൊണ്ടുവരാൻ ഞങ്ങൾക്ക് സാധിച്ചു.

എന്നാൽ എന്തുകൊണ്ടാണ് റാഫെലോ മറ്റു അഴിമതി വിഷയങ്ങളോ കഴിഞ്ഞ ലോക്സഭാ തിരഞ്ഞെടുപ്പിൽ കാര്യമായ ചർച്ച ആകാതിരുന്നത് എന്നത് ആലോചിക്കേണ്ട കാര്യമാണ്. വിശദമായ

സർവ്വേകളുടെ അടിസ്ഥാനത്തിൽ മാത്രം ഉത്തരം തേടാവുന്ന കാര്യമാണത്. ബാലക്കോട്ട് പോലെയുള്ള സംഭവങ്ങൾ തിരഞ്ഞെടുപ്പിനെ വലിയ രീതിയിൽ സ്വാധീനിച്ചിരുന്നു എന്നത് വ്യക്തമാണ്. ഞാൻ ഏറ്റവും വിശ്വാസയോഗ്യമായി കണക്കാക്കുന്നത് സി എസ് ഡി എസ് (Centre for the Study of Developing Societies) *ദ ഹിന്ദു*വുമായി സഹകരിച്ചു നടത്തുന്ന സർവ്വെ ആണ്. 2018 അന്ത്യത്തിൽ അവർ നടത്തിയ 'Mood of the Nation' സർവ്വേയിൽ മോദി ഗവണ്മെന്റിന് വിരുദ്ധമായ ഒരു ഭൂരിപക്ഷ വികാരം വളരെ വ്യക്തമായിരുന്നു. തിരഞ്ഞെടുപ്പിന് തൊട്ടുമുന്നേ നടത്തിയ സർവ്വേയിലാകട്ടെ ബി ജെ പി സഖ്യത്തിന് നേരിയ മുൻതൂക്കം മാത്രമാണ് തെളിഞ്ഞുവന്നത്. സാമ്പത്തിക രംഗത്തെ തിരിച്ചടി ഗവണ്മെന്റിന് തിരിച്ചടിയാകും എന്നായിരുന്നു കണ്ടെത്തൽ. എന്നാൽ തിരഞ്ഞെടുപ്പിന് ശേഷം നടന്ന സർവ്വേയിലാകട്ടെ തൊഴിലില്ലായ്മയോ സാമ്പത്തിക പ്രതിസന്ധിയോ തിരഞ്ഞെടുപ്പിനെ ബാധിച്ചില്ല എന്നത് വ്യക്തമായി. മറിച്ച് ശക്തമായ ഒരു നേതൃത്വം, വികസനം എന്നിവയാണ് ബി ജെ പിക്കു വോട്ടു ചെയ്യാനുള്ള പ്രധാനകാരണം എന്നാണ് വ്യക്തമായത്. സർവ്വേയിൽ ബാലക്കോട്ട് ഒരു പ്രധാന വിഷയമായി ഉയർന്നു വന്നില്ലെങ്കിലും അത് ഒരു വലിയ സ്വാധീനം ആയി എന്നാണ് ഞാൻ മനസ്സിലാക്കുന്നത്. ചിതറിക്കിടക്കുന്ന പ്രതിപക്ഷത്തിന്റെ ദൗർബല്യവും തിരഞ്ഞെടുപ്പ് ഫലനിർണ്ണയത്തിൽ ഒരു പ്രധാന കാര്യമാണ്.

അവസാന എക്സിറ്റ് പോൾ പലതും ബി ജെ പിക്കു വിജയം പ്രവചിച്ചിരുന്നുവെങ്കിലും ആരും തന്നെ ഇത്ര വലിയ ഒരു വിജയം ബി ജെ പി നേടുമെന്ന് പ്രതീക്ഷിച്ചു കാണില്ല. ഇടതുപക്ഷത്തിന്റെ വലിയ രീതിയിലുള്ള തിരഞ്ഞെടുപ്പ് പതനവും ബി ജെ പിയുടെ വിജയത്തിന്റെ ആക്കം കൂട്ടി.

1990 കൾക്ക് ശേഷമുള്ള ഹിന്ദുത്വ രാഷ്ട്രീയത്തിന്റെ വേഗത്തിലുള്ള വളർച്ചയെ താങ്കൾ എങ്ങനെയാണ് നോക്കിക്കാണുന്നത്? ഇതേ സമയത്തു തന്നെയാണ് രാജ്യത്തു നവലിബറൽ നയങ്ങളും ശക്തിപ്പെട്ടത്. നവലിബറൽ നയങ്ങളും ഹിന്ദുത്വത്തിന്റെ വളർച്ചയും തമ്മിൽ ഒരു പൊക്കിൾക്കൊടി ബന്ധം താങ്കൾ വിവക്ഷിക്കുന്നുണ്ടോ?

ആ ബന്ധം വിശദമായ ഗവേഷണങ്ങൾക്ക് പാത്രമാകേണ്ടതാണ്. ഹിന്ദുത്വത്തിന്റെയും നവലിബറലിസത്തിന്റെയും കൊടുക്കൽ വാങ്ങലുകളെ സംബന്ധിച്ച് നിലവിൽ ചില ചിന്തകൾ ഉയർന്നുവന്നിട്ടുണ്ടെങ്കിലും അവ കൂടുതൽ വിശദമായി പഠിക്കേണ്ടതുണ്ട്. നാം എല്ലാവരും തന്നെ ഹിന്ദുത്വത്തിന്റെ വളർച്ചയെ വേണ്ടവിധം ഗൗനിച്ചില്ല എന്നത് ഒരു വസ്തുതയാണ്.

ഞാൻ കരുതിയിരുന്നത് ഇത്തവണ 25 ശതമാനത്തിലധികം വോട്ട് ബി ജെ പി സഖ്യത്തിന് നേടാൻ കഴിയില്ല എന്നാണ്. എന്നാൽ കഴിഞ്ഞ തവണത്തേക്കാൾ 7 ശതമാനം ഉയർച്ചയോടെ 39 ശതമാനം വോട്ടോടു കൂടിയാണ് മോദി വീണ്ടും അധികാരത്തിലേറിയിരിക്കുന്നത്. ഹിന്ദുത്വ

ത്തിനു വലിയ സ്വീകാര്യതയാണ് ഇന്ത്യയിൽ ലഭിച്ചിരിക്കുന്നത് എന്ന വസ്തുത ഇനിയും നമുക്ക് കാണാതിരുന്നുകൂടാ. വളരെ അപകടമേറിയ ഒരു സാഹചര്യമാണിത്. എന്നാൽ പല ഇടതുവൃത്തങ്ങളിലും ഉപയോഗിക്കുന്ന 'ഫാസിസ്റ്റ്' എന്ന പ്രയോഗം ഇന്നത്തെ ഇന്ത്യൻ ഭരണകൂടത്തെ വിശേഷിപ്പിക്കാൻ അനുയോജ്യമല്ലെന്നാണ് ഞാൻ കരുതുന്നത്. അത് വളരെ ലളിതമായ ഒരു യുക്തിയാണ്. ഫാസിസ്റ്റ് പ്രവണതകൾ ഉണ്ടെങ്കിലും നമ്മുടേത് ഒരു ഫാസിസ്റ്റ് ഭരണകൂടമല്ല. ഭരണകൂടത്തെ ഫാസിസ്റ്റ് എന്ന് വിലയിരുത്തി, അതിലൂടെ എല്ലാ പ്രതിപക്ഷ പാർട്ടികളുടെയും കോൺഗ്രസ് അടക്കം ഒരു ഫാസിസ്റ്റ് വിരുദ്ധ മുന്നണി എന്ന വാദം ഉയർത്തുന്നത് അനുയോജ്യമല്ല. കാരണം ഇന്നത്തെ സാഹചര്യത്തിലേക്ക് രാജ്യത്തെ കൂപ്പുകുത്തിക്കുന്നതിൽ കോൺഗ്രസിന്റെ പങ്ക് വളരെ വലുതാണ്. കേവലം സാമ്പത്തികരംഗത്ത് മാത്രമല്ല മതേതരത്വം എന്ന വിലയേറിയ ആശയത്തെ ബലികഴിപ്പിക്കുന്ന കാര്യത്തിലും കോൺഗ്രസ് ബി ജെ പിക്കു മാതൃകയായിട്ടുണ്ട്.

സമകാലിക സാഹചര്യം വളരെ ഗുരുതരമാണ്. ചിലർ ഇത് ഭൂരിപക്ഷവാദം എന്ന നിലയിലാണ് കാണുന്നത്. എന്നാൽ അതിലും എത്രയോ ഗൗരവതരമാണ് കാര്യങ്ങൾ. രാഷ്ട്രീയവിരോധികളാണ് ഇന്ന് ഇന്ത്യയെ ഭരിക്കുന്നത്. ഭയത്തിനെ അടിസ്ഥാനമാക്കി, വലിയ സംഘടനാപ്രവർത്തനത്തിലൂടെ ഭരണകൂടത്തിനെ കൈയാളിയിരിക്കുന്നവർ. മാധ്യമങ്ങളെയും നീതിന്യായ വ്യവസ്ഥയെയും അന്വേഷണ ഏജൻസികളെയും തങ്ങളുടെ രാഷ്ട്രീയലക്ഷ്യങ്ങൾക്കായി ദുരുപയോഗം ചെയ്യാൻ ശ്രമിക്കുകയാണിവർ. എന്നിരുന്നാലും ഇതൊരു ഫാസിസ്റ്റ് ഭരണകൂടമായി മാറിയിട്ടില്ല. അത്തരത്തിൽ ലളിതമായി മനസ്സിലാക്കിയാൽ ഇതിനെതിരെ പോരാടാനുള്ള നമ്മളുടെ വിഭവങ്ങളെ നാം കണ്ടില്ലെന്നു വരും. കൂടാതെ ഈ സാഹചര്യത്തിന് വഴിവച്ച ഘടകങ്ങളുടെ കൃത്യമായ വിശകലനം സാദ്ധ്യമാകാതെയും വരും.

2007-08 ലെ ലോകസാമ്പത്തിക പ്രതിസന്ധിക്കുശേഷം ആഗോളതലത്തിൽ അധികാരത്തിൽ വന്ന വലതുപക്ഷ രാഷ്ട്രീയത്തിന്റെ ഭാഗമായാണ് ഇന്ത്യയിൽ ഹിന്ദുത്വ രാഷ്ട്രീയവും അധികാരത്തിലേറിയത്. എന്നാൽ മറ്റു രാജ്യങ്ങളിലെ വലതുപക്ഷ രാഷ്ട്രീയ പാർട്ടികളിൽ നിന്നും ഇന്ത്യയിലെ ഹിന്ദുത്വ വലതുപക്ഷത്തിനുള്ള സംഘടനാപരമായും ചരിത്രപരമായുമുള്ള പ്രത്യേകതകൾ പലരും എടുത്തു പറഞ്ഞിട്ടുണ്ട്. എങ്ങനെയാണ് താങ്കൾ ഹിന്ദുത്വ വലതുപക്ഷത്തിന്റെ സവിശേഷതകളെ മനസ്സിലാക്കുന്നത്?

തീർച്ചയായും ഇന്ത്യൻ വലതുപക്ഷത്തിനു ചില സവിശേഷതകളുണ്ട്. അതിനു കാരണം ആർ എസ് എസ് എന്ന സംഘടനയാണ്. വളരെ കാലമായി അവർ നടത്തിവരുന്ന പ്രവർത്തനത്തിന്റെ സവിശേഷതയാണത്. ത്രിപുരയുടെ കാര്യം എടുത്തുനോക്കൂ. ത്രിപുരയിലെ ഇടതു സർക്കാർ മികച്ച പ്രവർത്തനമാണ് നടത്തിവന്നത്. എന്നാൽ വളരെ വ്യക്തമായ ഒരു പദ്ധതിയുടെ അടിസ്ഥാനത്തിൽ വളരെയധികം

മുഴുവൻ സമയ ആർ എസ് എസ് പ്രവർത്തകർ അവിടെ തിരഞ്ഞെടുപ്പ് ലക്ഷ്യമാക്കി പ്രവർത്തിക്കുകയും അത് ബി ജെ പിയുടെ തിരഞ്ഞെടുപ്പ് വിജയത്തിന് കാരണമാകുകയും ചെയ്തു. ഇത്തരത്തിലുള്ള സംഘടിത പ്രവർത്തനത്തെ ചെറുത്തുനില്ക്കാനുള്ള രാഷ്ട്രീയ പ്രവർത്തനം പ്രതിപക്ഷ സംഘടനകൾ നടത്തുന്നുണ്ടോ എന്ന കാര്യം വ്യക്തമല്ല. കേരളത്തിലെ ഇടതുപക്ഷം ആർ എസ് എസിനെ ചെറുത്തുനില്ക്കുന്നതിനു സമാനമായ പ്രവർത്തനം മറ്റു പ്രദേശങ്ങളിലും നടക്കേണ്ടതായുണ്ട്. എന്നാൽ ഇന്ന് കേരളത്തിൽ പോലും ഹിന്ദുത്വത്തിനെതിരായുള്ള പ്രതിരോധ പ്രവർത്തനങ്ങളിൽ വിള്ളലുകൾ സംഭവിച്ചുകൊണ്ടിരിക്കുകയാണ്.

സമൂഹ മാധ്യമങ്ങളുടെ സ്വാധീനവും വ്യാജവാർത്തകളും ഏറിവരുന്ന ഈ കാലത്ത് പത്രമാധ്യമങ്ങൾ വലിയ വെല്ലുവിളികൾ നേരിടുന്നുണ്ട്. താങ്കൾ എങ്ങനെയാണ് ഈ വെല്ലുവിളികളെ കാണുന്നത്?

ഈ വിഷയം വളരെ പ്രത്യേകമായി തന്നെ ഞാൻ പഠിക്കാൻ ശ്രമിച്ചിട്ടുണ്ട്. ഇതുമായി ബന്ധപ്പെട്ടു ലണ്ടനിൽ നടന്ന ഒരു കോൺഫറൻസിലും ഞാൻ ഈയിടെ പങ്കെടുക്കുകയുണ്ടായി. ആദ്യമായി, മനഃപൂർവ്വം, ഗൂഢലക്ഷ്യങ്ങളോടെ നിർമ്മിച്ചെടുക്കുന്ന വ്യാജവാർത്തകളും (Disinformation) മനഃപൂർവ്വമല്ലാതെ ഉണ്ടായിവരുന്ന തെറ്റായ വാർത്തകളെയും (Misinformation) നാം വേർതിരിച്ചു മനസ്സിലാക്കേണ്ടതുണ്ട്. വ്യാജവാർത്ത (fake news) എന്ന സംജ്ഞയിലൂടെ മാത്രം നമുക്കീ പ്രശ്നത്തെ വ്യക്തമായി മനസ്സിലാക്കാൻ സാധിക്കില്ല. നാം fake news കളുടെ അപകടത്തെപ്പറ്റി സംസാരിക്കുമ്പോൾ യഥാർത്ഥത്തിൽ സംസാരിക്കുന്നത് Disinformation സൃഷ്ടിക്കുന്ന അപകടത്തെപ്പറ്റിയാണ്. Misinformation എല്ലാകാലത്തും സംഭവിച്ചുകൊണ്ടിരിക്കുകയും അവ നിരന്തരം തിരുത്തപ്പെട്ട് കൊണ്ടിരിക്കുകയും ചെയ്യുന്നു. Misinformation കണ്ടെത്തുവാനും അവ ആവർത്തിക്കാതിരിക്കാനുമുള്ള സംവിധാനങ്ങൾ റീഡർസ് എഡിറ്ററുടെയും മറ്റും രൂപത്തിൽ നമുക്കുണ്ട്. എന്നാൽ Disinformation വളരെ വ്യത്യസ്തവും അപകടകരവുമാണ്. സമൂഹമാധ്യമങ്ങളായ ഫേസ്ബുക്കിലൂടെയും വാട്ട്സ് ആപ്പിലൂടെയുമൊക്കെ Disinformation ഒരു കാട്ടുതീ പോലെ പടരുന്നത് നാം കാണുന്നതാണ്. ഏകദേശം 280 മില്യൺ ഉപഭോക്താക്കളോടെ ലോകത്തു തന്നെ ഏറ്റവും കൂടുതൽ ഫേസ്ബുക് ഉപയോഗം ഇന്ത്യയിലാണ്. 220 മില്യണോളം വാട്സ്ആപ്പ് ഉപഭോക്താക്കളും ഇന്ത്യയിലുണ്ട്. ടിറ്റർ ഉപയോഗം താരതമ്യേന കുറവാണെങ്കിലും Disinformation പരത്തുന്ന കാര്യത്തിൽ ഒട്ടും പിറകിലല്ല. ഇൻസ്റ്റഗ്രാം അതിവേഗത്തിൽ ആണ് ഇവിടെ ജനപ്രീതി നേടുന്നത്. ഇതെല്ലാം കൊണ്ടുതന്നെ Disinformation പടരുവാനുള്ള അനുകൂലമായ ഒരു സാഹചര്യം ഇവിടെ നിലവിലുണ്ട്. Disinformation നെ മനസ്സിലാകുമ്പോഴും അവയുടെ ഉള്ളിലുള്ള വേർതിരിവുകളെ നാം ശ്രദ്ധിക്കേണ്ടതുണ്ട്. വർഗ്ഗീയ സംഘർഷങ്ങൾ പോലുള്ള വലിയ അപകടങ്ങൾ

സൃഷ്ടിക്കാൻ കെല്പപുള്ളവയും അങ്ങനെയല്ലാത്തവയും ഉണ്ട്. സാമൂഹ്യമാധ്യമങ്ങളിലെ disinformation കളെ എങ്ങനെ പ്രതിരോധി ക്കാം എന്നതിനെ സംബന്ധിച്ച് ബ്രിട്ടീഷ് ഗവണ്മെന്റ് ഈയിടെ 'ഓൺലൈൻ അപകടങ്ങൾ' എന്ന പേരിൽ ഒരു ധവള പത്രം പുറ ത്തിറക്കുകയുണ്ടായി. അത്തരം ശ്രമങ്ങൾ ഇവിടെയും ഉണ്ടാകേ ണ്ടതുണ്ട്.

രാഷ്ട്രീയ അധികാരം നേടുന്നതിനുള്ള വലിയ ഒരു ഉപകരണം കൂടി യാണീ സാമൂഹ്യമാധ്യമങ്ങൾ. അമേരിക്കൻ തിരഞ്ഞെടുപ്പിന്റെ ഭാഗമായി മാസിഡോണിയയിൽ ഒരു വ്യാജവാർത്താ നിർമ്മാണ കേന്ദ്രം തന്നെ പ്രവർത്തിക്കുന്നുണ്ട്. അതിലൂടെ ഒരുപാട് പണവും അവർ സമ്പാദിക്കു കയുണ്ടായി. ഇക്കാര്യത്തിൽ കുറ്റകരമായ മൗനമാണ് ഫേസ്ബുക് പുലർ ത്തുന്നത്. അവരുടെ ബിസിനസ് മോഡൽ ഇത്തരം പ്രവൃത്തികൾക്ക് അനുകൂലമായാണ് രൂപപ്പെടുത്തിരിയിക്കുന്നത്. Disinformation നെ നിയന്ത്രിച്ചാൽ അത് അവരുടെ ലാഭത്തിനെ ബാധിക്കും. സമാനമായി അഭിപ്രായസ്വാതന്ത്ര്യത്തെ സംരക്ഷിക്കൽ എന്ന പേരിൽ disinformation കളെ അനിയന്ത്രിതമായി വിട്ടിരിക്കുകയാണ് ഗൂഗിളും ചെയ്യുന്നത്. ഇതി നകം ഒരുപാട് ആൾക്കൂട്ടകൊലപാതകങ്ങൾ തൊട്ട് തിരഞ്ഞെടുപ്പ് ഫല ങ്ങൾക്കു വരെ Disinformation ഇന്ത്യയിൽ ചാലകശക്തിയായിട്ടുണ്ട്. അതുകൊണ്ട് തന്നെ അടിസ്ഥാനപരമായി ഈ സാമൂഹ്യമാധ്യമങ്ങളെ അവരുടെ പ്ലാറ്റ്ഫോമിൽ നടക്കുന്ന കാര്യങ്ങളുടെ ഉത്തരവാദിത്വം ഏറ്റെ ടുക്കാൻ നിർബ്ബന്ധിതരാക്കുക എന്നതാണ് Disinformation അവസാ നിപ്പിക്കാനായി ചെയ്യേണ്ടത്.

എന്നാൽ തങ്ങൾ പ്രസാധകർ അല്ലെന്നും കേവലം പ്ലാറ്റ്ഫോമുകൾ മാത്രമാണെന്നുള്ള വാദത്തിന്റെ അടിസ്ഥാനത്തിൽ തങ്ങളുടെ ഉത്തര വാദിത്വത്തിൽ നിന്നും ഒഴിഞ്ഞുമാറുകയാണ് ഇവർ ചെയ്യുന്നത്. അവർ പ്രസാധകർ അല്ല എന്ന കാര്യം അംഗീകരിക്കാം, എന്നാൽ തങ്ങളുടെ പ്ലാറ്റ്ഫോമിൽ പ്രചരിക്കുന്ന വ്യാജ വിവരങ്ങളുടെ ഉത്തരവാദിത്വത്തിൽ നിന്നും ഒഴിഞ്ഞുമാറാൻ ഈ വാദം പര്യാപ്തമല്ല. ഞാൻ പത്രത്തിൽ ഒരു വ്യാജവാർത്ത പ്രസിദ്ധീകരിക്കുകയാണെങ്കിൽ എനിക്കെതിരെ നിയ മനടപടി സ്വീകരിക്കാൻ സാധിക്കും. എന്നാൽ സാമൂഹ്യമാധ്യമ ഉടമകൾ ക്കെതിരെ അത്തരമൊരു നടപടി സാദ്ധ്യമല്ല. എന്നാൽ വിവാദങ്ങളായ, കൂടുതൽ പ്രചരിക്കുന്ന വ്യാജ വാർത്തകളെ ബിസിനസ് ലാഭത്തിനായി ഇവർ ഒരു തരത്തിൽ പ്രോത്സാഹിപ്പിക്കുന്നുണ്ട് എന്ന വസ്തുത കൂടെ കണക്കിലെടുമ്പോഴാണ് വ്യാജവാർത്തകളുടെ കാര്യത്തിൽ സാമൂഹ്യ മാധ്യമ സ്ഥാപനങ്ങളുടെ ശരിയായ പങ്ക് വെളിപ്പെടുക.

ഇതിനെ ചെറുക്കാനുള്ള മറ്റൊരു വഴി മാധ്യമ സാക്ഷരതയും വിദ്യാ ഭ്യാസവും ശക്തിപ്പെടുത്തുക എന്നതാണ്. ഒരു പാർലമെന്റ് അംഗത്തിന്റെ ഇടപെടലിന്റെ ഫലമായി ഇറ്റലിയിലെ സ്കൂൾ കരിക്കുലത്തിൽ വ്യാജ വാർത്തകളെ തിരിച്ചറിയുന്നതിനു സഹായിക്കുന്ന പാഠഭാഗങ്ങൾ ഉൾ പ്പെടുത്തിയിട്ടുണ്ട്.

വലതുപക്ഷ ശക്തികൾ സമൂഹമാധ്യമങ്ങളിൽ കൂടെ പ്രചരിപ്പിക്കുന്ന വ്യാജ വാർത്തകളെ തടയുന്നതിനെപ്പറ്റിയാണ് നമ്മൾ സംസാരിച്ചത്. എന്നാൽ സിറിയൻ യുദ്ധത്തെയും വെനിസ്വലയേയുമൊക്കെപ്പറ്റി ധാരാളം വ്യാജവാർത്തകൾ മുഖ്യധാരാ മാധ്യമങ്ങളിൽ തന്നെ നിരന്തരം പ്രചരിക്കുന്നുണ്ട് . ഈ വൈരുദ്ധ്യത്തെ എങ്ങനെയാണ് അഭിസംബോധന ചെയ്യുക?

അതൊരു പ്രധാന പ്രശ്നമാണ്. ഇത് ചൂണ്ടിക്കാണിക്കപ്പെട്ടാൽ കേവല അഭിപ്രായസ്വാതന്ത്ര്യത്തെപ്പറ്റിയുള്ള മുറവിളികൾ ഉയരും. ഒരു പരിധിക്കപ്പുറത്ത് വ്യാജവാർത്താ നിർമ്മിതിയിലേർപ്പെടാൻ മുഖ്യധാരാ മാധ്യമങ്ങൾക്കു കഴിയില്ല. കാരണം അത് അവരുടെ വിശ്വാസ്യതയെ ബാധിക്കും. എന്നാൽ വളരെ പരോക്ഷമായി വ്യാജസമ്മതിയുടെ നിർമ്മാണത്തിൽ മാധ്യമങ്ങൾ ഏർപ്പെടുന്നുണ്ട്. ഇതുമായി ബന്ധപ്പെട്ടു നോം ചോംസ്കിയും എഡ്വേർഡ് ഹെർമനും രചിച്ച പ്രബന്ധം ഇന്നത്തെ ഇന്ത്യൻ സാഹചര്യത്തിൽ വളരെ പ്രസക്തമാണ്. എന്നാൽ വളരെ പ്രത്യക്ഷത്തിലുള്ള Disinformation പ്രചരിപ്പിക്കാൻ മുഖ്യധാരാ മാധ്യമങ്ങൾക്കു പരിമിതികളുണ്ട്. പ്രതീക് സിൻഹ ആരംഭിച്ച ആൾട്ട് ന്യൂസ് വ്യാജവാർത്തകളെ തുറന്നു കാണിക്കുന്നതിൽ വഹിക്കുന്ന പങ്ക് ശ്രദ്ധാർഹമാണ്. ഈയിടെ വിഖ്യാത സാമ്പത്തികശാസ്ത്രജ്ഞനായ അമർത്യ സെനിനെതിരെ നളന്ദ സർവ്വകലാശാലയുടെ ചാൻസിലർ പദവിയുമായി ബന്ധപ്പെട്ട് ധാരാളം വ്യാജ വിവരങ്ങൾ പ്രചരിക്കുകയും അതിൽ ദുഃഖിതനായ അദ്ദേഹം എന്നെ ബന്ധപ്പെടുകയുമുണ്ടായി. ഈ വിഷയം ആൾട്ട് ന്യൂസിന്റെ ശ്രദ്ധയിൽ പെടുത്തുകയും അവർ അതിന്റെ നിജസ്ഥിതി പുറത്തു കൊണ്ടുവന്ന് അതുമായി ബന്ധപ്പെട്ട വ്യാജവാർത്തകളെ തുറന്നു കാണിക്കുകയുമുണ്ടായി. ഇന്ന് ലോകത്തു നൂറുകണക്കിന് fact checking സ്ഥാപനങ്ങളുണ്ട്, അവയെല്ലാം തമ്മിൽ ഒരു ശൃംഖല രൂപപ്പെട്ടു വരുന്നുമുണ്ട്. എന്നിരുന്നാലും Disinformation കളുടെ അളവും വ്യാപ്തിയും അനുദിനം വർദ്ധിക്കുകയാണ്. വളരെ എളുപ്പത്തിൽ നമ്മുക്കിതിനെ തടയിടാൻ സാധിക്കുകയില്ല.

അവസാനമായി, ഇടതുപക്ഷ വിദ്യാർത്ഥി പ്രസ്ഥാനത്തിന്റെ ഭാവി ദിശയെ താങ്കൾ എങ്ങനെയാണ് കാണുന്നത്?

അതൊരു വിഷമം പിടിച്ച ചോദ്യമാണ്. ഇപ്പോൾ സഞ്ചരിക്കുന്ന ദിശയിൽതന്നെ കൂടുതൽ മുന്നോട്ടുപോകുകയും കൂടെ മുൻഗണന അടിസ്ഥാനത്തിൽ വിഷയങ്ങളെ ക്രമീകരിച്ചു മുന്നേറ്റത്തെ ശക്തിപ്പെടുത്തുകയും വേണം. വിദ്യാഭ്യാസരംഗത്ത് എത്രയും പെട്ടെന്നു ഏറ്റെടുക്കേണ്ട പ്രധാനപ്രശ്നങ്ങളെ തിരിച്ചറിയണം. ഇന്നത്തെ സാഹചര്യത്തിൽ ഏറ്റവും പ്രധാന വിഷയം കരിക്കുലത്തെയും സ്ഥാപനങ്ങളെയും സംഘടിതമായി കാവിവല്ക്കരിക്കുന്നത് തടയുക എന്നതാണ്. ശാസ്ത്രാവബോധം വളർത്തിയെടുക്കുക എന്നതും വളരെ പ്രാധാന്യമർഹിക്കുന്നതാണ്.

നമുക്കെല്ലാവർക്കുമുള്ള ഒരു ഉണർത്തുവിളിയാണ് ജമ്മു കാശ്മീർ

മുഹമ്മദ് യൂസഫ് തരിഗാമി/നിതീഷ് നാരായണൻ

റെക്കോർഡ് ചെയ്ത അഭിമുഖം എഴുതിയെടുത്തതിനു ശേഷം അത് മുഹമ്മദ് യൂസഫ് തരിഗാമിക്ക് മെയിൽ അയച്ച് കുറേയേറെ ദിവസം ഞാൻ കാത്തിരുന്നു. 2019 സെപ്തംബർ 15 നാണ് ദില്ലിയിലെ ജമ്മു കാശ്മീർ ഹൗസിൽ അദ്ദേഹം താല്ക്കാലികമായി താമസിച്ചിരുന്ന റൂമിൽ വച്ച് ഞങ്ങൾ സംസാരിക്കുന്നത്. കനത്ത സുരക്ഷയിലായിരുന്നു അദ്ദേഹം. റൂമിന് പുറത്ത് ആയുധധാരികളായ പൊലീസുകാരുടെ കാവലുണ്ടായിരുന്നു. ദില്ലി എയിംസിലെ ചികിത്സയ്ക്ക് ശേഷം തന്റെ നാടായ കുൾഗാമിലേക്ക് തിരിക്കുന്നതിനു മുൻപ് കുറച്ചുനാൾ ജമ്മു കാശ്മീർ ഹൗസിൽ വിശ്രമിക്കുകയായിരുന്നു അദ്ദേഹം. ഞങ്ങൾ സംസാരിച്ച് ഏതാനും ദിവസങ്ങൾക്കുള്ളിൽ തന്നെ അദ്ദേഹം കാശ്മീരിലേക്ക് മടങ്ങി. പിന്നീടദ്ദേഹത്തെ ബന്ധപ്പെടാൻ സാധിച്ചത് എത്രയോ ദിവസങ്ങൾക്ക് ശേഷമായിരുന്നു. ഫോൺ കോളുകളും ഇന്റർനെറ്റും ആശയവിനിമയ മാർഗ്ഗങ്ങളുമെല്ലാം വിച്ഛേദിക്കപ്പെട്ട, വിശേഷങ്ങൾ പങ്കുവെക്കപ്പെടാത്ത താഴ്‌വരയായിരുന്നു അദ്ദേഹത്തിന്റെ നാട്.

2019 ആഗസ്ത് മാസം നാലാം തീയതി അർദ്ധരാത്രി മുതൽ വീട്ടു തടങ്കലിലായിരുന്നു ജമ്മു കാശ്മീർ അസംബ്ലിയിൽ നാലുതവണ അംഗമായിരുന്ന കമ്യൂണിസ്റ്റ് നേതാവ് തരിഗാമി. കാശ്മീരിലെ പ്രമുഖരായ എല്ലാ രാഷ്ട്രീയ നേതാക്കളും ആ ദിനം തടവിലാക്കപ്പെട്ടു. ആ നാടിന് പുറംലോകവുമായി ബന്ധപ്പെടാനുള്ള എല്ലാ സാദ്ധ്യതകളും റദ്ദാക്കപ്പെട്ടു. തൊട്ടടുത്ത ദിവസം ജമ്മു കാശ്മീരിന്റെ ഭരണഘടനാപരമായ പ്രത്യേക പദവികൾ റദ്ദ് ചെയ്തുകൊണ്ടും സംസ്ഥാനത്തെ വിഭജിച്ചു കൊണ്ടുമുള്ള ബില്ല് എൻ ഡി എ സർക്കാർ പാർലമെന്റിൽ പാസാക്കി. അക്ഷരാർത്ഥത്തിൽ കാശ്മീർ താഴ്‌വരയാകെ ഒരു തടവുമുറിയായി മാറുകയായിരുന്നു.

ഈ സംഭവങ്ങൾക്ക് ശേഷം ജമ്മു കാശ്മീരിൽ നിന്ന് പുറത്തേക്ക് യാത്ര ചെയ്ത ആദ്യത്തെ രാഷ്ട്രീയ നേതാവായിരുന്നു തരിഗാമി. അദ്ദേഹത്തിന്റെ ചികിത്സയ്ക്കുവേണ്ടി സഖാവ് സീതാറാം യെച്ചൂരി സുപ്രീം കോടതിയിൽ ഫയൽ ചെയ്ത പരാതിയെ തുടർന്ന് എഴുപത്തിരണ്ടുകാരൻ തരിഗാമിക്ക് തന്റെ ചികിത്സയ്ക്കായി ദില്ലിയിലേക്ക് വരാൻ അനുവാദം ലഭിച്ചു. ഭരണഘടനയുടെ 35 എ, 370 ആർട്ടിക്കിളുകൾ റദ്ദ് ചെയ്യപ്പെട്ടതിനു ശേഷം ജമ്മു കാശ്മീരിലെ ജനതയുടെ ശബ്ദം ആദ്യമായി പുറംലോകം കേട്ടത് ഈ കമ്യൂണിസ്റ്റ് പോരാളിയിലൂടെ ആയിരുന്നു. ഒരു അഭിമുഖത്തിനായി അദ്ദേഹം ആദ്യം അനുവാദം നല്കിയത് ഞങ്ങൾക്കായിരുന്നു.

ഇന്ത്യയിൽ കൊളോണിയൽ ഭരണം അവസാനിച്ച വർഷമാണ് കാശ്മീരിലെ ഒരു കർഷക കുടുംബത്തിൽ തരിഗാമിയുടെ ജനനം. കർഷകരുടെ അവകാശങ്ങൾക്കായി പോരാടിക്കൊണ്ടാണ് അദ്ദേഹം രാഷ്ട്രീയത്തിലേക്ക് പ്രവേശിക്കുന്നതും. തന്റെ ഇരുപതാം വയസ്സ് മുതൽ, കഴിഞ്ഞ അഞ്ച് പതിറ്റാണ്ടിനിടയിൽ, നിരവധി തവണ തരിഗാമി തടവിലിടപ്പെട്ടു. 1978 ൽ അവതരിപ്പിക്കപ്പെട്ട ജമ്മു കാശ്മീർ പബ്ലിക് സേഫ്റ്റി ആക്ട് പ്രകാരം ഭരണകൂടം ആദ്യം തടവിലാക്കിയത് തരിഗാമിയെ ആയിരുന്നു. ഭരണകൂടവും തീവ്രവാദ ശക്തികളും ഒരുപോലെ അദ്ദേഹത്തെ നോട്ടമിട്ടു. നിരവധി തവണകളിൽ തരിഗാമി വധശ്രമത്തിൽ നിന്നും നൂലിഴ വ്യത്യാസത്തിൽ രക്ഷപ്പെട്ടു. യാതൊന്നും തന്നെ ജമ്മു കാശ്മീരിലെ ജനാധിപത്യാവകാശങ്ങൾക്കായി പോരാടുന്നതിൽ നിന്നും അദ്ദേഹത്തെ പിന്തിരിപ്പിച്ചില്ല. താഴ്വരയിലെ ജനങ്ങളുടെ അനിഷേധ്യനായ നേതാവായി അദ്ദേഹം ഉയർത്തപ്പെട്ടു. 1996 മുതൽ പിന്നീടിങ്ങോട്ട് കുൽഗാം മണ്ഡലത്തിൽ നിന്നും നിയമസഭയിലേക്ക് തരിഗാമിയെ മാത്രമാണ് ജനങ്ങൾ തിരഞ്ഞെടുത്തത്.

ഭരണഘടന ഉറപ്പു നല്കിയ കാശ്മീരിന്റെ പ്രത്യേക അവകാശങ്ങൾ പൂർണ്ണമായും ഇല്ലാതാക്കപ്പെട്ടതിന്റെ തൊട്ടടുത്ത മാസം മുഹമ്മദ് യൂസഫ് തരിഗാമി നല്കിയ ഈ അഭിമുഖത്തിൽ അദ്ദേഹം പങ്കുവെച്ച കാര്യങ്ങൾ എത്രമാത്രം സത്യമായിരുന്നുവെന്ന് കാശ്മീരിന്റെയും ഇന്ത്യയുടെയും തുടർന്നുള്ള ചരിത്രം വ്യക്തമാക്കുന്നുണ്ട്.

പെട്ടെന്നൊരു ദിവസം ഭരണഘടനയുടെ ആർട്ടിക്കിൾ 370 ഉം 35 എയും അസാധുവാക്കപ്പെട്ടിരിക്കുന്നുവെന്നും ജമ്മു കാശ്മീർ രണ്ട് കേന്ദ്ര ഭരണ പ്രദേശങ്ങളായി വിഭജിക്കപ്പെട്ടിരിക്കുന്നുവെന്നുമുള്ള വാർത്തയിലേക്ക് നമ്മൾ ഉണർന്നെഴുന്നേല്ക്കുകയാണ്. കൂടെ എല്ലാ വാർത്താവിനിമയ സംവിധാനങ്ങളും നിശ്ചലമാക്കപ്പെടുന്നു. ഇത്തരമൊരു സാഹചര്യത്തിലേക്കുള്ള നീക്കത്തെ താങ്കളെങ്ങനെയാണ് ഓർമ്മിച്ചെടുക്കുന്നത്?

ജമ്മു കാശ്മീരിനെ സംബന്ധിച്ചിടത്തോളം കനത്ത തീരുമാനങ്ങളാണ് (2019) ആഗസ്റ്റ് അഞ്ചിന് എടുത്തിരിക്കുന്നത്. അതിന് മുൻപ് തന്നെ ഇന്ത്യാ ഗവണ്മെന്റും ജമ്മു കാശ്മീരിലുണ്ടായിരുന്ന അഡ്മിനിസ്ട്രേഷനും ഇത്തരമൊരു നീക്കത്തിന് പാകമായ അന്തരീക്ഷം സൃഷ്ടി

ച്ചെടുക്കുകയും അപ്പോൾ നടന്നുവരികയായിരുന്ന തീർത്ഥയാത്രകൾക്കു മേൽ ചില നിയന്ത്രണങ്ങൾ കൊണ്ടുവരികയുമൊക്കെ ചെയ്തിരുന്നു. ഞങ്ങൾ പ്രക്ഷുബ്ധമായ ദിവസങ്ങളെ അഭിമുഖീകരിച്ചിട്ടുണ്ട്, അക്രമങ്ങൾ അതിന്റെ ഏറ്റവും ഉയർന്ന അവസ്ഥയിൽ എത്തിയ ഏറ്റവും പ്രയാസകരമായ സമയങ്ങളിലൂടെ ഞങ്ങൾ കടന്നുപോയിട്ടുണ്ട്. പക്ഷേ, ഇതുപോലൊരു സാഹചര്യം മുൻപൊരിക്കലും ഉണ്ടായിരുന്നില്ല. അതുവരെ യാത്രകൾ തടസ്സപ്പെടുത്തുകയോ വിനോദ സഞ്ചാരികളോട് സ്ഥലം വിടാൻ ആവശ്യപ്പെടുകയോ ചെയ്തിട്ടുണ്ടായിരുന്നില്ല. രാജ്യത്തിന്റെ വിവിധ ഭാഗങ്ങളിൽ നിന്നും വന്നുചേർന്ന തൊഴിലാളികൾ ഉണ്ടായിരുന്നു. അവർ നാടുവിടാൻ നിർബ്ബന്ധിക്കപ്പെട്ടു. ഇതെല്ലാം അക്ഷരാർത്ഥത്തിൽ താഴ്വരയിൽ ഭയാനകമായൊരന്തരീക്ഷം സൃഷ്ടിക്കുകയായിരുന്നു.

കാശ്മീർ താഴ്വരയിലേക്കുള്ള യാത്രകളുടെ എണ്ണം വർദ്ധിച്ചത് ചൂണ്ടിക്കാട്ടി മുൻപ് ഇന്ത്യാ ഗവണ്മെന്റും ജമ്മു കാശ്മീരിലെ ഭരണകൂടവും വലിയ അവകാശ വാദങ്ങൾ ഉന്നയിച്ചിരുന്നു. ദില്ലിയിലെ (കേന്ദ്രം)യും ജമ്മു കാശ്മീരിലെയും പുതിയ ഭരണകൂടങ്ങളുടെ ഇടപെടൽ കാരണം കാശ്മീരിലെ അന്തരീക്ഷം മുൻപെങ്ങുമില്ലാത്തവിധം അനുകൂലമായിത്തീർന്നിരിക്കുന്നുവെന്ന് അവർ പ്രഖ്യാപിച്ചിരുന്നു. മുന്നറിയിപ്പുകളെക്കുറിച്ചും കൂടുതൽ സുരക്ഷാ സേനയെ വിന്യസിച്ചതിനെക്കുറിച്ചുമെല്ലാം ഞങ്ങൾ ചോദ്യങ്ങൾ ഉയർത്തിയപ്പോൾ അതെല്ലാം സുരക്ഷാ സേനയെ മാറ്റുന്നതുമായി ബന്ധപ്പെട്ട പതിവ് പ്രക്രിയകൾ മാത്രമാണെന്നായിരുന്നു മറുപടി. സുരക്ഷാപരമായ ആശങ്കകൾ ഉണ്ടെന്നും തീവ്രവാദ ഭീഷണിയുണ്ടെന്നുമൊക്കെ പറഞ്ഞ് യാത്രകൾ ഇടയ്ക്ക് വച്ച് നിർത്തി വെച്ചു. മുൻപൊക്കെ തീവ്രവാദി ആക്രമണങ്ങൾ ഉണ്ടായപ്പോഴും ഒരിക്കലും തീർത്ഥാടനങ്ങൾ തടഞ്ഞിരുന്നില്ല എന്നതാണ് വസ്തുത. അതുകൊണ്ട് തന്നെ ഇത്രമാത്രം വലിയ സുരക്ഷാ ക്രമീകരണങ്ങൾ വിന്യസിച്ചതിനു ശേഷവും, സുരക്ഷിതമായ അന്തരീക്ഷത്തെക്കുറിച്ച് വലിയ അവകാശവാദങ്ങൾ ഉയർത്തിയിട്ടും എന്തുകൊണ്ടാണ് പഹൽഗാമിലെയും ബാലതാനിലെയും ചെറിയ ചില പ്രദേശങ്ങളുടെ സുരക്ഷ ഉറപ്പാക്കാൻ സാധിക്കാത്തത് എന്ന ചോദ്യം അവശേഷിച്ചു.

തുടർന്ന് ആർട്ടിക്കിൾ 35 എ ഇല്ലാതാക്കുന്നതുൾപ്പെടെ എന്തൊക്കെയോ സംഭവിക്കുവാൻ പോകുന്നുവെന്നും ഭാരതീയ ജനതാ പാർട്ടി ദില്ലിയിൽ ധൃതിപിടിച്ച് യോഗങ്ങൾ ചേരുന്നുവെന്നുമൊക്കെയുള്ള സംസാരങ്ങൾ പടരുകയായിരുന്നു. അതെല്ലാം തിരഞ്ഞെടുപ്പുമായി ബന്ധപ്പെട്ടതാണെന്നാണ് അവർ പറഞ്ഞത്. പക്ഷേ, ജനങ്ങളിൽ നിന്ന് എന്തൊക്കെയോ മറച്ചു വെക്കപ്പെടുന്നുണ്ടെന്ന് ഞങ്ങൾ ചിലർ ഗൗരവപൂർവ്വം ചിന്തിക്കാൻ തുടങ്ങി. ആ സാഹചര്യത്തിന്റെ ഏറ്റവും നിർഭാഗ്യകരമായ ഭാഗം എന്താണെന്നുവച്ചാൽ അത് നിലവിലെ ഭരണകൂടത്തിന്റെ പ്രവർത്തനരീതിയായിരുന്നു. ജനങ്ങളെ ആത്മവിശ്വാസത്തിലെടുക്കുന്നതിനു പകരം ഭയം വിതയ്ക്കുകയും നുണകളും കിംവദന്തികളും പ്രചരിപ്പി

ക്കുകയുമാണ് അവരുടെ രീതി. ഇത് യാദൃച്ഛികമാണോ? അല്ല, അത് വളരെ സംഘടിതമായ നീക്കമാണെന്ന് മാത്രമല്ല അതിനു പിറകിൽ വലിയ ചില ഉദ്ദേശ്യങ്ങളുമുണ്ട്. മുൻ മുഖ്യമന്ത്രിമാരായ ഫാറൂഖ് അബ്ദുള്ളയും ഒമർ അബ്ദുള്ളയും അവരുടെ എം പിമാരിൽ ഒരാളും ചേർന്ന് പ്രധാനമന്ത്രിയെ കണ്ടപ്പോൾ ആർട്ടിക്കിൾ 35 എയുമായി ബന്ധപ്പെട്ടതുൾപ്പെടെയുള്ള ചോദ്യങ്ങൾ അവർ ഉന്നയിച്ചിരുന്നു. ഒന്നും സംഭവിക്കില്ലെന്നായിരുന്നു അദ്ദേഹം മറുപടി പറഞ്ഞത്. പാർലമെന്റ് സെഷൻ നടന്നുകൊണ്ടിരിക്കുകയായിരുന്നു. കാശ്മീരിലെ കലുഷിതമായ അന്തരീക്ഷത്തെക്കുറിച്ചും എന്തുകൊണ്ടാണ് ആ വിഷയങ്ങളും ആശങ്കകളും ഏറ്റെടുക്കാൻ പാർലമെന്റിന് സാധിക്കാത്തതെന്നും ഞങ്ങൾ ചോദിച്ചു. രാജ്നാഥ് സിങ് ആഭ്യന്തര മന്ത്രിയായിരുന്നപ്പോൾ ജമ്മുവിലേക്ക് വന്ന് പത്ര സമ്മേളനം വിളിച്ച് പ്രസ്താവിച്ചത്, ജമ്മു കാശ്മീർ പ്രശ്നം പരിഹരിക്കുന്നതിൽ എല്ലാവരും പരാജയപ്പെട്ടിരിക്കുന്നുവെന്നും എന്നാൽ തങ്ങൾ ഉടനടി തന്നെ ഒരു പരിഹാരവുമായി എത്തും എന്നുമായിരുന്നു. തൊട്ടടുത്ത ദിവസം തന്നെ ഞങ്ങൾ പത്രസമ്മേളനം വിളിച്ചു. എഴുപതുവർഷത്തെ പ്രശ്നം തെരുവിലല്ല ചർച്ച ചെയ്യേണ്ടതെന്നായിരുന്നു ഞങ്ങളുടെ നിലപാട്. ഇത് അങ്ങേയറ്റം ഗൗരവമുള്ള വിഷയമാണ്. അദ്ദേഹത്തിന്റെ സമീപനം ഗൗരവത്തോടു കൂടിയതാണെങ്കിൽ എന്തുകൊണ്ടാണ് പിന്നെ പാർലമെന്റിൽ ഒരു ചർച്ചയും നടക്കാത്തത്? രാജ്യത്തെയും ജമ്മു കാശ്മീരിലെ ജനങ്ങളെയും രാഷ്ട്രീയ നേതൃത്വത്തെയും വിശ്വാസത്തിലെടുക്കുക എന്നതായിരുന്നു അവർ കൃത്യമായും ചെയ്യേണ്ടിയിരുന്നത്. അത്തരത്തിലുള്ള ഒന്നിനും മുൻകൈയെടുക്കപ്പെട്ടില്ല.

പാർലമെന്റിൽ ഹാജരായിരിക്കുവാൻ ആവശ്യപ്പെട്ട് ബി ജെ പി അവരുടെ എം പിമാർക്ക് വിപ്പ് നല്കി. അതു തന്നെ കാശ്മീരും അതിന്റെ ഭരണഘടനാപരമായ വ്യവസ്ഥകളുമൊക്കെയായി ബന്ധപ്പെട്ട് എന്തൊക്കെയോ സംഭവിക്കാൻ പോവുകയാണെന്ന തോന്നൽ ഉണ്ടാക്കിയിരുന്നു. അപ്പോൾ പോലും ആരോടും ഒന്നും പറഞ്ഞില്ല. ആ സാഹചര്യത്തിലാണ് ഞങ്ങൾ (2019) ആഗസ്ത് നാലിന് ഫാറൂഖ് അബ്ദുള്ളയുടെ വസതിയിൽ യോഗം ചേരുകയും നിലവിലെ സാഹചര്യത്തെ അസ്വസ്ഥമാക്കുന്ന യാതൊന്നും ചെയ്യരുതെന്നും അങ്ങനെ ചെയ്യുന്ന പക്ഷം അത് നിലവിലെ അരക്ഷിതാവസ്ഥയെ കൂടുതൽ സങ്കീർണ്ണവും പ്രയാസകരവുമാക്കുമെന്നും ഇന്ത്യൻ ഗവണ്മെന്റിന് മുന്നറിയിപ്പ് നല്കി പ്രസ്താവന പുറപ്പെടുവിക്കുകയും ചെയ്തു. യൂണിയനും സംസ്ഥാനങ്ങളും തമ്മിലുള്ള ബന്ധത്തിന്റെ ഏറ്റവും അടിസ്ഥാനമായ ആർട്ടിക്കിൾ 370 ഉം 35 എയും ഉൾപ്പെടെയുള്ള ഭരണഘടനാപരമായ ഉറപ്പുകളെ പരിക്കേല്പിക്കുന്ന ഒന്നും ചെയ്യരുതെന്ന് ഞങ്ങൾ സവിശേഷമായി ആവശ്യപ്പെട്ടിരുന്നു. അന്നേ ദിവസം അർദ്ധ രാത്രിയിൽ ഞങ്ങൾ പലരോടും ഞങ്ങൾ വീട്ടു തടങ്കലിലാണെന്ന് പറഞ്ഞു. ആഗസ്റ്റ് അഞ്ചിന് പാർലമെന്റംഗങ്ങൾക്കിടയിൽ ബില്ലിന്റെ പകർപ്പ് വിതരണം ചെയ്യാതെ സംസ്ഥാനങ്ങളുടെ പുനഃസംഘാടനത്തെക്കുറിച്ചും (ജമ്മു കാശ്മീർ)

സംസ്ഥാനം വിഭജിക്കുന്നതിനെക്കുറിച്ചും ആഭ്യന്തര മന്ത്രി പ്രഖ്യാപനം നടത്തി. നോക്കൂ, പാർലമെന്ററി പ്രവർത്തനങ്ങൾക്ക് ചില നടപടിക്രമങ്ങളുണ്ട്. അതുപോലും അവർ തകിടം മറിച്ചിരിക്കുന്നു. അതിന് കുറച്ച് മണിക്കൂറുകൾക്ക് മുൻപ് വരെ ബി ജെ പിയുടെ മുതിർന്ന നേതാക്കളെ പോലും വിശ്വാസത്തിലെടുത്തിരുന്നുവോ എന്ന കാര്യത്തിൽ എനിക്ക് കാര്യമായ സംശയമുണ്ട്. ഇങ്ങനെയാണ് അക്ഷരാർത്ഥത്തിൽ ഒരു ഭരണഘടനാ അട്ടിമറി സംഘടിപ്പിക്കപ്പെട്ടത്.

നിങ്ങൾ നോക്കൂ, പ്രത്യേക പദവിയെ ചോദ്യം ചെയ്തുകൊണ്ടുള്ള രണ്ട് പരാതികൾ നിലവിൽ തന്നെ സുപ്രീം കോടതിയിൽ തീരുമാനത്തിലെത്താതെ നില്ക്കുകയാണ്. ആർട്ടിക്കിൾ 35 എയെ ചോദ്യം ചെയ്തുകൊണ്ട് ആർ എസ് എസുകാർ ഉൾപ്പെടുന്ന 'വീ ദ സിറ്റിസൺസ്' എന്ന എൻ ജി ഒ പരാതി സമർപ്പിച്ചിട്ടും ഉണ്ട്. കൂടാതെ, മറ്റ് ചില സംഘടനകളും വ്യക്തികളും ആർട്ടിക്കിൾ 370 നെ ചോദ്യം ചെയ്തുകൊണ്ടും. അതൊക്കെ ഒരു തീരുമാനത്തിലെത്താതെ ബഹുമാനപ്പെട്ട സുപ്രീം കോടതിക്കു മുന്നിൽ നില്ക്കുകയാണ്. ഞങ്ങളിൽ പലരും, സി പി ഐ (എം) ഉൾപ്പെടെ, വിഷയത്തിൽ ഞങ്ങളെ കേൾക്കുവാനുള്ള അവകാശത്തിനായി അപേക്ഷ സമർപ്പിച്ചിട്ടുണ്ട്. പക്ഷേ, ബി ജെ പി വളരെ തന്ത്രപൂർവ്വം അവരുടെ സത്യവാങ്മൂലം സമർപ്പിക്കാതെ ഇരുന്നു. ഭരണഘടനാപരമായ വ്യവസ്ഥകൾ ചോദ്യം ചെയ്യപ്പെടുകയും അത് കോടതിയുടെ പരിഗണനയ്ക്ക് വിധേയമാവുകയും ചെയ്യപ്പെടുന്ന സന്ദർഭങ്ങളിലെല്ലാം പൊതുവേ നിലവിലുള്ള ഗവണ്മെന്റ് ഭരണഘടനയിലെ വ്യവസ്ഥകളെ പ്രതിരോധിക്കുകയാണ് ചെയ്യുക. പക്ഷേ, ഇവിടെ അവർ അത് ചെയ്തില്ല. കാര്യഗൗരവത്തോടുകൂടിയ വാദത്തിനായി പോലും അവർ കാത്തു നിന്നില്ല. അവർ ഇന്ത്യൻ സുപ്രീം കോടതിയ്ക്കു പോലും ഒരവസരം നല്കിയില്ല.

കാശ്മീരിന്റെ ഏകീകരണവുമായി ബന്ധപ്പെട്ട് വലിയ അവകാശവാദങ്ങളാണ് ബി ജെ പി ഉയർത്തുന്നത്. അതായത് അവർക്ക് മുന്നേയുണ്ടായിരുന്ന ആർക്കും ചെയ്യാനാകാത്ത കാര്യം ചെയ്യുന്നതിൽ അവർ വിജയിച്ചിരിക്കുന്നുവെന്ന്. ശരിക്കും, ഈ പ്രത്യേക പദവികൾ എടുത്തുമാറ്റുന്നതിലൂടെ ഇപ്പോൾ മാത്രമാണോ ഈ പ്രദേശം ഇന്ത്യയുമായി ഏകീകരിക്കപ്പെടുന്നത്?

നമ്മൾ നിർബ്ബന്ധമായും ജമ്മു കാശ്മീരിന്റെ ചരിത്രത്തിലേക്ക് തിരിച്ചുപോവുകയും എങ്ങനെയാണ് ഇത്തരമൊരു ബന്ധം രൂപപ്പെട്ട് വന്നതെന്ന് കാണുകയും വേണം. സ്വാതന്ത്ര്യത്തിന്റെ സമയത്ത് ജമ്മു കാശ്മീർ പ്രദേശം മഹാരാജ ഹരിസിങ്ങിനു കീഴിലെ വലിയ ഒരു നാട്ടുരാജ്യമായിരുന്നു. ഇന്ത്യയിൽ ചേരാനും പാകിസ്ഥാനിൽ ചേരാനും സ്വതന്ത്രമായി നില്ക്കാനുമുള്ള ഓപ്ഷനുകൾ അദ്ദേഹത്തിന് നല്കിയപ്പോൾ അയാൾ തെരഞ്ഞെടുത്തത് അവസാനത്തെ ഓപ്ഷനായിരുന്നു. അങ്ങേയറ്റം ചൂഷണപരമായ ഫ്യൂഡൽ രാജഭരണത്തിന്റെ താല്പര്യങ്ങളെ സംരക്ഷിക്കുവാൻ വേണ്ടിയായിരുന്നു ഇത്. എന്നിരുന്നാലും ജന്മിത്വ വ്യവ

സ്ഥയുടെ അനുഭവസ്ഥരായ കാശ്മീരിലെ ജനങ്ങൾ ബ്രിട്ടീഷുകാരുടെ രക്ഷാകർത്വത്തിന് കീഴിൽ സ്വതന്ത്രമായി നില്ക്കാനുള്ള ഈ തീരുമാനത്തെ ശക്തമായി എതിർത്തു. അതേ സമയം ബ്രിട്ടീഷുകാരുടെ സഹായത്തോടെ പാക്കിസ്ഥാൻ കാശ്മീരിലേക്ക് സായുധ സംഘത്തിന്റെ അതിക്രമിച്ച് കടക്കൽ സംഘടിപ്പിച്ചു. ഈ കൊള്ളസംഘം പ്രദേശമാകെ ഇരച്ചു കയറി നിരവധി അതിക്രമങ്ങൾ നടത്തി. ഹിന്ദുക്കളും മുസ്ലീങ്ങളും ഉൾപ്പെടെയുള്ള പ്രാദേശിക ജനതയെ കൊള്ളയടിച്ച് ഈ സംഘം ശ്രീ നഗറിന്റെ പ്രാന്തപ്രദേശത്തുവരെയെത്തി. നാഷണൽ കോൺഫറൻസിന്റെ നേതാക്കളായിരുന്നു ജനങ്ങളെ സംഘടിപ്പിക്കുകയും കൊള്ള സംഘത്തിനെതിരെ തിരിച്ചടിക്കുകയും ചെയ്തത്. നൂറുകണക്കിന് കാശ്മീരികളുടെ ജീവൻ നഷ്ടപ്പെടുത്തിയ ത്യാഗഭരിതമായ പോരാട്ടത്തിലൂടെ അവർ ശ്രീനഗറിനെ സംരക്ഷിച്ചു. തുടർന്നാണ് ഹരിസിങ് ഇന്ത്യയോട് സൈനികപരമായ സഹായം അഭ്യർത്ഥിക്കുന്നത്. ഇന്ത്യയോട് ചേരുവാൻ തീരുമാനിച്ചാൽ മാത്രം സാദ്ധ്യമാകുന്ന ഒന്നായിരുന്നു അത്. അത്തരമൊരു സാഹചര്യത്തിൽ, ജനകീയമായ ചെറുത്തുനില്പുകളുടെ സമ്മർദ്ദത്തിന് കീഴടങ്ങിയാണ് കൂട്ടിച്ചേർക്കൽ രേഖയിൽ ഹരിസിങ് ഒപ്പുവെക്കുന്നത്. വാസ്തവത്തിൽ, ജമ്മുകാശ്മീർ ഇന്ത്യയിൽ ലയിക്കുകയായിരുന്നില്ല, അത് ഇന്ത്യയോട് ചേർക്കപ്പെടുകയായിരുന്നു.

ഇതിനെല്ലാം പുറമെ, മഹാരാജ ഹരിസിങ്ങും സംഘവും കാശ്മീരിനെ ഇന്ത്യയുമായി കൂട്ടിച്ചേർക്കുന്ന ഉടമ്പടിയിൽ ഒപ്പിട്ട് സമർപ്പിച്ചതിനൊപ്പം ഏതൊക്കെ വിഷയങ്ങളിലാണ് ഈ കൂടിച്ചേരൽ ബാധകമാവുകയെന്ന് വിശദീകരിച്ച് മറ്റൊരു കത്തും സമർപ്പിച്ചിരുന്നു. മറ്റൊരു നാട്ടുരാജാവും ഇങ്ങനെ ചെയ്തിട്ടുണ്ടായിരുന്നില്ല. ഗവർണ്ണർ ജനറൽ അത് സ്വീകരിക്കുകയും ക്രമസമാധാന സാഹചര്യം മെച്ചപ്പെടുന്ന പക്ഷം പ്രസ്തുത വിഷയം (ഇന്ത്യയോട് ചേരണമോ വേണ്ടയോ എന്നുള്ളത്) ജമ്മു കാശ്മീരിലെ ജനങ്ങളുടെ താല്പര്യത്തിന് വിടുമെന്ന് ഉറപ്പ് നല്കുകയും ചെയ്തു. ഇങ്ങനെയാണ് ബന്ധം രൂപപ്പെടുന്നത്. യൂണിയനും സംസ്ഥാനവും തമ്മിലുള്ള ഒരു സമ്മതപത്രം എന്ന നിലയിലാണ് ഈ ഉടമ്പടി രംഗത്ത് വരുന്നത്. രാജ്യത്തിന്റെ ഭരണഘടനാപരമായ സംവിധാനത്തിനകത്തെ ഈ ഉടമ്പടിയുടെ പ്രതിഫലനമാണ് ആർട്ടിക്കിൾ 370. ഭരണഘടനാ വിദഗ്ദ്ധർ പറയുന്നത് ആർട്ടിക്കിൾ 370 നെ തകർക്കുന്നത് ഈ ഉടമ്പടിയെ നിലനിർത്തുന്ന അടിസ്ഥാന ഘടകത്തിനെ തന്നെ പരിക്ഷേപിക്കുന്നതിന് തുല്യമാണെന്നാണ്.

ബി ജെ പിയുടെ അവകാശവാദം അവർ വിജയകരമായി ജമ്മു കാശ്മീരിനെ ഇന്ത്യയുമായി ഏകീകരിച്ചിരിക്കുന്നു എന്നാണ്.

അവർ വീരവാദം മുഴക്കുന്ന ഈ ഏകീകരണത്തിന്റെ അടിസ്ഥാനം എന്താണ്? നിങ്ങൾ ഏകീകരണത്തെക്കുറിച്ച് സംസാരിക്കുമ്പോൾ, അല്ലെങ്കിൽ ഏകത്വത്തെക്കുറിച്ച്, അതുമല്ലെങ്കിൽ ഏതെങ്കിലും തരത്തിലുള്ള കൂടിച്ചേരലിനെക്കുറിച്ച് ഒക്കെ സംസാരിക്കുമ്പോൾ രണ്ട് ഭാഗത്ത് നിന്നുമുള്ള സന്നദ്ധത അതിൽ ഉണ്ടായിരിക്കണം. അങ്ങനെയ

ല്ലാതൊരു ഏകീകരണം അർത്ഥപൂർണ്ണമല്ലല്ലോ. അവർ എന്തുമായാണ് ഏകീകരിച്ചിരിക്കുന്നത്? ഞങ്ങൾ ജമ്മു കാശ്മീരിനെ ഇന്ത്യയുമായി കൂട്ടി ച്ചേർത്തിട്ടുണ്ട്. ഞങ്ങൾ, ഞങ്ങളുടെ പിതാമഹന്മാർ, ഇന്ത്യൻ ഭര ണഘടനയുടെ പിതാമഹന്മാർ ഒക്കെ ചേർന്ന് കൂടിയാലോചന കളിലൂടെയും ഭരണഘടനാപരമായ ക്രമീകരണങ്ങളിലേക്ക് പ്രവേശിച്ചും ചില ഉറപ്പുകൾ രൂപപ്പെടുത്തിയും ചില ഭരണഘടനാപരമായ സംവിധാനങ്ങൾ സ്ഥാപിച്ചുമൊക്കെ ജമ്മു കാശ്മീരിനെ ഇന്ത്യയോട് ചേർത്ത് വച്ചിട്ടുണ്ട്. ഈയൊരു പരിസരത്താണ് ആ ബന്ധം ഇത്രയും കാലം നിലനിന്നത്. ഇതിന് ഏതൊക്കെ തരത്തിലുള്ള ദ്രവീകരണം സംഭവിച്ചിട്ടുണ്ടോ അതെല്ലാം തന്നെ ഈ ബന്ധത്തെ ദുർബ്ബലമാക്കിയി ട്ടുണ്ടെന്ന അഭിപ്രായമാണ് സി പി ഐ (എം) ന്റേത്. ഞങ്ങൾക്ക് കോൺഗ്രസിനോട് ദേഷ്യമുണ്ടായിരുന്നു. ആ ഉടമ്പടിയുടെ അടിസ്ഥാന ത്തെ ദ്രവീകരിച്ചതിലൂടെ അവർ (കോൺഗ്രസ്) വലിയൊരു വിഭാഗം ജനതയിൽ അന്യതാബോധം സൃഷ്ടിക്കുകയും അത് പിന്നീട് വിഭജനത്തിന്റെ മറുപക്ഷമുള്ളവർക്ക് മുതലെടുക്കുവാനുള്ള മൂല ധനമായി മാറുകയും ചെയ്തു. അവരതിനെ കാശ്മീരിൽ പ്രശ്നങ്ങൾ സൃഷ്ടിക്കുവാനോ സംഘർഷങ്ങളെ ഉത്തേജിപ്പിക്കാനോ ഉള്ള അവ സരമാക്കി മാറ്റി. അതുകൊണ്ട് തന്നെ നിങ്ങൾ ഏകീകരണത്തെക്കുറിച്ച് സംസാരിക്കുമ്പോൾ എന്താണ് ആ ഏകീകരണത്തിന്റെയോ കൂട്ടിച്ചേർ ക്കലിന്റെയോ ഒക്കെ അടിസ്ഥാനം എന്നത് പ്രധാനമാണ്.

മറ്റെല്ലാ സംസ്ഥാനങ്ങളും ഇന്ത്യൻ യൂണിയന്റെ ഭാഗമായത് സൈന്യത്തിന്റെ ഇടപെടലിലൂടെ ആയിരുന്നില്ല. ജനങ്ങളുടെ അഭിലാ ഷവും അവരുടെ പങ്കാളിത്തവും തന്നെയായിരുന്നു അതിന്റെ കാരണം. അതായത് ബലപ്രയോഗത്തിലൂടെ ആയിരുന്നില്ല ഇന്ത്യയുടെ ഐക്യം സാദ്ധ്യമായത്. ഇപ്പോൾ അവർ വീരവാദം മുഴക്കുന്നത് 'കരുത്തനായ ആ മനുഷ്യനാണ്' അത് സാദ്ധ്യമാക്കിയതെന്നും 'ദുർബ്ബല മനുഷ്യന്' അതിന് സാധിച്ചില്ല എന്നുമാണ്. ഏതെങ്കിലും വ്യക്തിയുടെ ആജ്ഞാപരമായ വ്യവസ്ഥയല്ല ഇന്ത്യയെ ഏകോപിപ്പിച്ചത്. നിരവധി യായ സമരങ്ങളിലൂടെയും മുന്നേറ്റങ്ങളിലൂടെയുമാണ് ഇന്ത്യയിലെ ജനങ്ങൾക്കിടയിൽ ഐക്യബോധം വളർന്നുവരുന്നത്.

കാശ്മീരിന്റെ പശ്ചാത്തലം നോക്കുകയാണെങ്കിൽ, കാശ്മീരികൾ പ്രഭുക്കൾക്കെതിരെയും ഏകാധിപത്യ ഭരണത്തിനെതിരെയും ദുർഭരണ ത്തിനെതിരെയുമെല്ലാം നടത്തിയ പോരാട്ടങ്ങൾ കാണാം. അവർ ഹരി സിങ്ങിന്റെ ജന്മി വാഴ്ചക്കെതിരെയും പോരാടിയിട്ടുണ്ട്. ആ സമയത്ത് ഉയർന്നുകേട്ട മുദ്രാവാക്യം 'ക്വിറ്റ് കാശ്മീർ' (കാശ്മീർ വിടുക) എന്ന തായിരുന്നു. ആര് അല്ലെങ്കിൽ എന്ത് കാശ്മീർ വിടണം എന്നാണെന്നറി യുമോ? ഫ്യൂഡൽ രാജഭരണം നാട് വിടണം എന്നാണ് പറഞ്ഞത്. ജന്മിത്വം അവസാനിക്കണം എന്ന്. ഞങ്ങൾക്ക് സ്വയംഭരണം വേണമായിരുന്നു. ഞങ്ങളുടെ ശ്രമഫലമായി ഞങ്ങളുടെ കാര്യങ്ങൾ നോക്കാനും കൈകാര്യം ചെയ്യാനുമുള്ള ഒരവസരം ഞങ്ങൾക്ക് ലഭിക്ക ണമായിരുന്നു. കൃഷിഭൂമി കൃഷിക്കാരന് എന്നതായിരുന്നു ആവശ്യം,

കർഷകരുടെ ഉന്നമനമായിരുന്നു മുഖ്യ പ്രശ്നം. രാജ്യത്തിന്റെ മറ്റ് ഭാഗങ്ങളിൽ ബ്രിട്ടീഷ് ഭരണത്തിൽ നിന്നുള്ള സ്വാതന്ത്ര്യമായിരുന്നു മുദ്രാവാക്യം. അതിന്റെ സമരരൂപം ക്വിറ്റ് ഇന്ത്യാ പ്രസ്ഥാനവും. ഈ രണ്ട് സമരധാരകൾ, ക്വിറ്റ് ഇന്ത്യാ പ്രസ്ഥാനവും ക്വിറ്റ് കാശ്മീർ പ്രസ്ഥാനവും, ആയിരുന്നു രണ്ട് പ്രദേശങ്ങളെയും സംയോജിപ്പിച്ചത്. നമ്മുടെ ഐക്യത്തിന് അടിത്തറ പാകിയത് ആശയപരമായ ഈ സാമ്യതയും സമീപനവുമായിരുന്നു.

അപ്പോൾ അതൊരു പരസ്പര വിശ്വാസത്തിന്റെയും സമാലോചനയുടെയും പ്രക്രിയയാണ്, അല്ലേ?

തീർച്ചയായും. ഇന്ത്യയിൽ, ദില്ലിയിൽ വച്ച് കോൺസ്റ്റിറ്റ്യുവന്റ് അസംബ്ലി സെഷനുകൾ നടക്കുകയായിരുന്നു. ഈ വിഷയവുമായി ബന്ധപ്പെട്ട് നിരവധി ചർച്ചകളും ദീർഘമായ കൂടിയാലോചനകളും ഒക്കെ നടന്നു. നാഷണൽ കോൺഫറൻസിന്റെ മുതിർന്ന നേതാക്കൾ ഇവയുടെ ഭാഗമായിരുന്നു. ആ സമയത്തെ നേതൃത്വമൊന്നാകെ, വല്ലഭായ് പട്ടേലും രാജേന്ദ്ര പ്രസാദും ശ്യാമ പ്രസാദ് മുഖർജീയും ഉൾപ്പെടെ, കാശ്മീരിന് പ്രത്യേക പദവി നല്കുന്നതിനെ അംഗീകരിച്ചു. അങ്ങനെയാണ് ഭരണഘടനയുടെ കരടിൽ ആർട്ടിക്കിൾ 406 എ ഉൾക്കൊള്ളിക്കുന്നതും പിന്നീടത് 370 ആക്കി മാറ്റുന്നതും. ആരാണതിന് രൂപം കൊടുത്തത്? ഇന്ത്യയുടെ ഭരണഘടനാ നിർമ്മാണ സഭ എന്നതാണ് ഉത്തരം. അതെങ്ങനെയാണ് രൂപപ്പെട്ടത്? ഭരണഘടനാ നിർമ്മാണ സഭയിലെ അംഗങ്ങളായിരുന്ന ജമ്മു കാശ്മീരിലെ ജനങ്ങളുടെ പ്രതിനിധികളും വിവിധ വിഭാഗങ്ങളുടെ പ്രതിനിധികളും തമ്മിലുള്ള സന്ധിസംഭാഷണങ്ങളിലൂടെ. ആർക്കൊപ്പമാണ് അവരത് യാഥാർത്ഥ്യമാക്കിയത്? ഇന്ത്യൻ ഭരണഘടനയുടെ പിതാമഹന്മാർക്കൊപ്പം. അവർ നല്ല ആളുകളായിരുന്നോ ചീത്ത മനുഷ്യരായിരുന്നോ എന്ന് എനിക്കറിയില്ല, നിങ്ങൾ അവരെ ഇഷ്ടപ്പെടുന്നുണ്ടോ ഇല്ലയോ എന്നും അറിയില്ല. പക്ഷേ, ഞങ്ങൾ ഒരു കാര്യം വിശ്വസിക്കുന്നുണ്ട്. ആ മനുഷ്യരാണ് ആധുനിക ഇന്ത്യയ്ക്ക് അടിത്തറ പാകിയത് എന്നതാണത്.

പ്രത്യേക പദവി എടുത്തുകളഞ്ഞ തീരുമാനം കാശ്മീരിനെ വികസനത്തിലേക്ക് നയിക്കുമെന്നും അവിടത്തെ യുവാക്കൾക്ക് കൂടുതൽ തൊഴിലും മറ്റവസരങ്ങളും ലഭിക്കുമെന്നതുമാണ് മറ്റൊരു അവകാശവാദം. ഈ വാദത്തിന് ജനങ്ങൾക്കിടയിൽ കാര്യമായ സ്വീകാര്യത ലഭിക്കുന്നുമുണ്ട്. എന്താണ് യാഥാർത്ഥ്യം?

നമുക്കീ രണ്ടിനെയും കൂട്ടിക്കലർത്താനാകില്ല. രാഷ്ട്രീയ അന്തരീക്ഷത്തെയും വികസന വിഷയങ്ങളെയും, അല്ലെങ്കിൽ തൊഴിൽ പ്രശ്നങ്ങളെയും ഇടകലർത്തേണ്ടതില്ല. ഒന്ന് മറ്റൊന്നിന് പകരം വെക്കാനും പാടില്ല. ആത്മാഭിമാനം പ്രധാനപ്പെട്ടതാണ്. സത്യസന്ധമായി പറഞ്ഞാൽ ഇന്ന് ഒരു ശരാശരി കാശ്മീരിക്ക് താൻ അപമാനിക്കപ്പെട്ടതായി തോന്നുകയാണ്. കാര്യങ്ങൾ മാറ്റിയെഴുതപ്പെട്ട രീതിയിൽ ഓരോ കാശ്മീരിയും,

അവർ ഏത് വിശ്വാസപ്രമാണങ്ങൾ ഉള്ളവരാണെങ്കിലും ഏതുതരം ജീവിതം നയിക്കുന്നവരാണെങ്കിലും, അപഹസിക്കപ്പെട്ടിരിക്കുകയാണ്. ജയിലുകളിൽ പോലും തടവുകാർക്ക് ഒരുതരം സഞ്ചാര സ്വാതന്ത്ര്യവും തടവറയുടെ നാല് ചുവരുകൾക്ക് പുറത്തേക്ക് കടക്കുവാനുള്ള തൃഷ്ണയുമൊക്കെയുണ്ട്. ജമ്മു കാശ്മീരിന്റെ സ്ഥിതി അതിനേക്കാൾ ദയനീയമാണ്.

ഇന്ത്യൻ ജനതയുടെ ചരിത്രം നോക്കുക. ഒരു ക്വിറ്റ് ഇന്ത്യാ പ്രസ്ഥാനം ഉണ്ടായിരുന്നു. അത് വികസനപരമായ ഉദ്ദേശ്യങ്ങൾക്ക് വേണ്ടി മാത്രമുള്ളതായിരുന്നില്ല. തീർച്ചയായും വികസനമെന്നത് ജീവിതത്തിന്റെ ഭാഗം തന്നെയാണ്, ഞങ്ങളത് നിഷേധിക്കുന്നില്ല. പക്ഷേ, ക്വിറ്റ് ഇന്ത്യാ പ്രസ്ഥാനത്തിന്റെ ഭാഗമായി സൃഷ്ടിക്കപ്പെട്ടത് തങ്ങളെല്ലാം ഒന്നാണെന്ന തോന്നലും ജീവിതത്തിന്റെ പ്രക്രിയയിൽ തന്നെ ജനങ്ങളുടെ ഇടപെടലിനുള്ള സാദ്ധ്യതയെക്കുറിച്ചുള്ള ബോധവും ഒക്കെയായിരുന്നു. ഒരു മനുഷ്യ ജീവി എന്ന നിലയിൽ സമൂഹത്തിൽ നടക്കുന്ന ഏതൊരു കാര്യത്തിലും നമുക്കെല്ലാം ഭാഗമാകണം. നിങ്ങൾ അപമാനിക്കപ്പെടുകയാണെങ്കിൽ, നിങ്ങൾ അവഗണിക്കപ്പെടുകയാണെങ്കിൽ, ഏതെങ്കിലും തരത്തിലുള്ള വിധേയത്വ മനോഭാവം നിങ്ങളിൽ സൃഷ്ടിക്കപ്പെടുകയാണെങ്കിൽ, പിന്നെ നിങ്ങൾ എന്തൊക്കെ വികസനം നല്കിയാലും അതൊന്നും ആ മനുഷ്യനേറ്റ മുറിവിനെ ഉണക്കില്ല. ഇത് ചരിത്രപരമായൊരു സത്യമാണ്. ഇനി വികസനത്തെയും തൊഴിലിനെയും സംബന്ധിച്ച ചോദ്യങ്ങൾ നോക്കാം. തീർച്ചയായും അവ ജീവിതോപാധികളുമായി ബന്ധപ്പെട്ട ചോദ്യങ്ങളാണ്. അവ ഏത് സാഹചര്യത്തിലും എവിടെയും പ്രസക്തവുമാണ്. എന്നുവച്ചാൽ അത് കാശ്മീരികൾക്ക് മാത്രമായി പ്രസക്തമായ ഒന്നല്ല. അല്ലെങ്കിൽ ഏതെങ്കിലും പ്രത്യേക വിഭാഗത്തിനുമാത്രം പ്രസക്തമായ ഒന്നല്ല. നിലവിലെ പ്രധാനമന്ത്രി മോദിയും അദ്ദേഹത്തിന്റെ പാർട്ടിയായ ബി ജെ പിയും 2014 ലെ തിരഞ്ഞെടുപ്പ് പ്രകടനപത്രികയിൽ വലിയ അവകാശവാദങ്ങൾ ഉന്നയിച്ചിരുന്നു. അതിന്റെ താളുകളിലൂടെ ഒന്ന് കടന്നു പോവുക. അന്നവർ നടത്തിയ പ്രഭാഷണങ്ങളിലൂടെയും ജനങ്ങൾക്ക് നല്കിയ വാഗ്ദാനങ്ങളിലൂടെയും കടന്നുപോവുക. എന്താണവർ പറഞ്ഞത്? 'സബ്കാ സാത്ത്, സബ്കാ വികാസ്' (ഏവർക്കുമൊപ്പം, ഏവരുടെയും വികസനം). ഒന്ന് പരിശോധിച്ച് നോക്കുക, എവിടെയാണ് വികസനമെന്നും എവിടെയാണ് സബ്കാ സാത്ത് എന്നും. അവർ ഇപ്പോൾ ഒളിപ്പിച്ച് വെക്കുന്ന അവരുടെ തന്നെ കണക്കുകൾ നോക്കൂ. ഈ വാഗ്ദാനങ്ങളോരോന്നും എങ്ങനെയെല്ലാം ലഭ്യമാക്കി എന്നതിന്റെ കൃത്യമായ കണക്കുകൾ അവരോട് ആവശ്യപ്പെടൂ. എന്ത് സംഭവിച്ചുവെന്നും ജനങ്ങളോടുള്ള ഈ ചുമതലകൾ എങ്ങനെ നടപ്പിലാക്കി എന്നും അവർ പറയട്ടെ. യഥാർത്ഥ കണക്കുകൾ പുറത്ത് വിടാതിരിക്കാൻ സ്റ്റാറ്റിസ്റ്റിക്കൽ ഇൻസ്റ്റിറ്റ്യൂട്ടുകൾക്കുമേൽ പോലും അവരിപ്പോൾ വലിയ സമ്മർദ്ദം ചെലുത്തുകയാണ്. അത് കേന്ദ്രത്തിൽ നിന്നുള്ള മറ്റൊരു ശ്രമം. പത്തുകോടി തൊഴിലുകൾ എന്ന വാഗ്

ദാനത്തിന് എന്ത് സംഭവിച്ചു? നോട്ട് നിരോധനത്തിന്റെ കാലത്ത് എത്ര ആളുകൾക്കാണ് അവരുടെ ജോലി നഷ്ടപ്പെട്ടത്? ഇതൊക്കെ അവർ പറയട്ടെ. ഞാൻ പറയുന്നതെന്താണെന്നു വച്ചാൽ എന്റെ ആശങ്ക ജമ്മു കാശ്മീരിലെ തൊഴിലവസരങ്ങളെക്കുറിച്ച് മാത്രമല്ല. രാജ്യത്തെ എവിടത്തെയും തൊഴിലവസരങ്ങളുടെ ലഭ്യതയെക്കുറിച്ചും ഞാൻ അത്രമാത്രം തന്നെ ആശങ്കയുള്ളവനാണ്. തൊഴിലില്ലായ്മ അത്രമേൽ രൂക്ഷമായിരിക്കുന്നുവെന്നും കഴിഞ്ഞ നാല്പത്തഞ്ച് വർഷത്തിനിടയിലെ ഏറ്റവും മോശപ്പെട്ട അവസ്ഥയിലേക്ക് കൂപ്പുകുത്തിയിരിക്കുന്നുവെന്നും രേഖകൾ കാണിക്കുന്നുണ്ട്. തങ്ങളുടെ ഭരണത്തിന്റെ ആദ്യത്തെ അഞ്ച് വർഷത്തിനിടയിൽ അവർക്ക് നേടിയെടുക്കാൻ സാധിച്ചത് ഇതാണ്. ഭരണഘടനയുടെ ഏത് ആർട്ടിക്കിൾ ആണ് ഈ രാജ്യത്തെ ജനങ്ങൾക്ക് തൊഴിലും വികസനവും ലഭ്യമാക്കുന്നതിൽ നിന്നും അവരെ തടഞ്ഞത്?

രണ്ടാം തവണ അധികാരത്തിൽ വന്ന് ഒരു മാസത്തിനുള്ളിൽ തന്നെ കാശ്മീരിൽ എന്തോ വലിയ നേട്ടമുണ്ടാക്കിയിരിക്കുന്നുവെന്ന് അവർ അവകാശപ്പെടുകയാണ്. സമ്പൂർണ്ണമായ ഒരു അടിച്ചമർത്തൽ, അതാണ് ആ നേട്ടം. മുൻപ് വിഭജിച്ച് കിടന്നിരുന്ന എല്ലാ രാഷ്ട്രീയ ധാരകളെയും ഇപ്പോൾ നോക്കൂ. ഹുറിയത്ത് മുൻപേ തന്നെ വിഘടനവാദി സംഘടനയായി വിശേഷിപ്പിക്കപ്പെട്ടിരുന്നു. പിന്നെ, മുഖ്യധാരാ രാഷ്ട്രീയ പാർട്ടികൾ ഉണ്ടായിരുന്നു. അവർ ഇന്ത്യാ അനുകൂലികളായും വിളിക്കപ്പെട്ടു. ഇപ്പോൾ അവരെ എല്ലാവരെയും ഒരേ ജയിലിൽ അടച്ചിരിക്കുകയാണ്. ഇതാണ് അവർ വീമ്പ് പറയുന്ന നേട്ടം. നിങ്ങൾ നോക്കൂ, ഇന്നത്തെ ലോകത്ത് നിങ്ങളുടെ എല്ലാ പ്രവർത്തനങ്ങളും വാർത്താവിനിമയ സംവിധാനങ്ങളെക്കൂടി ആശ്രയിച്ചിട്ടുള്ളതാണ്. ഇന്റർനെറ്റും ടെലഫോണും തുടങ്ങി ഓരോ ആശയ വിനിമയ ഉപാധികളും കാശ്മീരിൽ റദ്ദ് ചെയ്യപ്പെട്ടിരിക്കുകയാണ്. ബിസിനസുകൾ നിശ്ചലമായിരിക്കുന്നു. കഴിഞ്ഞ നാല്പത്തിമൂന്ന് ദിവസങ്ങളായി കടകൾ തുറക്കുന്നില്ല, കുട്ടികൾ സ്കൂളിൽ പോകുന്നില്ല, തൊഴിലാളികൾ അവരുടെ ജോലി സ്ഥലങ്ങളിലേക്ക് പോകുന്നില്ല, രോഗികൾക്ക് ഡോക്ടർമാരുമായി ബന്ധപ്പെടാൻ പറ്റുന്നില്ല, കാശ്മീരിന് പുറത്ത് പഠിക്കുന്ന വിദ്യാർത്ഥികൾക്കും ജോലി ചെയ്യാൻ പോയ തൊഴിലാളികൾക്കും അവരുടെ കുടുംബവുമായി ബന്ധപ്പെടാനാകുന്നില്ല, പൊതുഗതാഗതം പ്രവർത്തിക്കുന്നില്ല, ജനജീവിതം മുഴുവൻ മരവിച്ചിരിക്കുന്നു. എന്താണ് നിങ്ങളുടെ വികസനം? കഴിഞ്ഞ എത്രയോ ദശകങ്ങളായി ചെറുതെങ്കിലും എന്തൊക്കെ നേട്ടങ്ങൾ കൈവരിച്ചിരുന്നുവോ അതെല്ലാം അവർ അക്ഷരാർത്ഥത്തിൽ തകർത്ത് തരിപ്പണമാക്കിയിരിക്കുന്നു.

എന്തൊക്കെ ചെയ്തിട്ടുണ്ടോ അതെല്ലാം ജനങ്ങളുടെ വികസനത്തിന് വേണ്ടിയാണെന്നാണ് മോദി പോലും ആവർത്തിച്ച് പറഞ്ഞത്. ആ പ്രദേശത്ത് നടക്കുന്ന എല്ലാ മനുഷ്യാവകാശ ലംഘനങ്ങളും ആ പേരിൽ അദ്ദേഹത്തിന് ന്യായീകരിക്കാനാകും.

ആർക്കു വേണ്ടിയുള്ള വികസനം? ജനങ്ങൾക്ക് വേണ്ടി, അല്ലേ?

പക്ഷേ, ഇവിടെ നിങ്ങളവരെ അടിമകളാക്കുകയാണ്. പുതിയ തൊഴിലുകളെക്കുറിച്ചുള്ള ഒരു റേഡിയോ പ്രഖ്യാപനം ഉണ്ടായിരുന്നുവെന്നാണ് ഇന്ന് ഞാൻ അറിഞ്ഞത്. കാശ്മീരിലെ ഒരു ചെറുപ്പക്കാരന് ഇത് അറിയുവാനുള്ള ഒരു സംവിധാനവുമില്ല. നിങ്ങൾ വികസനത്തെക്കുറിച്ച് സംസാരിക്കുകയാണ്, അപ്പോഴാണ് ജനങ്ങൾ വിവരങ്ങൾ പോലും നിഷേധിക്കപ്പെട്ട് ജീവിക്കുന്നത്. ജനങ്ങളുടെ ജീവിതം ഇങ്ങനെ മരവിച്ചിരിക്കുമ്പോൾ എന്ത് തരം വികസനമാണ് സാദ്ധ്യമാവുക?

നിങ്ങൾ എന്നോട് പറയൂ, ഒരു പ്രദേശത്തെ വികസനമോ അവികസനമോ ആയി ബന്ധപ്പെട്ട് ആർട്ടിക്കിൾ 370 ന് എന്താണ് ചെയ്യാനുള്ളത്? ശരിയാണ്, തുടർച്ചയായ ഗവണ്മെന്റുകൾ ആ പ്രദേശത്തെ ജനങ്ങൾക്ക് വികസനം ലഭ്യമാക്കുന്നതിൽ പരാജയപ്പെട്ടിട്ടുണ്ട്. അവർ പല രീതിയിലും പരാജയപ്പെട്ടിട്ടുണ്ട്, ഭരണനിർവ്വഹണം ഉൾപ്പെടെ. എന്നിരുന്നാലും ബി ജെ പി അവതരിപ്പിക്കുന്ന ഗുജറാത്ത് മോഡലുമായി ജമ്മു കാശ്മീരിന്റെ വികസനത്തെ താരതമ്യം ചെയ്താൽ എങ്ങനെയുണ്ടാകും? രണ്ടിനെയും താരതമ്യത്തിന് വിധേയമാക്കി അവർ കണക്ക് മുന്നോട്ട് വെക്കട്ടെ. ഔദ്യോഗികമായ കണക്ക് പ്രകാരം ജമ്മു കാശ്മീർ അവർ കൊട്ടിഘോഷിക്കുന്ന മോഡലിനേക്കാൾ എത്രയോ മുന്നിലാണെന്ന് നിങ്ങൾക്ക് കാണാനാകും. കാശ്മീരിന്റെ വികസനം പര്യാപ്തമാണെന്നും ഞങ്ങൾ ഒരിക്കലും വികസന വിഷയങ്ങളിൽ സമരം ചെയ്തിട്ടില്ല എന്നുമൊന്നുമല്ല ഞാൻ പറഞ്ഞുവരുന്നത്. പക്ഷേ, അതിന്റെ വഴി നിശ്ചയമായും ഭരണഘടനാപരമായ ഉറപ്പുകളെടുത്തുകളഞ്ഞുകൊണ്ടുള്ളതല്ല.

എങ്ങനെയാണ് ആർട്ടിക്കിൾ 370 വികസനത്തിനൊരു പ്രതിബന്ധമാകുന്നത്? സാർവ്വത്രികമായ വിദ്യാഭ്യാസത്തിനായി ജനങ്ങളിപ്പോഴും പാർലമെന്റിനകത്തും പുറത്ത് തെരുവിലും പോരാടുകയാണ്. എത്രയോ കാലങ്ങൾക്ക് മുൻപ് തന്നെ ഇത് ജമ്മു കാശ്മീരിൽ പ്രാവർത്തികമായിട്ടുണ്ട്. സ്കൂൾ തലം മുതൽ യൂണിവേഴ്സിറ്റി തലം വരെ സാർവ്വത്രികമായ വിദ്യാഭ്യാസ സമ്പ്രദായം ഞങ്ങൾക്കുണ്ട്. ഉത്തർപ്രദേശിൽ ഇത് നടന്നുകഴിഞ്ഞിട്ടില്ല. വാസ്തവത്തിൽ മറ്റ് പല സംസ്ഥാനങ്ങളിലും ഇത് യാഥാർത്ഥ്യമായിട്ടില്ല. കേവലം 10 ശതമാനം വീടുകൾ മാത്രമാണ് ജമ്മു കാശ്മീരിൽ ദാരിദ്ര്യ രേഖയ്ക്ക് താഴെ ജീവിക്കുന്നത്. 22 ശതമാനമെന്ന ദേശീയ ശരാശരിയേക്കാൾ എത്രയോ താഴെയാണത്. ശിശുമരണനിരക്ക് ആയിരത്തിന് 32 എന്ന നിലയിലാണ്. ദേശീയ ശരാശരി ആയിരത്തിന് 42 മരണം എന്നതാണ്. ജമ്മു കാശ്മീരിലെ ജനങ്ങളുടെ ശരാശരി ആയുർദൈർഘ്യം 73 വയസ്സാണ്. ദേശീയ ശരാശരിയോ, 68 മാത്രവും. രാജ്യത്തിന്റെ മറ്റ് ഭാഗങ്ങളിലെ സാഹചര്യങ്ങൾ കൂടുതൽ മോശമാണ്. എന്നാലും താഴ്വരയിലെ യുവാക്കളുടെ അഭിലാഷങ്ങൾ സാദ്ധ്യമാക്കുന്നതിൽ കേന്ദ്രത്തിലെയും സംസ്ഥാനത്തെയും തുടർച്ചയായ ഗവണ്മെന്റുകൾ പരാജയപ്പെട്ടിട്ടുണ്ടെന്നത് സത്യമാണ്. പക്ഷേ, അതിന് ആർട്ടിക്കിൾ 370 മായോ 35 എയുമായോ ഒന്നും ചെയ്യാനില്ല.

വിശാലമായ പശ്ചാത്തലത്തിൽ ഈ സംഭവങ്ങളെ താങ്കളെങ്ങനെയാണ് കാണുന്നത്?

ബ്രിട്ടീഷുകാർക്കെതിരായ ക്വിറ്റ് ഇന്ത്യാ പ്രസ്ഥാനം ഇന്ത്യയിലെ ജനങ്ങളിലേക്ക് പല കാര്യങ്ങളും കൊണ്ടുവന്നിട്ടുണ്ട്. കാശ്മീരിലെ ജനങ്ങൾക്കും അതുകൊണ്ട് പ്രയോജനമുണ്ടായിട്ടുണ്ട്. എന്നിരുന്നാലും മഹാരാജ ഹരിസിങ്ങിനെതിരായ ക്വിറ്റ് കാശ്മീർ പ്രസ്ഥാനത്തിലൂടെയാണ് കാശ്മീരിലെ ജനങ്ങൾ കൂടുതൽ കാര്യങ്ങൾ നേടിയെടുത്തത്. അവ തമ്മിൽ ഉണ്ടായിരുന്ന പലവിധ വ്യത്യസ്തതകൾക്കും പുറമെ രണ്ട് പ്രസ്ഥാനങ്ങളും ഉയർത്തിപ്പിടിച്ചത് പൊതുവായ ചില മൂല്യങ്ങളായിരുന്നു. നമ്മുടെ ഐക്യത്തിന്റെ അടിസ്ഥാനം ആ ജനകീയ പ്രസ്ഥാനങ്ങളിൽ നിന്നും ഉയർന്നുവന്ന പ്രസ്തുത മൂല്യങ്ങളാണ്. നമ്മുടെയെല്ലാം ജീവിതത്തിന്റെ വൈവിദ്ധ്യങ്ങളെ ആഘോഷിച്ചവരാണ് നാം. എണ്ണമറ്റ ഭാഷകളും വംശങ്ങളും വിവിധ മതങ്ങളും സംസ്കാരങ്ങളും ശീലങ്ങളും ഒക്കെ നമ്മുടെ രാജ്യത്തുണ്ട്. അതുകൊണ്ടാണ് നമുക്ക് നാനാത്വത്തിൽ ഏകത്വം എന്ന സങ്കല്പമുള്ളത്. പക്ഷേ, ആർ എസ് എസിന്റെ രേഖകൾ എന്താണ് പറയുന്നത്? അവരെ സംബന്ധിച്ചിടത്തോളം ഒരൊറ്റ ദേശവും ഒരേയൊരു ഭാഷയും മാത്രമേ ഇപ്പോഴുള്ളു. അങ്ങനെയായാൽ ഓരോ പ്രദേശത്തെയും ജനങ്ങളുടെ ജീവനാഡികളായ ഭാഷകൾക്ക് എന്ത് സംഭവിക്കും? അവർ പറയുന്നത് ഒരേയൊരു സ്വത്വം മാത്രമേയുള്ളൂ എന്നാണ്. അതായത് ഹിന്ദു. അപ്പോഴാണ് ഏത് ഹിന്ദുവിനെക്കുറിച്ചാണ് നിങ്ങൾ സംസാരിക്കുന്നത് എന്ന ചോദ്യം വരുന്നത്. അത് ജാതിഹിന്ദുക്കളാണോ ജാതിഭ്രഷ്ടരായ ഹിന്ദുക്കളാണോ? ഹരിയാണി ഹിന്ദുവാണോ തെലുഗു ഹിന്ദുവാണോ? നിങ്ങൾക്ക് എല്ലാത്തിനെയും ഒരൊറ്റ സ്വത്വത്തിലേക്ക് ചുരുക്കാനാകില്ല. ആർ എസ് എസ് ഏകത്വത്തെക്കുറിച്ചാണ് സംസാരിക്കുന്നത്. പക്ഷേ, അവരുടെ ഏകത്വം അതിന്റെ സ്വഭാവത്തിൽ തന്നെ വിഘടനപരമാണ്.

ജിന്ന ദ്വിരാഷ്ട്ര സിദ്ധാന്തം ഉയർത്തിയത് ഞാൻ ഓർമ്മിക്കുകയാണ്. മതത്തിന് രാഷ്ട്രനിർമ്മാണത്തിന്റെ അടിസ്ഥാനമാകാൻ സാധിക്കില്ല എന്നതാണ് ഞങ്ങളുടെ സുശക്തമായ നിലപാട്. ലോകമെമ്പാടും രാജ്യങ്ങൾ തമ്മിലും സമുദായങ്ങൾ തമ്മിലുമൊക്കെ മതത്തിന്റെ പേരിൽ പോരാട്ടങ്ങൾ നടക്കുന്നത് നമുക്ക് കാണാൻ സാധിക്കും. ഒരൊറ്റ ദേശത്തിനും ഒരേയൊരു സ്വത്വത്തിനുമായി വാദിക്കുന്നതിലൂടെ അക്ഷരാർത്ഥത്തിൽ അവർ നിർദ്ദേശിക്കുന്നത് മുസ്ലീം ലീഗ് എന്താണോ നിർദ്ദേശിച്ചത് അത് തന്നെ പിന്തുടരാനാണ്. ഹിന്ദുക്കൾക്കും മുസ്ലീങ്ങൾക്കും ഒന്നിച്ച് ജീവിക്കാനാകില്ലെന്ന്, വ്യത്യസ്ത വംശങ്ങൾക്ക് ഒരുമയോടെ നില്ക്കാൻ പറ്റില്ലെന്ന് അവർ കല്പിക്കുകയാണ്. അവരുടെ പദ്ധതി പ്രകാരം ഹിന്ദി സംസാരിക്കുന്നവർ മാത്രമാണ് രാജ്യത്തിന്റെ ഭാഗം. തെലുഗുവും മലയാളവും ബംഗാളിയും തമിഴും പോലുള്ള വ്യത്യസ്ത ഭാഷകൾ സംസാരിക്കപ്പെടുന്ന മറ്റ് പ്രദേശങ്ങൾക്കൊന്നും ദേശത്തിന്റെ ഭാഗമാകാനാകില്ല. അതുകൊണ്ടാണ് അഖണ്ഡതയെക്കുറിച്ചിട്ടുള്ള അവരുടെ വാദങ്ങൾ വിഘടനപരമാണെന്ന് ഞാൻ അടിവരയിടുന്നത്.

ജമ്മു കാശ്മീരുമായി ബന്ധപ്പെട്ട അവരുടെ എല്ലാ നയങ്ങളും മുദ്രാവാക്യങ്ങളും ഈ പശ്ചാത്തലത്തിലാണ് മനസ്സിലാക്കപ്പെടേണ്ടത്.

എനിക്ക് നിശ്ചയമാണ്, ജനങ്ങളെ ഭിന്നിപ്പിക്കാൻ എന്തെല്ലാം തന്ത്രങ്ങൾ അവർ പ്രയോഗിച്ചാലും ലഡാക്കിലെയും ജമ്മുവിലെയും ജനങ്ങൾ അവയെ പ്രതിരോധിക്കുക തന്നെ ചെയ്യും. ഭൂമിയുമായി ബന്ധപ്പെട്ട അവകാശങ്ങളും തങ്ങളുടെ ജീവിതങ്ങളെ സുരക്ഷിതമാക്കാനുള്ള പ്രത്യേക ഉറപ്പുകളും എടുത്തുകളയുന്നതിൽ അവരും കോപാകുലരായിരിക്കും. ഭാവി അടുത്തുവരികയാണ്, കാലക്രമേണ യഥാർത്ഥ പ്രശ്നങ്ങൾ പുറത്തുവരും. ആവശ്യമുള്ള ഒരേയൊരു കാര്യം എന്താണെന്നു വച്ചാൽ താഴെക്കിടയിലുള്ള ജനങ്ങൾക്ക് അടിസ്ഥാന ആവശ്യങ്ങൾ എത്തിക്കാൻ രാഷ്ട്രീയനേതൃത്വം പ്രാപ്തമായിരിക്കണം. ഐക്യത്തിനു നേരെ ഉയരുന്ന ഭീഷണികൾക്കെതിരെ പോരാടാനും ഭരണവർഗ്ഗത്തിനു നേരെ വെല്ലുവിളിയുയർത്താനും ധൈര്യമുണ്ടായിരിക്കണം.

ഇന്ന് കാശ്മീർ ലക്ഷ്യംവെക്കപ്പെട്ടിട്ടുണ്ടെങ്കിൽ അത് വലിയൊരു അതിക്രമത്തിന്റെ തുടക്കമാണ്. അതുകൊണ്ട് രാജ്യത്തെ ജനങ്ങളോട്, എല്ലാ ജനാധിപത്യ ശക്തികളോടും വിദ്യാർത്ഥി സമൂഹത്തോടുമുള്ള എന്റെ അഭ്യർത്ഥന ഈ സമഗ്രാധിപത്യ വർഗ്ഗീയ ഭരണകൂടത്തെ ഐക്യത്തോടെ ചെറുക്കണമെന്നതാണ്. യുവ തലമുറ ഉച്ചത്തിൽ സംസാരിക്കേണ്ടതുണ്ട്. പരമാവധി ജനങ്ങളിലേക്ക് സത്യം എന്താണെന്ന് എത്തിക്കേണ്ടതുണ്ട്. ഭരണകൂടം തിരക്കഥയെഴുതിയ വ്യാജ പ്രചാരണത്തിൽ അവർ വീണുപോകരുത്.

ജമ്മു കാശ്മീരിന്റെ പ്രത്യേക പദവി റദ്ദ് ചെയ്യുകയെന്നത് സംഘ് പരിവാറിന്റെ ദീർഘകാലമായുള്ള ആവശ്യമാണ്. ശ്യാമ പ്രസാദ് മുഖർജീയുടെ കാലത്ത് തന്നെ അത് ആരംഭിച്ചിട്ടുണ്ട്. അപ്പോൾ ഇത് അവരുടെയൊരു നീണ്ടകാലത്തെ ആവശ്യത്തിന്റെ പൂർത്തീകരണമാണ്.

എന്ന് മുതലാണ് സംഘ് പരിവാർ കാശ്മീരിന്റെ പ്രത്യേക പദവിയെ എതിർക്കാൻ തുടങ്ങിയത്? ഫ്യൂഡൽ രാജഭരണത്തിന്റെ നേതാവ് മഹാരാജ ഹരിസിങ്ങിന് പ്രത്യേക പതാക ഉണ്ടായിരുന്നതിൽ ശ്യാമ പ്രസാദ് മുഖർജീക്ക് യാതൊരു പരാതിയുമുണ്ടായിരുന്നില്ല. മഹാരാജാവിന്റെ പതാകയെ മാറ്റി സംസ്ഥാനത്തിന്റെ പതാക വന്നപ്പോഴാണ് അദ്ദേഹം 'ഏക് നിഷാൻ, ഏക് വിധാൻ' (ഒരൊറ്റ പതാക, ഒരു ഭരണഘടന) എന്ന മുദ്രാവാക്യം ഉയർത്തുന്നത്. ഈ പതാക പ്രതിനിധാനം ചെയ്തത് ഒരു ഭരണഘടനാപരമായ ജനാധിപത്യത്തിനു വേണ്ടിയുള്ള സംസ്ഥാനത്തെ എല്ലാ ജനങ്ങളുടെയും പോരാട്ടങ്ങളെയും അദ്ധ്വാനിക്കുന്ന ബഹുജനങ്ങളുടെയും കർഷകരുടെയും അടിച്ചമർത്തപ്പെട്ടവരുടെയും സമരങ്ങളെയുമാണ്. യഥാർത്ഥത്തിൽ ഈ സമരങ്ങളാണ് ജമ്മു കാശ്മീരിന്റെ ഇന്ത്യയുമായി കൂട്ടിച്ചേർക്കുന്നത്. ഇനി നിങ്ങൾ പറയൂ, ആരാണ് ഈ യോജിപ്പിനെതിരായി നില്ക്കുന്നത്? ചരിത്രപരമായി അത് ആർ എസ് എസ് ആണ്.

ആർട്ടിക്കിൾ 370 ഉം 35 എയും അസാധുവാക്കിയതിനെ തുടർന്ന് ആർ എസ് എസിന്റെയും ബി ജെ പിയുടെയും നേതാക്കൾ നടത്തിയ

പല പ്രചാരണങ്ങളും പ്രസ്താവനകളും താങ്കളുടെ ശ്രദ്ധയിൽ പെട്ടിട്ടുണ്ടാകും. ഇനിമുതൽ കാശ്മീരി പെൺകുട്ടികളെ മറ്റ് സംസ്ഥാനങ്ങളിലെ ചെറുപ്പക്കാർക്ക് കല്യാണം കഴിക്കാനായി കൊണ്ടുപോകാമെന്നാണ് ഹരിയാന മുഖ്യമന്ത്രി മനോഹർ ലാൽ ഖട്ടർ പ്രസ്താവിച്ചത്.

ഇതാണ് സംസ്കാരം. മുൻപ് ആർ എസ് എസ് അവകാശപ്പെട്ടിരുന്നത് അവരൊരു സാംസ്കാരിക സംഘടനയാണെന്നാണ്. എങ്ങനെയാണവർ സംസ്കാര സമ്പന്നരായിരിക്കുന്നതെന്നും എന്താണവരുടെ സംസ്കാരമെന്നും നിങ്ങൾ കാണുക. ഇത്തരം സംസ്കാരത്തോടുകൂടിയ ഒരു സംഘടന അറപ്പുളവാക്കുന്നതാണ്, സ്ത്രീ വിരുദ്ധവും നൃശംസനീയവുമാണ്. അതിനപ്പുറം പ്രതികരിക്കാൻ എനിക്ക് വാക്കുകളില്ല.

സംഘ് പരിവാറും ഗവണ്മെന്റും അഴിച്ചുവിടുന്ന മറ്റൊരു പ്രധാനപ്പെട്ട പ്രചാരണം ഉണ്ട്. ഇനിമുതൽ അവിടെ സംവരണം നടപ്പിലാക്കപ്പെടുമെന്നും ഈ തീരുമാനത്തിലൂടെ സാമൂഹ്യ നീതിയുടെ ചോദ്യത്തെക്കൂടി അഭിസംബോധന ചെയ്തിരിക്കുന്നു എന്നതുമാണ് അത്. ജമ്മു കാശ്മീർ ഇത്രയും കാലം സാമൂഹ്യ നീതിയുമായി ബന്ധപ്പെട്ട വിഷയങ്ങളെ പരിഗണിച്ചിരുന്നില്ലേ?

തങ്ങളുടെ തീരുമാനത്തിന് വിശാലമായ പിന്തുണ നേടിയെടുക്കുവാൻ വേണ്ടി പൂർണ്ണമായും കെട്ടിച്ചമച്ച പ്രചാരണം മാത്രമാണിത്. ഏത് നിയമമാണ് അവിടെ നടപ്പിലാക്കപ്പെടാതിരുന്നതെന്ന് അവരോട് ചോദിക്കൂ. ജമ്മു കാശ്മീരിൽ സംവരണ നയങ്ങൾ ഉണ്ട്. രാജസ്ഥാനിലും മറ്റ് സംസ്ഥാനങ്ങളിലും ഗുജ്ജർ സമുദായം ആദിവാസി പദവിക്കുവേണ്ടി പ്രക്ഷോഭത്തിലാണ്. ജമ്മു കാശ്മീരിൽ എത്രയോ കാലങ്ങൾക്ക് മുൻപ് തന്നെ അവർക്കത് ലഭിച്ചിരുന്നു.

ഉപഭൂഖണ്ഡത്തിന്റെ ചരിത്രത്തിൽ തന്നെ ആദ്യമായി 'കൃഷിഭൂമി കൃഷിക്കാരന്' എന്ന മുദ്രാവാക്യം വിട്ടു വീഴ്ചകളില്ലാതെ നേടിയെടുക്കപ്പെട്ടത് ജമ്മു കാശ്മീരിലാണ്. ആരാണ് ഭൂപരിഷ്കരണത്തിന്റെ ഗുണഭോക്താക്കൾ? ഭൂരിപക്ഷവും പാർശ്വവല്ക്കരിക്കപ്പെട്ടവർ. ഞാൻ അദ്ധ്വാനിക്കുന്ന ജനതയെക്കുറിച്ചാണ് പറയുന്നത്. മറ്റ് സംസ്ഥാനങ്ങളിലെ പട്ടിക ജാതി, പട്ടികവർഗ്ഗ, മറ്റ് പിന്നോക്ക വിഭാഗങ്ങളുടെയൊക്കെ അവസ്ഥ എന്താണ്? സംവരണം നടപ്പിലാക്കുന്ന കാര്യത്തിൽ അവരിത്രമാത്രം പ്രതിജ്ഞാബദ്ധരാണെങ്കിൽ പിന്നെന്തുകൊണ്ടാണ് അവരത് സ്വകാര്യ മേഖലയിൽ നടപ്പിലാക്കാത്തത്? എന്തുകൊണ്ടാണ് ഗവണ്മെന്റ് മേഖലയിൽ പോലും ഒരുപാട് സീറ്റുകൾ ഒഴിഞ്ഞുകിടക്കുന്നത്? തിരഞ്ഞെടുപ്പ് നേട്ടങ്ങൾക്കായി ഹിന്ദുക്കളെ മൊത്തത്തിൽ സംഘടിപ്പിക്കാൻ വേണ്ടിയുള്ള ശ്രമത്തിന്റെ ഭാഗമാണ് അവരുടെ ഈ പ്രചാരണം. ബി ജെ പി ഭരിക്കുന്ന സംസ്ഥാനങ്ങളിൽ ദളിതർ മനുഷ്യരായിപ്പോലും പരിഗണിക്കപ്പെടുന്നില്ല. പ്രതിഭാധനനായ യുവ ഗവേഷകൻ രോഹിത് വെമുലയ്ക്ക് അവരുടെ ഭരണത്തിൻ കീഴിൽ എന്താണ് സംഭവിച്ചതെന്ന് നമുക്കറിയാം. അത്തരം സംഭവങ്ങൾ വളരെ

അപൂർവ്വം മാത്രമാണ് ജമ്മു കാശ്മീരിൽ നടന്നിട്ടുള്ളത്.

ക്രൂരമായി ബലാത്സംഗം ചെയ്യപ്പെട്ട് കൊല്ലപ്പെട്ട എട്ടു വയസ്സുകാരി ആസിഫ ഗുജ്ജർ സമുദായത്തിൽ നിന്നായിരുന്നു. സ്വന്തമായി ഭൂമിയില്ലാത്ത, നാടോടി ട്രൈബ് ആയ ഇന്നാട്ടിലെ ഏറ്റവും പാർശ്വവല്ക്കരിക്കപ്പെട്ട വിഭാഗങ്ങളിൽ ഒന്ന്. ക്രിമിനലുകൾ അവളെ പിടിച്ചുകൊണ്ടുപോയി ഒരു ക്ഷേത്രത്തിൽ തടവിലിട്ട് ബലാത്സംഗം ചെയ്യുകയും കൊല്ലുകയുമായിരുന്നു. ഞങ്ങൾ ഈ സംഭവത്തെക്കുറിച്ചുള്ള ചോദ്യങ്ങൾ നിയമസഭയിൽ ഉന്നയിച്ചപ്പോൾ അത് കെട്ടിച്ചമച്ചതാണെന്നായിരുന്നു ബി ജെ പി പറഞ്ഞത്. ആ ഹീനകൃത്യത്തിൽ പങ്കാളികളായ ക്രിമിനലുകൾക്ക് പിന്തുണയുമായി ബി ജെ പി നേതാക്കൾ രംഗത്തുവന്നു. ഏറ്റവും അപരിഷ്കൃതമായ കുറ്റകൃത്യത്തെപ്പോലും ബി ജെ പി വർഗ്ഗീയവല്ക്കരിച്ചിട്ടുണ്ട്. ഇതാണ് അവർ ചെയ്യുക. ആദ്യം അവർ ജനങ്ങളെ സങ്കുചിതമായ വരകൾ കൊണ്ട് വിഭജിക്കും. അക്കൂട്ടർ അടിച്ചമർത്തപ്പെട്ടവർക്ക് സാമൂഹ്യനീതി കൊണ്ടുവരുമെന്ന് ആരാണ് വിശ്വസിക്കുക?

ആർട്ടിക്കിൾ 370 ഉം 35 എയും അസാധുവാക്കിയതുമായി ബന്ധപ്പെട്ട് കോൺഗ്രസ് പാർട്ടിക്കകത്ത് രണ്ട് നിലപാടുകൾ ഉണ്ട്. ഒരു വിഭാഗം അതിനെ എതിർക്കുമ്പോൾ മറ്റൊരു കൂട്ടർ ആ തീരുമാനത്തെ ശ്ലാഘിക്കുന്നു. ആം ആദ്മി പാർട്ടിയും ടി ഡി പിയും ബി എസ് പിയും എ ഐ എ ഡി എം കെയും ഉൾപ്പെടെ ഏകദേശം എല്ലാ പ്രാദേശിക പാർട്ടികളും ഈ തീരുമാനത്തെ സ്വാഗതം ചെയ്തിട്ടുണ്ട്. എന്തൊക്കെയായിരിക്കും കാരണം?

സാഹചര്യത്തിന്റെ സ്വഭാവം അത്രമേൽ ഗൗരവതരമാണെന്ന് ഞാൻ നിങ്ങളോട് വളരെ സത്യസന്ധമായി പറയുന്നു. വിവിധ സ്ഥാപനങ്ങൾക്ക് മേൽ സമ്മർദ്ദം ചെലുത്തുന്നതിൽ അവർ വിജയിച്ചിട്ടുണ്ട്. രാഷ്ട്രീയ എതിരാളികളെ നിശ്ശബ്ദമാക്കാൻ സി ബി ഐയും എൻ ഐ എയെയും ഇൻകംടാക്സ് ഓഫീസിനെയുമെല്ലാം അവരെങ്ങനെയാണ് ഉപയോഗിക്കുന്നതെന്ന് നമ്മൾ കണ്ടിട്ടുണ്ട്. അവരിൽ പലരും ഭയചകിതരാണ്.

രണ്ടാമതായി, ചില പാർട്ടികൾ രാഷ്ട്രീയമായി തെറ്റായ സമീപനം സ്വീകരിച്ചിട്ടുണ്ട്. ആർട്ടിക്കിൾ 370 ഇല്ലാതാക്കിയതിനെ പിന്തുണയ്ക്കുന്നത് തങ്ങൾക്ക് ജനകീയ പിന്തുണ നേടിത്തരും എന്നവർ കരുതുന്നുണ്ടാകാം. പക്ഷേ, അവർ നിർബ്ബന്ധമായും മനസ്സിലാക്കേണ്ട കാര്യം കേന്ദ്ര ഗവണ്മെന്റിന്റെ ഇപ്പോഴത്തെ നീക്കത്തെ പിന്തുണയ്ക്കുന്നതിലൂടെ അവർ അവരുടെ നിലനില്പിനെ തന്നെയാണ് അപകടത്തിലാക്കുന്നത്. ആം ആദ്മി പാർട്ടി ദില്ലിയിൽ സംസ്ഥാനത്തിന്റെ അവകാശങ്ങളെക്കുറിച്ച് സംസാരിക്കുന്നു. എന്നാൽ ജമ്മു കാശ്മീരിന്റെ അവകാശങ്ങൾ എടുത്തു കളഞ്ഞപ്പോൾ ഉൽക്കണ്ഠയുടെ ഒരു കണികപോലും അതേ ആം ആദ്മി പാർട്ടി പ്രകടിപ്പിച്ചില്ല. 1983 ൽ ശ്രീനഗറിൽ വച്ച് സംസ്ഥാനങ്ങളുടെ ഫെഡറൽ അവകാശങ്ങളെപ്പറ്റി ഒരു കൺവെൻഷൻ നടക്കുകയുണ്ടായി. അതിൽ പ്രമുഖ സംസ്ഥാന

രാഷ്ട്രീയപാർട്ടികൾ എല്ലാം തന്നെ പങ്കെടുക്കുകയും ഫെഡറലിസത്തിനു വേണ്ടിയും ആർട്ടിക്കിൾ 370 നു വേണ്ടിയും നിലപാട് സ്വീകരിക്കുകയുമുണ്ടായി. ടി ഡി പിയുടെ സ്ഥാപകൻ എൻ ടി രാമറാവുവും അതിൽ പങ്കെടുത്തിരുന്നു. എന്നാൽ ഇന്ന് ടി ഡി പി നിലപാടിൽ മലക്കം മറഞ്ഞിരിക്കുകയാണ്. ഇടതുപക്ഷവും ഡി എം കെയും ആർട്ടിക്കിൾ 370 നും ഫെഡറൽ അവകാശങ്ങൾക്കു വേണ്ടിയും ശക്തമായി തന്നെ നിലകൊള്ളുന്നുണ്ട്. എന്നിരുന്നാലും രാഷ്ട്രീയകക്ഷികളിൽ വലിയ വിഭാഗം എതിർവശത്താണ് നിലകൊള്ളുന്നതെന്ന് ഞങ്ങൾ അംഗീകരിക്കുന്നു.

ഈ രാഷ്ട്രീയ പാർട്ടികളെല്ലാം തിരിച്ചറിയേണ്ട ഒരു കാര്യം കാശ്മീർ മാത്രമല്ല അവരുടെ ലക്ഷ്യം എന്നതാണ്. ഫെഡറൽ തത്വങ്ങൾക്കും 'നാനാത്വത്തിൽ ഏകത്വം' എന്ന ആശയത്തിനും മേലുള്ള ആക്രമണമാണ് ഇത്. സംസ്ഥാനങ്ങളുടെ അവകാശങ്ങളെ സംബന്ധിച്ച കാര്യങ്ങളിൽ ഈ നീക്കം ദൂരവ്യാപകമായ പ്രത്യാഘാതങ്ങളുണ്ടാക്കും. ഉടൻ തന്നെ മറ്റു സംസ്ഥാനങ്ങളുടെ ഭരണഘടനാപരമായ അവകാശങ്ങളിലും അവർ കടന്നുകയറും. ഇത് രാജ്യത്തിന്റെ ഏകീകരണമല്ല, മറിച്ച് ശിഥിലീകരണമാണ്. എന്നിരുന്നാലും ഇന്ത്യയിലെ പ്രബുദ്ധരായ ജനങ്ങൾ ഈ നീക്കത്തിന്റെ പിന്നിലെ കുടിലമായ രാഷ്ട്രീയലക്ഷ്യങ്ങൾ ശരിയായി തിരിച്ചറിയും എന്ന് തന്നെയാണ് ഞങ്ങൾ പ്രതീക്ഷിക്കുന്നത്. ഇന്ന് ദൃഢമായ ഒരു നിലപാട് സ്വീകരിക്കാതെയിരിക്കുന്ന ദേശീയ പ്രാദേശിക ബൂർഷ്വാ ജനാധിപത്യ കക്ഷികൾ എല്ലാം തന്നെ കാര്യങ്ങൾ കൈവിട്ടു പോകുന്നതിനു മുൻപ് ഉണർന്നു പ്രവർത്തിക്കേണ്ടതായുണ്ട്. കാശ്മീർ നമുക്കെല്ലാവർക്കുമുള്ള ഒരു ഉണർത്തുവിളിയാണ്.

കാശ്മീരിലെ ഇടതുപക്ഷത്തിന്റെ ചരിത്രത്തെയും സമകാലിക പ്രസക്തിയെയും താങ്കൾ എങ്ങനെയാണ് കാണുന്നത്?

കൊളോണിയൽ കാലഘട്ടം മുതൽ തന്നെ ജമ്മു കാശ്മീരിൽ കമ്യൂണിസ്റ്റുകാരുടെ സജീവ ഇടപെടൽ പ്രകടമായിത്തന്നെ കാണാനാവും. കാശ്മീരിലെ പ്രമുഖ രാഷ്ട്രീയ കക്ഷിയായ നാഷണൽ കോൺഫെറൻസിന്റെ ആശയപ്രയോഗികതലങ്ങളിൽ കാര്യമായ സ്വാധീനം കമ്യൂണിസ്റ്റുകാർ ചെലുത്തിയിട്ടുണ്ട്. അതിനാലാണ് മുസ്ലിം കോൺഫറൻസ് പിന്നീട് നാഷണൽ കോൺഫറൻസ് ആയി രൂപാന്തരപ്പെട്ടത്. 'നയാ കാശ്മീർ' (പുതിയ കാശ്മീർ) എന്ന രേഖയാണ് ആധുനിക ജനാധിപത്യ ഭാരതത്തിൽ ജമ്മു കാശ്മീരിന്റെ സ്ഥാനം നിർണ്ണയിച്ചത്. ഈ രേഖ തയ്യാറാക്കുന്നതിൽ കമ്യൂണിസ്റ്റുകാരും സജീവ പങ്കാളികളായിട്ടുണ്ട്. ശ്രീനഗറിലെ ഹൃദയഭാഗം അറിയപ്പെടുന്നത് 'ലാൽ ചൗക്' എന്നാണ്. ആ പ്രദേശത്ത് കമ്യൂണിസ്റ്റുകാർക്കുണ്ടായ വലിയ സ്വാധീനം മൂലമാണ് ആ പേരുണ്ടായി വന്നത്. പല യാഥാസ്ഥിതികരും പിന്നീട് അത് പുനഃനാമകരണം നടത്താൻ ശ്രമിച്ചെങ്കിലും ശ്രീനഗറിലെ ജനങ്ങൾ അതിന് സമ്മതിച്ചില്ല.

ഏറ്റവും പ്രധാനമായി, ഭൂപരിഷ്കരണം നടത്താൻ നാഷണൽ

കോൺഫെറൻസിനു സാധിച്ചത് കമ്യൂണിസ്റ്റുകാരുടെ സ്വാധീനവും ഇടപെടലും മൂലമാണ്. യാഥാസ്ഥിതികമായിരുന്ന ഒരു സമൂഹത്തെ ശക്തമായ ആശയ പ്രചാരണത്തിലൂടെ ജനാധിപത്യത്തിനും മതേതരത്വത്തിനും അനുകൂലമായി പാകപ്പെടുത്തിയത് കമ്യൂണിസ്റ്റുകാരാണ്. പറഞ്ഞുവരുന്നത് കാശ്മീരിന്റെ പുരോഗമനനേട്ടങ്ങളെല്ലാം കമ്യൂണിസ്റ്റുകാർ നേടിയെടുത്തതാണെന്നല്ല. എന്നാലും വളരെ പ്രസക്തമായ ഒരു പങ്ക് കമ്യൂണിസ്റ്റുകാരുടേതാണ്. താരതമ്യേന ചെറിയ സംഘടനയായിട്ടും മതമൗലികവാദത്തെ ഞങ്ങൾ ശക്തമായി നേരിട്ടു. അതിന്റെ ഭാഗമായി ഞങ്ങളുടെ പ്രവർത്തകർ വ്യാപകമായി ആക്രമിക്കപ്പെടുകയും കൊല്ലപ്പെടുകയും ചെയ്തിട്ടുണ്ട്. ഏറ്റവും പ്രധാനമായി, മാറിമാറി വന്ന ഗവൺമെന്റുകളുടെ ജനദ്രോഹപരമായ നയങ്ങളെ ഞങ്ങൾ തുറന്നു കാട്ടുകയും ശക്തമായി എതിർക്കുകയും ചെയ്തു. ഞങ്ങൾക്ക് മാത്രമായി ഇന്നത്തെ അവസ്ഥയിൽ വലിയ മാറ്റം വരുത്താൻ സാധിക്കില്ല. അതിനാലാണ് ജനാധിപത്യ ശക്തികളുടെ ഒരുമയ്ക്കായി ഞങ്ങൾ നിലകൊള്ളുന്നത്.

താങ്കൾ ഉടൻ തന്നെ കാശ്മീരിലേക്ക് തിരിച്ചു പോകുകയാണ്. ഇന്നത്തെ സാഹചര്യത്തിൽ ഇനി താങ്കളെ എപ്പോഴാണ് ബന്ധപ്പെടാൻ സാധിക്കുക എന്ന് നമുക്കറിയില്ല. കഠിനമായ ദിനങ്ങളാണ് മുന്നിൽ. താങ്കൾ എങ്ങനെയാണ് ഭാവിയെ കാണുന്നത്?

വളരെ ദയനീയമായ സാഹചര്യമാണ് കാശ്മീരിൽ നിലനില്ക്കുന്നത്. എന്റെ ജീവിതത്തിലെ ഏറ്റവും കഠിനമായ ദിനങ്ങൾ. എല്ലാവരുടെയും പിന്തുണ ഞങ്ങൾക്കാവശ്യമാണ്. എസ് എഫ് ഐയും മറ്റു പുരോഗമന പ്രസ്ഥാനങ്ങളും ഞങ്ങളുടെ അവകാശങ്ങൾക്കു വേണ്ടിയുള്ള പോരാട്ടത്തിൽ മുൻപന്തിയിൽ തന്നെയുണ്ട്. കാശ്മീരിന് വെളിയിൽ ജീവിക്കുന്ന കാശ്മീർ വിദ്യാർത്ഥികളുടെ സ്ഥിതി ആലോചിച്ച് ഞങ്ങൾക്ക് ആശങ്കകളുണ്ട്. എല്ലാ ജനാധിപത്യപുരോഗമന കക്ഷികളോടും ഞങ്ങൾക്കൊപ്പം ചേരാനും ഞങ്ങളെ സഹായിക്കാനും ഞങ്ങൾ അഭ്യർത്ഥിക്കുകയാണ്. ഇത് നമ്മൾ ഒന്നിച്ചു നേരിടേണ്ട ഒരു യുദ്ധമാണ്. നമ്മളിത് ഒരുമിച്ച് നേരിടും എന്ന് തന്നെയാണ് ഞങ്ങളുടെ പ്രതീക്ഷ. നമ്മൾ പ്രതിരോധിക്കും. ഈ കെട്ടകാലത്തെ നമ്മൾ മറികടക്കുക തന്നെ ചെയ്യും.

ജനാധിപത്യ അഭിലാഷങ്ങളെ തിരിഞ്ഞു കൊത്തുന്ന പുതിയ വിദ്യാഭ്യാസ നയം

പ്രഭാത് പട്നായ്ക്/നിതീഷ് നാരായണൻ, ദയാൽ പലേരി

പുതിയ വിദ്യാഭ്യാസ നയം (NEP 2020) വ്യാപകമായ ചർച്ചകൾക്ക് വഴിവെച്ചിരിക്കുന്നു. പ്രാഥമിക വിദ്യാഭ്യാസം മുതൽ ഉന്നതവിദ്യാഭ്യാസം വരെ അടിമുടി മാറ്റങ്ങൾക്കാണ് എൻ ഇ പി 2020 ലക്ഷ്യം വെക്കുന്നത്. പാർലമെന്റിൽ ചർച്ച ചെയ്യാതെയും സംസ്ഥാനങ്ങളുടെ സവിശേഷമായ ആവശ്യങ്ങൾ പരിഗണിക്കാതെയും വിദ്യാഭ്യാസ വ്യവസ്ഥയുടെ ഫെഡറൽ സ്വഭാവത്തെ ഉൾക്കൊള്ളാതെയുമാണ് പുതിയ വിദ്യാഭ്യാസ നയം കേന്ദ്ര ക്യാബിനെറ്റ് പാസാക്കിയത് എന്ന ആക്ഷേപം ഉയർന്നുകഴിഞ്ഞു. മാത്രവുമല്ല, കോവിഡ് മഹാമാരിയുടെ കാലത്ത് മോദി സർക്കാർ പാസാക്കിയെടുത്ത നയപരമായ തീരുമാനങ്ങളിൽ ഒന്നുകൂടിയായി എൻ ഇ പി മാറി. പ്രതിസന്ധിയുടെ കാലത്ത് ഒരു ഭരണകൂടത്തിന്റെ പരിഗണനയെന്തായിരിക്കണമെന്ന ചോദ്യങ്ങൾക്ക് കൂടിയാണ് ഒരർത്ഥത്തിൽ ഇവ ഉത്തരം നല്കുന്നത്. ജനാധിപത്യത്തെയും അധികാര ഘടനയെയും വിദ്യാഭ്യാസത്തിന്റെ സാമൂഹികമായ ഉത്തരവാദിത്വത്തെയും മുതലാളിത്ത ലോകക്രമത്തെയും കുറിച്ചെല്ലാമുള്ള ചിന്തകൾ അതിനു ചുറ്റുമുണ്ട്. ഈ പശ്ചാത്തലത്തിൽ ലോകപ്രസിദ്ധ സാമ്പത്തിക ശാസ്ത്രജ്ഞനും മാർക്സിസ്റ്റ് ചിന്തകനും ജെ എൻ യുവിലെ പ്രൊഫസർ എമെറിറ്റസുമായ പ്രഭാത് പട്നായ്ക് സംസാരിക്കുന്നു.

പുതിയ വിദ്യാഭ്യാസ നയത്തെ താങ്കൾ വിശേഷിപ്പിച്ചത് 'പിന്നോട്ടുള്ളൊരു വമ്പിച്ച കുതിച്ചു ചാട്ടം' എന്നാണ്. വിദ്യാഭ്യാസ നയത്തിന്റെ പ്രശ്നങ്ങളിൽ ഒന്നായി ചൂണ്ടിക്കാട്ടിയത് തൊഴിൽ വിദ്യാഭ്യാസത്തിനു മേലുള്ള വലിയ ഊന്നലാണ്. ഈ ഊന്നലിനെ എങ്ങനെയാണ് മനസ്സിലാക്കേണ്ടത്?

പുതിയ വിദ്യാഭ്യാസ നയത്തെ പൊതുവായി വന്ന അഭിപ്രായങ്ങളിൽ നിന്നും വളരെ വ്യത്യസ്തമായിട്ടാണ് ഞാൻ കാണുന്നത്. ഗവൺമെന്റ് സ്വീകരിക്കാൻ തയ്യാറെടുക്കുന്ന ചില നടപടിക്രമങ്ങളും അതിന്റെ പരിമിതിയുമൊക്കെ വച്ചുകൊണ്ടാണ് ജനങ്ങൾ പൊതുവെ ഈ നയത്തെ കണ്ടത്. ഞാൻ പക്ഷേ, അതിനെ മറ്റൊരു തരത്തിൽ കാണുകയാണ്. ഒരു പൊതുവായ സിലബസിന്റെ അടിസ്ഥാനത്തിലുള്ള സാർവ്വത്രിക വിദ്യാഭ്യാസം എന്ന ആശയവും വലിയസംഖ്യം ആളുകൾക്ക് വിദ്യാഭ്യാസം എന്നതുമൊക്കെ ശരിക്കും ഒരു ആധുനികമായ ആശയമാണെന്നാണ് എന്റെ വിശ്വാസം. അതൊരു മുതലാളിത്ത ആശയമാണ്. അങ്ങനെയൊന്ന് മുൻപ് ജന്മിത്വത്തിന്റെ കാലത്ത് ഉണ്ടായിരുന്നില്ല. കാരണം ജന്മിത്വത്തിനു കീഴിൽ വിപണി ഉണ്ടായിരുന്നില്ല. ജനങ്ങൾ ജോലി തേടി അവരുടെ ഗ്രാമങ്ങൾ വിട്ട് നഗരങ്ങളിലേക്ക് പോയിരുന്നില്ല. മുതലാളിത്തം ഒരു തൊഴിൽ വിപണി (ലേബർ മാർക്കറ്റ്) സൃഷ്ടിക്കുന്നുണ്ട്. കൂടാതെ അന്താരാഷ്ട്ര തലത്തിൽ പ്രവർത്തിച്ചു കൊണ്ടിരിക്കുന്ന ഒരു ഭരണനിർവ്വഹണ ഘടനയും അത് സൃഷ്ടിക്കുന്നുണ്ട്. അതുകൊണ്ട് തന്നെ ബുദ്ധിജീവികളടക്കം മുതലാളിത്തത്തിന്റെ താല്പര്യങ്ങൾ നിറവേറ്റാനാവശ്യമായ വലിയ എണ്ണം ആളുകൾക്ക് പൊതുവായ വിദ്യാഭ്യാസം നല്കേണ്ടതിന്റെ ആവശ്യം മുതലാളിത്തത്തിനു കീഴിൽ അനിവാര്യമായും അനുഭവപ്പെടുന്ന ഒന്നാണ്, മുൻപത്തെ ഒരു വ്യവസ്ഥയിലും ഉണ്ടായിട്ടില്ലാത്ത വിധത്തിൽ.

പക്ഷേ, മറ്റൊരർത്ഥത്തിൽ സാർവ്വത്രിക വിദ്യാഭ്യാസം എന്ന ആശയം ഒരു മുതലാളിത്ത ആശയമല്ല. പത്തൊൻപതാം നൂറ്റാണ്ടിൽ മുതലാളിത്തത്തിൽ സാർവ്വത്രിക വിദ്യാഭ്യാസം ഉണ്ടായിരുന്നില്ല. ചാൾസ് ഡിക്കൻസിന്റെയൊക്കെ നോവലുകൾ ഓർക്കുക. നിങ്ങൾക്കതിൽ സ്കൂളിൽ പോകുന്ന പ്രായത്തിലുള്ള കുട്ടികൾ സാമ്പത്തിക പ്രവൃത്തികളിൽ ഉൾപ്പെടെ എല്ലാ വിധ പ്രവൃത്തികളിലും ഇടപെടുന്നതായി കാണാം. സോഷ്യലിസത്തിന്റെ വളർച്ചയുടെയും യൂറോപ്പിൽ സോഷ്യലിസം ഉയർത്തിയ വെല്ലുവിളിയുടെ പശ്ചാത്തലത്തിൽ സോഷ്യൽ ഡെമോക്രസിയുടെ വളർച്ചയുടെയുമൊക്കെ ഒപ്പം ഉയർന്നുവന്ന ആധുനികമായ ആശയമാണ് സാർവ്വത്രിക വിദ്യാഭ്യാസം എന്നത്. അതൊരു ലോകമഹായുദ്ധാനന്തര ആശയമാണ്. ഇന്ത്യയിലത് ഉയർന്നു വന്നത് കൊളോണിയൽ വിരുദ്ധ സമരങ്ങളുടെ ഭാഗമായിട്ടാണ്. അങ്ങനെ ഒരു വശത്ത് നിങ്ങൾക്ക് ഒരു പരിധി വരെയെങ്കിലും വാഗ്ദാനം ചെയ്യപ്പെട്ട സാർവ്വത്രിക വിദ്യാഭ്യാസം. മറുവശത്ത് ഒരു നിശ്ചിത തോത് വിദ്യാഭ്യാസം ആവശ്യമുള്ള മുതലാളിത്തത്തിന് ഇതിൽ നിന്നും പരിമിതമായ എണ്ണം ആളുകളെയും ആവശ്യമാണ്. ആയതിനാൽ തന്നെ, സാർവ്വത്രിക വിദ്യാഭ്യാസം പ്രദാനം ചെയ്യുന്നു എന്ന പ്രതീതി ജനിപ്പിച്ചുകൊണ്ട് തന്നെ വലിയ സംഖ്യം വിദ്യാർഥികളെ എങ്ങനെ മാറ്റി നിർത്താം എന്നതാണ് യഥാർത്ഥ പ്രശ്നം. ഈ വിധമാണ് ഞാൻ പുതിയ

വിദ്യാഭ്യാസ നയത്തെ കാണുന്നത്. പുതിയ വിദ്യാഭ്യാസ നയം എന്താണ് ചെയ്യുന്നത് എന്ന് വച്ചാൽ അന്താരാഷ്ട്ര ധന മൂലധനത്തിനും ആഭ്യന്തര കോർപ്പറേറ്റ് പ്രഭു വർഗ്ഗത്തിനും ആവശ്യമായ തോതിൽ ആളുകൾക്ക് വിദ്യാഭ്യാസം നല്കുന്നുവെന്നതാണ്. ഭരണകൂട സംവിധാനങ്ങളിലും സർവ്വകലാശാലകളിലും ജോലി ചെയ്യുന്നവരും കോർപ്പറേറ്റ് മേഖലയിലെ എക്സിക്യൂട്ടീവ് സ്ഥാനങ്ങളിൽ ഇരിക്കുന്നവരും ഒക്കെ അടിസ്ഥാനപരമായി ഈ ആളുകളാണ്. മുതലാളിത്തത്തിന്റെ ആവശ്യത്തിനായി വിദ്യാഭ്യാസം നല്കപ്പെടേണ്ടതായുള്ള ആളുകളാണിത്.

മറുവശത്ത്, ഒരു വലിയ ജനവിഭാഗത്തെ സംബന്ധിച്ചിടത്തോളം, വിദ്യാഭ്യാസം സാർവ്വത്രികവല്ക്കരിക്കപ്പെടുന്നു എന്ന മട്ടിൽ നിങ്ങൾക്ക് ഒരുതരം മതിപ്പ് ഉണ്ടായിരിക്കേണ്ടിവരുമ്പോൾ തന്നെ, വാസ്തവത്തിൽ, അവരിൽ പലരും തൊഴിൽവല്ക്കരണത്തിലൂടെ വിദ്യാഭ്യാസ മേഖലകളിൽ നിന്ന് പുറത്തുപോകുന്നുവെന്ന് ഉറപ്പാക്കുക. അതേ സമയം, നിങ്ങൾക്കറിയാവുന്ന പോലെ അടിസ്ഥാനപരമായി അവർ ലഭ്യമായ കുറച്ച് ജോലികൾക്കായി മത്സരിക്കുന്നു. അമ്പത് ജോലികളും നൂറ് അപേക്ഷകരും ഉണ്ടെങ്കിൽ, നൂറ് അപേക്ഷകർക്കിടയിൽ നിങ്ങൾ ഈ ജോലികൾ വീതിച്ച് നല്കുന്നു. അങ്ങനെ ബൂർഷ്വാ ഭരണകൂടത്തിന്റെയും മുതലാളിത്തതിന്റെയും ആവശ്യത്തിനനുസരിച്ച വിദ്യാഭ്യാസം നല്കപ്പെടുന്ന വിഭാഗം ഒരു വശത്തും വീതം വച്ച് നല്കപ്പെട്ട തുച്ഛമായ എണ്ണം ജോലികൾക്കായി മത്സരിക്കേണ്ടിവരുന്ന തൊഴിൽ വിദ്യാഭ്യാസം നല്കപ്പെട്ട വിഭാഗം മറ്റൊരു വശത്തും ഉണ്ടാകുന്നു. ഇത്തരത്തിലൊരു ദ്വന്ദ്വ രീതിയാണ് പുതിയ വിദ്യാഭ്യാസ നയം വികസിപ്പിച്ചെടുക്കുമെന്ന് വാഗ്ദാനം ചെയ്യുന്നത്. ഒരർത്ഥത്തിൽ, ഇതിന്റെയൊരു വികാസം കുറച്ച് കാലമായി നടന്നുവരികയാണ്. എന്നാൽ പുതിയ വിദ്യാഭ്യാസ നയം ഇത് വളരെ സ്പഷ്ടമാക്കുന്നു. അതുകൊണ്ടാണ് തൊഴിൽ വിദ്യാഭ്യാസത്തിനു മേലുള്ള ഈ മൊത്തത്തിലുള്ള ഊന്നലും മറ്റും.

എല്ലാവരും വോട്ട് ചെയ്യുകയും ഗവണ്മെന്റ് തിരഞ്ഞെടുക്കപ്പെടുകയുമൊക്കെ ചെയ്യുന്ന ഒരു ജനാധിപത്യത്തിൽ ജനങ്ങൾക്ക് അവർക്ക് ചുറ്റും നടക്കുന്ന കാര്യങ്ങളെക്കുറിച്ച് ബോദ്ധ്യമുണ്ടായിരിക്കണം. അതുകൊണ്ടുതന്നെ, ഒരളവുവരെ എല്ലാ പൗരന്മാർക്കും പൊതുവായ വിദ്യാഭ്യാസം ലഭിക്കേണ്ടത് ജനാധിപത്യത്തിന്റെ ആവശ്യമാണ്. ഒരു പരിധി വരെയെങ്കിലുമുള്ള പൊതുവായ വിദ്യാഭ്യാസം നല്കാതെ നിങ്ങൾ ആളുകളെ തൊഴിൽ ധാരയിലേക്ക് മാറ്റി വിടുകയാണെങ്കിൽ നിങ്ങൾ ജനാധിപത്യ സമൂഹത്തിനു വേണ്ടിയുള്ള പൗരന്മാരെ സൃഷ്ടിക്കുകയല്ല എന്നർത്ഥം. ഇതാണ് പുതിയ വിദ്യാഭ്യാസ നയം ചെയ്യുന്നത്.

ഇന്ത്യയിലെ ഏറ്റവും വലിയ സ്വകാര്യ സ്കൂൾ ശൃംഖല ആർ എസ് എസിന്റെ സേവാഭാരതിയുടെ ഉടമസ്ഥതയിലാണ്. ഇവയാണെങ്കിൽ സ്കൂൾ വിദ്യാഭ്യാസത്തിന്റെ കാവിവല്ക്കരണം ലക്ഷ്യമിട്ടുകൊണ്ടുള്ള

സ്ഥാപനങ്ങളുമാണ്. പുതിയ വിദ്യാഭ്യാസ നയം സന്നദ്ധ സംഘടന കളുടെ പങ്കാളിത്തം പ്രോത്സാഹിപ്പിക്കുന്നുവെന്ന പേരിൽ ഇത്തരം വിദ്യാലയ ശൃംഖലകൾക്ക് സാധുത നല്കുകയാണ്. കൂടാതെ, ആർ എസ് എസുമായി ബന്ധപ്പെട്ട സംഘടനകൾ അവരുടെ ആവശ്യങ്ങളിൽ 60 ശതമാനവും ഉൾക്കൊള്ളപ്പെട്ടുവെന്ന് ഈ നയത്തെക്കുറിച്ച് അഭി പ്രായപ്പെടുകയും ചെയ്തിട്ടുണ്ട്. വിദ്യാഭ്യാസത്തെ കാവിവല്ക്കരി ക്കാനുള്ള പുതിയ വിദ്യാഭ്യാസ നയത്തിന്റെ ഈ ശ്രമത്തെ താങ്കളെ ങ്ങനെയാണ് നിർവ്വചിക്കുന്നത്?

നിങ്ങൾ പറഞ്ഞത് പരിപൂർണ്ണമായും ശരിയാണ്. പുതിയ വിദ്യാ ഭ്യാസ നയം ഒരു കൈയിൽ നവഉദാരമുതലാളിത്ത അജണ്ടയും മറു കൈയിൽ ഹിന്ദുത്വ അജണ്ടയും മുന്നോട്ട് കൊണ്ടുപോകുന്നു. ഈ രണ്ട് അജണ്ടകളും തമ്മിൽ യാതൊരു വിധത്തിലുള്ള സംഘർഷങ്ങളുമില്ല. കാരണം, ഈ രണ്ട് പദ്ധതികളും സൃഷ്ടിക്കാനുദ്ദേശിക്കുന്ന ആളുകളുടെ കൂട്ടം ഒരേ തരത്തിലുള്ളതാണ്. ചോദ്യങ്ങൾ ഉയർത്താത്ത, എന്തൊക്കെ യാണോ തങ്ങൾക്ക് ലഭിച്ചിരിക്കുന്നത് അതിനോട് വിധേയപ്പെടുന്ന, ചെറുത്തു നില്ക്കുകയും സമരം ചെയ്യുകയും ചെയ്യാത്ത, സ്വതന്ത്രമായ നിലപാടുകൾ ഇല്ലാത്ത ആളുകളുടെ കൂട്ടം. ശരിക്കും മുതലാളിത്തതിനു വിനീതവിധേയരായ സേവകരെ സൃഷ്ടിക്കുകയെന്നതാണ് അതിനു വേണ്ടത്. നവ ഉദാരവല്ക്കരണത്തിന്റെ കാലഘട്ടത്തിൽ മുതലാളിത്ത ത്തിനോട് വിധേയരായ ദാസന്മാരെ ഉണ്ടാക്കിയെടുക്കുന്ന പ്രവണതയെ ദൃഢീകരിക്കുകയാണ് ഹിന്ദുത്വം ചെയ്യുന്നത്. അതുകൊണ്ട് ഈ രണ്ട് അജണ്ടകളും വളരെ യോജിപ്പോടെ മുന്നോട്ട് പോകും.

ഈ തരത്തിൽ നോക്കൂ, വിദ്യാഭ്യാസത്തിന്റെ ലക്ഷ്യം എന്തായിരി ക്കണം? അത് മെച്ചപ്പെട്ട ഒരു സമൂഹത്തെ നിർമ്മിച്ചെടുക്കലായിരിക്കണം. അതിനെ സംബന്ധിച്ച് ഒരു സംശയവുമുണ്ടാകേണ്ട കാര്യമില്ല. മെച്ചപ്പെട്ട ഒരു സമൂഹം വാർത്തെടുക്കണമെങ്കിൽ നിങ്ങൾ നിലനില്ക്കു ന്ന സമൂഹത്തിൽ അസംതൃപ്തരായിരിക്കണം. നിലവിലുള്ള സമൂഹമാണ് നിങ്ങൾക്ക് ലഭിക്കാവുന്നതിൽ ഏറ്റവും മികച്ചതെന്ന് നിങ്ങൾക്ക് തോന്നുകയാണെങ്കിൽ മെച്ചപ്പെട്ട മറ്റൊരു സമൂഹം കെട്ടിപ്പടുക്കുന്നതിൽ കാര്യമില്ല. അതുകൊണ്ട് തന്നെ കൂടുതൽ മികച്ച ഒരു സമൂഹത്തെ നിർമ്മിക്കണമെങ്കിൽ നിലനില്ക്കുന്ന സമൂഹത്തോട് വിമർശനാത്മകമായ ഒരു പരിപ്രേക്ഷ്യം നിങ്ങൾ വികസിപ്പിച്ചെടുക്കണം. ഉദാഹരണത്തിന്, ജാതിക്കെതിരെ, തൊട്ടുകൂടായ്മക്കെതിരെ, ദളിതർക്കും ന്യൂനപക്ഷങ്ങൾക്കും സ്ത്രീകൾക്കും ദരിദ്രർക്കുമെല്ലാം നേരെ നടക്കുന്ന അടിച്ചമർത്തലിനെതിരെ ഒക്കെ.

അതുകൊണ്ട് തന്നെ മെച്ചപ്പെട്ടൊരു സമൂഹത്തിന്റെ നിർമ്മിതിക്കാ യി നിലവിലെ സമൂഹത്തോട് രോഷം കൊള്ളുന്ന വിധം ചോദ്യം ചെയ്യുകയും വിമർശനാത്മക ബോധം കാത്തുസൂക്ഷിക്കുകയും ചെയ്യുന്ന വിദ്യാർത്ഥികളെ സൃഷ്ടിക്കുകയെന്നതാണ് വിദ്യാഭ്യാസത്തിന്റെ

ആത്യന്തികമായ ലക്ഷ്യം. എന്നാൽ നിങ്ങൾ പുതിയ വിദ്യാഭ്യാസ നയത്തിലെമ്പാടുമുള്ള ഊന്നൽ നോക്കുക. യാഥാസ്ഥിതികത്വം (conformism) ഉല്പാദിപ്പിക്കുകയെന്നതാണ് ലക്ഷ്യം. അവരുപയോഗിച്ചിരിക്കുന്ന വാക്കുകളിൽ ഒന്ന് 'നിഷ്കാമ കർമ്മ' (പ്രതിഫലം ഇച്ഛിക്കാതെയുള്ള പ്രവൃത്തി) എന്നതാണ്. നിഷ്കാമ കർമ്മയിൽ വിശ്വസിക്കുകയാണെങ്കിൽ നിങ്ങൾക്കെങ്ങനെ വർഗ്ഗ സമരം സാദ്ധ്യമാവും? അതുപോലെ, ഊന്നൽ മുഴുവൻ മൗലിക ഉത്തരവാദിത്വങ്ങളിൽ ആണ്, പൗരന്മാരുടെ മൗലികാവകാശങ്ങളിൽ അല്ല. ഇന്ത്യനായിരിക്കുന്നതിൽ അഭിമാനം കൊള്ളുകയെന്നതാണ് അവർ പറയുന്നത്. ഈ സമൂഹത്തിൽ നിരവധിയായ പ്രശ്നങ്ങൾ ഉണ്ട്. അതുകൊണ്ടുതന്നെ വിമർശന രഹിതമായ ഇന്ത്യക്കാരനായതിലെ അഭിമാനം കൊണ്ടുനടക്കുന്നതിനേക്കാൾ ആവശ്യം വിദ്യാർത്ഥികൾ സമൂഹത്തെ വിമർശനാത്മകമായി നോക്കിക്കാണുക എന്നതാണ്. ഇവിടെയാണ് ഹിന്ദുത്വ അജണ്ടയും നവലിബറൽ അജണ്ടയും ഇഴുകിച്ചേരുന്നത്. യാഥാസ്ഥിതികത്വത്തെ ഉല്പാദിപ്പിക്കുകയെന്ന ആശയത്തിനൊപ്പം.

ദേശീയതയുമായി ബന്ധപ്പെട്ട ചർച്ചയുടെ പശ്ചാത്തലത്തിൽ പുതിയ വിദ്യാഭ്യാസ നയത്തെ എങ്ങനെയാണ് വായിക്കുന്നത്? ഈ നയം ഏത് തരത്തിലുള്ള ദേശീയതയാണ് പ്രോത്സാഹിപ്പിക്കുന്നത്? എൻ ഇ പി ഒരു കൊളോണിയൽ സ്വഭാവമുള്ള രേഖയാണ് എന്ന നിരീക്ഷണത്തോട് എന്താണ് പ്രതികരണം?

കൊളോണിയലിസവും ദേശീയതയുടെ ഹിന്ദുത്വ പതിപ്പും തമ്മിൽ യാതൊരു സംഘർഷവുമില്ല. കൊളോണിയലിസവും കൊളോണിയൽ വിരുദ്ധ ദേശീയതയും തമ്മിലാണ് സംഘർഷം. പക്ഷേ, ഹിന്ദുത്വ കൊളോണിയൽ വിരുദ്ധ ദേശീയതയല്ല. ആർ എസ് എസ് ഒരിക്കലും കൊളോണിയൽ വിരുദ്ധ സമരത്തിന്റെ ഭാഗമായിരുന്നില്ല. നേരെമറിച്ച്, സ്വാതന്ത്ര്യാനന്തരം ആർ എസ് എസിന്റെ അന്നത്തെ മേധാവിയായിരുന്ന ഗോൾവാൾക്കർ ഇന്ത്യക്കാരന് അവരുടെ സ്വന്തം കാര്യങ്ങൾ കൈകാര്യം ചെയ്യാൻ കഴിയില്ലെന്നും അവർ ബ്രിട്ടീഷുകാരെ തിരികെ വിളിക്കേണ്ടിവരുമെന്നും യഥാർത്ഥത്തിൽ കരുതി. അതാണ് പറഞ്ഞത്, കൊളോണിയലിസവും ദേശീയതയുടെ ഹിന്ദുത്വ പതിപ്പും തമ്മിൽ യാതൊരു സംഘർഷവുമില്ല. കൊളോണിയൽ കാലഘട്ടത്തിൽ വിദ്യാഭ്യാസത്തെക്കുറിച്ച് സങ്കല്പിച്ചിരുന്ന ഉദ്ദേശ്യമെന്നത് തന്നെ വിദ്യാസമ്പന്നരായവർക്ക് നിലനില്ക്കുന്ന അവസ്ഥകളോട് രോഷം തോന്നരുത് എന്നതായിരുന്നു. കോളേജുകളും സർവ്വകലാശാലകളും വിട്ട് നിസ്സഹകരണ പ്രസ്ഥാനത്തിൽ ചേരാനായിരുന്നു ഗാന്ധിജി വിദ്യാർഥികളോട് ആവശ്യപ്പെട്ടത്. മറ്റൊരു വിധത്തിൽ പറഞ്ഞാൽ, ഉദ്യോഗാർത്ഥികളാകാനും ബ്രിട്ടീഷ് രാജിന്റെ അനുരൂപവാദികളാകാനുമാണ് വിദ്യാർത്ഥികൾക്ക് വിദ്യാഭ്യാസം ലഭിക്കുന്നുവെന്നതായിരുന്നു മുഴുവൻ ആശയവും.

ഇന്ത്യയിലെ ജനങ്ങൾ യഥാർത്ഥത്തിൽ ആഗ്രഹിച്ചിരുന്നത് അതായിരുന്നില്ല. ഗ്രാംഷിയുടെ പ്രയോഗം ഉപയോഗിച്ച് പറയുകയാണെങ്കിൽ സ്വതന്ത്ര ഇന്ത്യൻ ജനതയുടെ 'ജൈവിക ബുദ്ധിജീവികളെ' സൃഷ്ടിക്കുന്ന വിധമുള്ള വിദ്യാഭ്യാസമാണ് കൊളോണിയൽ വിരുദ്ധ സമരം ആവശ്യപ്പെട്ടിരുന്നത്. മറുവശത്ത്, ഹിന്ദുത്വ ദേശീയത ആവശ്യപ്പെടുന്നത് അന്താരാഷ്ട്ര ധനമൂലധനം ആവശ്യപ്പെടുന്നതിനോട് വളരെയേറെ യോജിക്കുന്ന ഒന്നാണ്. അത് അടിസ്ഥാനപരമായി അന്താരാഷ്ട്ര ധനമൂലധനത്തിന്റെ 'ജൈവിക ബുദ്ധിജീവികളായി' ധാരാളം ആളുകളെ ഉല്പാദിപ്പിക്കുക എന്നതാണ്. അന്താരാഷ്ട്ര ധനമൂലധനത്തിന്റെയും ആഭ്യന്തര കോർപ്പറേറ്റ് പ്രഭുവർഗ്ഗത്തിന്റെയും ആധിപത്യത്തിനെതിരെ ഒരു കലാപവും ഉണ്ടാക്കാത്ത വിധം അനുരൂപവാദികളായിരിക്കുന്നവരെ.

ഒരു നവലിബറൽ കാലത്ത് പാർശ്വവല്ക്കരിക്കപ്പെട്ടവരുടെ സാമൂഹികമായ ചലനാത്മകതയ്ക്ക് ഏക ആശ്രയമായി വിദ്യാഭ്യാസം മാറുകയാണ്. എന്നാൽ സാമൂഹ്യ നീതിയെയും വിദ്യാഭ്യാസത്തിന്റെ ലഭ്യതയെയും ഒക്കെ സംബന്ധിച്ച കാര്യങ്ങളിൽ പുതിയ വിദ്യാഭ്യാസ നയം നിശ്ശബ്ദത പാലിക്കുകയാണ്. ലൈംഗികാതിക്രമങ്ങൾ തടയുവാനുള്ള സമിതി, കലാലയ ജനാധിപത്യം തുടങ്ങിയവയെക്കുറിച്ചെല്ലാം നിശ്ശബ്ദമാണ്. ഈ നിശ്ശബ്ദതയെ എങ്ങനെയാണ് താങ്കൾ വായിക്കുന്നത്?

ഞാൻ പറഞ്ഞ പോലെ, മൂലധനത്തിന്റെ പീരങ്കിയുണ്ടയ്ക്ക് വിധേയരാകുന്നവരെ സൃഷ്ടിക്കും വിധമുള്ളൊരു വിദ്യാഭ്യാസ വ്യവസ്ഥ നിർമ്മിക്കുകയെന്നതാണ് ഹിന്ദുത്വകോർപ്പറേറ്റ് അജണ്ട, വിമർശനാത്മക അവബോധമുള്ളവരെയല്ല. ഇതിന് നിരവധി കാര്യങ്ങൾ ആവശ്യമാണ്. ആദ്യമായി, ഇതിന് വിദ്യാർത്ഥികളുടെ യാതൊരു വിധ രാഷ്ട്രീയ ഇടപെടലും ഇല്ലാത്ത കാമ്പസുകൾ ആവശ്യമാണ്. കാമ്പസുകളിൽ നിങ്ങൾക്ക് (വിദ്യാർത്ഥികൾക്ക്) യൂണിയനും ജനറൽ ബോഡി മീറ്റിങ്ങുകളും ഉണ്ടെങ്കിൽ, നിങ്ങൾ പ്രസിദ്ധീകരണങ്ങളും എഴുത്തുകളുമൊക്കെ തയ്യാറാക്കുന്നുണ്ടെങ്കിൽ അതൊക്കെ പുതിയ വിദ്യാഭ്യാസ നയത്തിന്റെ കണ്ണിൽ മോശമാണ്. അതുകൊണ്ട് തന്നെ കലാലയ ജനാധിപത്യത്തെ അടിച്ചമർത്തുകയെന്നത് ഇതിലെ പ്രധാന ഇനമാണ്. രണ്ടാമതായി, സാമൂഹികമായി അടിച്ചമർത്തപ്പെട്ടവരെയും സാമ്പത്തികമായി ദരിദ്രരായിരിക്കുന്നവരെയും വിദ്യാഭ്യാസത്തിന്റെ പരിധിയിൽ നിന്നും പുറത്താക്കുകയെന്നതാണ് മുഴുവൻ ആശയവും. അവർ മിക്കവാറും തൊഴിൽ പരിശീലനത്തിലേക്ക് തള്ളിവിടപ്പെടുകയാണ്. മാത്രമല്ല അവർക്ക് മറ്റെല്ലാവരുടേതിനും തുല്യമായി ഒരിക്കലും വിദ്യാഭ്യാസം ലഭിക്കില്ലെന്ന് ഉറപ്പാക്കുകയും ചെയ്യുന്നു. പുതിയ വിദ്യാഭ്യാസ നയത്തിൽ സംവരണത്തെക്കുറിച്ച് യാതൊരു പരാമർശവുമില്ല. എന്റെ സർവ്വകലാശാലയിൽ (ജെ എൻ യു) സംവരണത്തിന് ശാന്തമായൊരു കുഴിമാടം ക്രമേണ

തീർത്തുകൊണ്ടിരിക്കുകയാണ്. ന്യൂഡൽഹിയിൽ കേന്ദ്ര ഗവണ്മെന്റിന്റെ മൂക്കിനു തൊട്ടുതാഴെ സ്ഥിതി ചെയ്യുന്ന, കേന്ദ്ര സർക്കാരിന്റെ അനുവാദമില്ലാതെ ഒന്നും നടക്കാത്ത ഒരു സർവ്വകലാശാലയാണത്. അതുകൊണ്ട് തന്നെ ഇതൊരു ഔദ്യോഗികമായ ആലോചന തന്നെയാണ്. അതായത് ക്രമേണ സംവരണ പദ്ധതികളുടെ തന്നെ ഒരു നിരാകരണമുണ്ടാകും. അതുകൊണ്ട് ദളിതരെ പുറത്ത് നിർത്തുക, മതനിരപേക്ഷ മൂല്യങ്ങളെ പുറത്ത് നിർത്തുക, ജനാധിപത്യ മൂല്യങ്ങളെ പുറത്ത് നിർത്തുക, ഒക്കെയും പുതിയ വിദ്യാഭ്യാസ നയത്തിന്റെ അഭേദ്യ ഭാഗമാണ്.

എൻ ഇ പിയെ അനുകൂലിക്കുന്നവരുടെ ഒരു വാദം വിദേശ സർവ്വകലാശാലകൾ ഇന്ത്യയിൽ അവരുടെ കാമ്പസുകൾ ആരംഭിക്കാൻ പോകുന്നതുമായി ബന്ധപ്പെട്ടാണ്. അത് ഇന്ത്യയിലെ വിദ്യാഭ്യാസ നിലവാരം ഉയർത്തുമെന്ന് അവർ വാദിക്കുന്നു. വിദേശ സർവ്വകലാശാലകളെ ക്ഷണിച്ചു വരുത്തി 'ഇന്ത്യൻ വിദ്യാഭ്യാസം ആഗോളവല്ക്കരിക്കുക' എന്ന ഈ വാദത്തോട് നിങ്ങൾ എങ്ങനെ പ്രതികരിക്കും?

രണ്ടു കാരണങ്ങളാൽ, ഇന്ത്യയിൽ വിദേശ സർവ്വകലാശാലകൾ ഉണ്ടായിരിക്കുന്നത് ഗുണമേന്മ ഉയർത്തും എന്നത് തെറ്റായ വാദമാണ്. ആദ്യമായി, ഇന്ത്യയിലെ വിദ്യാഭ്യാസ സമ്പ്രദായം പടിഞ്ഞാറൻ നാടുകളിലേതിൽ നിന്നും വ്യത്യസ്തമായിരിക്കണമെന്നാണ് ഞാൻ കരുതുന്നത്. എന്റെ വിഷയമായ സാമ്പത്തിക ശാസ്ത്രമെടുക്കുക. നിങ്ങൾ ഒരു ഇന്ത്യൻ വിദ്യാർത്ഥിയെ സാമ്പത്തിക ശാസ്ത്രം പഠിപ്പിക്കുകയാണെങ്കിൽ നിങ്ങൾക്ക് ഇന്ത്യൻ സാമ്പത്തിക വ്യവസ്ഥയുടെ പ്രശ്നങ്ങൾ നോക്കേണ്ടിവരും. ഇന്ത്യൻ സാമ്പത്തിക മേഖലയിലെ പ്രശ്നങ്ങൾ മനസ്സിലാക്കാൻ അതിന്റെ ചരിത്രം നിങ്ങൾക്ക് പരിശോധിക്കേണ്ടതായി വരും. കൊളോണിയലിസം എങ്ങനെയാണ് ജനങ്ങളെ പാപ്പരാക്കിയത് എന്ന് നിങ്ങൾക്ക് നോക്കേണ്ടി വരും. വ്യവസായവല്ക്കരണത്തിന്റെ ചരിത്രം നിങ്ങൾക്ക് നോക്കേണ്ടി വരും. പറഞ്ഞുവരുന്നതെന്താണെന്ന് വച്ചാൽ കൊളോണിയലിസത്തെയും ഇന്ത്യയിൽ നിന്നും മിച്ചം (surplus) ചോർത്തിക്കൊണ്ടു പോയതിനെയും കുറിച്ച് പഠിപ്പിക്കാതെ നിങ്ങൾക്ക് ഇന്ത്യൻ സമ്പദ് വ്യവസ്ഥയെക്കുറിച്ച് പഠിപ്പിക്കുക അസാദ്ധ്യമാണ്. ഇത് ഹാർവാർഡിലോ ഓക്സ്ഫോർഡിലോ കേംബ്രിഡ്ജിലോ ഒന്നും പഠിപ്പിക്കുന്നില്ല. അതുകൊണ്ട് ഒരു ബ്രിട്ടീഷ് വിദ്യാർത്ഥിയെയോ അമേരിക്കൻ വിദ്യാർത്ഥിയെയോ പഠിപ്പിക്കണമെന്ന് നിർബ്ബന്ധമില്ലാത്ത കാര്യങ്ങൾ ഇന്ത്യൻ വിദ്യാർത്ഥികളെ പഠിപ്പിക്കേണ്ടതുണ്ട്. ലോകത്തെ എല്ലാ സർവ്വകലാശാലകൾക്കുമായി പൊതുവായ ഒരു സിലബസ് എന്നൊന്ന് ഇല്ല. അതുകൊണ്ട് വിദേശ സർവ്വകലാശാലകളെ ക്ഷണിക്കുന്നതിന്റെ പേരിൽ ഇന്ത്യൻ വിദ്യാർത്ഥികൾക്ക് പ്രസക്തമായ കാര്യങ്ങളെ ഉപേക്ഷിക്കുന്നത്

ഉപകാരപ്രദമല്ല. ഉദാഹരണത്തിന്, ഇവിടെ കാമ്പസ് സ്ഥാപിക്കാൻ പോകുന്ന ഒരു ബ്രിട്ടീഷ് സർവ്വകലാശാല ബ്രിട്ടീഷ് കൊളോണിയലിസത്തെക്കുറിച്ച് പഠിപ്പിക്കാൻ പോകുന്നില്ല. അതുകൊണ്ട്, നിങ്ങൾ വിദേശ സർവ്വകലാശാലകളെ ഇങ്ങോട്ട് ക്ഷണിക്കുമ്പോൾ നിങ്ങൾ അടിസ്ഥാനപരമായി ചെയ്യുന്നത് ഇവിടെ ചുറ്റുപാടും നടക്കുന്ന കാര്യങ്ങളെക്കുറിച്ച് ഒരു ഇന്ത്യൻ വിദ്യാർത്ഥി നിർബ്ബന്ധമായും പഠിച്ചിരിക്കേണ്ട സിലബസ് ഉപേക്ഷിക്കുകയാണ്. ഞാൻ സൂചിപ്പിച്ച പോലെ, ഏതൊരു വിദ്യാഭ്യാസവും ജനങ്ങളുടെ അവസ്ഥ മെച്ചപ്പെടുത്തുന്നതിൽ ചിന്താകുലവും ജനങ്ങൾ ജീവിക്കുന്ന സാഹചര്യത്തെക്കുറിച്ച് ആശങ്കാകുലവുമായിരിക്കണം. ഇവിടത്തെ അന്തരീക്ഷം ഓക്സ്ഫോർഡിന്റെയും ഹാർവാർഡിന്റെയും അന്തരീക്ഷമല്ല. അതുകൊണ്ടു തന്നെ വിദേശ സർവ്വകലാശാലകളെ ഉൾക്കൊള്ളാൻ വേണ്ടി ഈ വർഷങ്ങളത്രയും നമുക്കുണ്ടായിരുന്ന കരിക്കുലം കൈയൊഴിയപ്പെടുന്നതിലേക്ക് ഈ നീക്കം എത്തിക്കും.

രണ്ടാമതായി, ഇനി ഓക്സ്ഫോർഡോ ഹാർവാർഡോ കേംബ്രിഡ്ജോ ഇങ്ങോട്ട് വരുന്നുണ്ടെങ്കിൽ തന്നെ അവർ ശരിക്കും വരുന്നത് മറ്റൊരു ഓക്സ്ഫോർഡോ ഹാർവാർഡോ കേംബ്രിഡ്ജോ ഇവിടെ ഉണ്ടാക്കിയെടുക്കാനല്ല. അവരിതിനെ ഒരു പണമുണ്ടാക്കുവാനുള്ള സംരംഭമായിട്ട് മാത്രമേ എടുക്കുകയുള്ളൂ. അതായത് ഉപരിവർഗ്ഗത്തിന് മാത്രം കടന്നു ചെല്ലാവുന്ന ഇടങ്ങളായിരിക്കുമത്. വിദ്യാഭ്യാസ കച്ചവടത്തിനാണ് വഴിയൊരുക്കുന്നത്.

മുതലാളിത്തത്തിന്റെ വിവിധ പ്രതിസന്ധികളെക്കുറിച്ച് എഴുതിക്കൊണ്ടേയിരിക്കുകയാണ് താങ്കൾ. മഹാമാരി ഈ പ്രതിസന്ധികളെ പല തരത്തിൽ പ്രദർശിപ്പിച്ചു. മഹാമാരിയെ കൈകാര്യം ചെയ്യുന്ന വിധത്തിന്റെ കാര്യത്തിൽ തീവ്ര വലതുപക്ഷ നവ ലിബറൽ ഭരണകൂടങ്ങൾ പോലും ഒരു സോഷ്യലിസ്റ്റ് ചായ്‌വ് സ്വീകരിക്കുന്നതായി നമ്മൾ കണ്ടു. എന്നിരുന്നാലും, ഇന്ത്യയിൽ അതിന് നേരെ വിരുദ്ധമായിട്ടാണ് കാര്യങ്ങൾ നടക്കുന്നത്. തൊഴിൽ നിയമങ്ങൾ ഇല്ലാതാക്കുകയും ആരോഗ്യ പരിപാലന മേഖലയുടെ സാമൂഹ്യവല്ക്കരണം നടത്താതിരിക്കുകയുമൊക്കെയാണ് ഇന്ത്യയിൽ ചെയ്യുന്നത്. ജനങ്ങൾക്കെതിരായ ഒരു യുദ്ധം പ്രഖ്യാപിക്കപ്പെട്ടതുപോലെ തോന്നുന്നു. മഹാമാരിയോടുള്ള ഇന്ത്യയുടെ പ്രതികരണത്തെക്കുറിച്ച്?

കോവിഡ് മഹാമാരി മൂലം ഇന്ത്യയിൽ മാത്രമല്ല ലോകമെമ്പാടും തന്നെ വലിയ പ്രതിസന്ധിയാണ് രൂപപ്പെട്ടിരിക്കുന്നത്. ഉല്പാദനത്തിൽ വലിയ ഇടിവ് വരുകയും തൊഴിലില്ലായ്മ പുതിയ തലങ്ങളിലേക്കുയരുകയും ചെയ്തിരിക്കുന്നു . ബ്രിട്ടനെ പോലുള്ള രാജ്യങ്ങളിൽ തൊഴിൽ വേതനനിലയിൽ സമീപ പതിറ്റാണ്ടുകളിൽ വച്ചുള്ള ഏറ്റവും വലിയ ഇടിവാണ് സംഭവിച്ചിട്ടുള്ളത്. അമേരിക്കയാകട്ടെ അവരുടെ

ചരിത്രത്തിലെ തന്നെ ഏറ്റവും കഠിനമായ തൊഴിൽ പ്രതിസന്ധി നേരിട്ടു കൊണ്ടിരിക്കുകയാണ്.

ഈ പ്രതിസന്ധി ഘട്ടത്തിൽ വികസിത മുതലാളിത്ത രാഷ്ട്രങ്ങൾ സ്വീകരിച്ചതിൽ നിന്നും തികച്ചും വ്യത്യസ്തമായ സമീപനമാണ് ഇന്ത്യയെ പോലുള്ള പല രാഷ്ട്രങ്ങളും സ്വീകരിച്ചിട്ടുള്ളത് എന്നത് ശ്രദ്ധിക്കേണ്ടതാണ്. വികസിത രാജ്യങ്ങളിൽ പലയിടങ്ങളിലും ഈ പ്രതിസന്ധിയെ മറികടക്കുവാനായി ഭരണകൂടം സമ്പദ് വ്യവസ്ഥയിൽ സജീവമായി ഇടപെടുന്ന കാഴ്ചയാണ് നാം കാണുന്നത് .

കൺസെർവേറ്റിവ് പാർട്ടി അംഗമായ ബ്രിട്ടീഷ് പ്രധാനമന്ത്രി ബോറിസ് ജോൺസൺ വരെ അതിസമ്പന്നവർഗ്ഗത്തിൽ നിന്നും കൂടുതൽ ടാക്സ് ഈടാക്കാനുള്ള നടപടികൾ സ്വീകരിക്കുമെന്നു പറയുകയാണ്. എന്നാൽ നമ്മുടെ രാജ്യത്താകട്ടെ ഈ പ്രതിസന്ധി ഘട്ടത്തിൽ പോലും തീവ്രമായ നവലിബറൽ യുക്തിയിലൂടെ ഭരണകൂടം കൂടുതൽ ചെലവുചുരുക്കൽ നടപടികൾ സ്വീകരിക്കുന്നു, കോടിക്കണക്കിനു പേരുടെ തൊഴിൽ നഷ്ടപ്പെട്ടിരിക്കുന്നു, ലക്ഷക്കണക്കിന് കുടിയേറ്റ തൊഴിലാളികൾക്കാണ് തൊഴിൽ നഷ്ടപ്പെട്ട് സ്വന്തം ഗ്രാമങ്ങളിലേക്ക് കാൽനടയായി തിരിച്ചുപോകേണ്ടി വന്നത്. ഈ പരിതഃസ്ഥിതിയിലും ഒരു കുടിയേറ്റ തൊഴിലാളിക്ക് പോലും യാതൊരു സാമ്പത്തിക സഹായവും ഈ കേന്ദ്ര ഗവൺമെന്റ് നല്കിയില്ല. തൊഴിലാളികൾക്ക് ഏറ്റവും കുറഞ്ഞത് ഏഴായിരം രൂപയെങ്കിലും നേരിട്ടുള്ള അടിയന്തര സാമ്പത്തിക സഹായമായി നല്കണമെന്ന, നാനാ ഭാഗത്തുനിന്നും ഉയർന്ന ആവശ്യത്തെ പോലും മോദി സർക്കാർ അംഗീകരിച്ചിട്ടില്ല.

അന്താരാഷ്ട്ര ധനമൂലധന ശക്തികളുടെ താല്പര്യത്തിന് മാത്രമാണീ ഗവൺമെന്റ് ചെവികൊടുക്കുന്നത്. അതിനാൽ തന്നെ കൂടുതൽ ധനകമ്മിയോ (fiscal deficit) അതിസമ്പന്നരിൽ നിന്നും നികുതി ഈടാക്കുക എന്നതോ ഗവൺമെന്റിന്റെ സാമ്പത്തിക നയത്തിന്റെ ഭാഗമാകുകയില്ല. ചുരുക്കിപ്പറഞ്ഞാൽ ഈ കടുത്ത സാമ്പത്തിക പ്രതിസന്ധികളിൽ നിന്നും മുഖംതിരിച്ച് കൂടുതൽ ഫാസിസ്റ്റു സ്വഭാവത്തിലേക്കാണ് ഇന്ത്യൻ ഭരണകൂടം നീങ്ങുന്നത്. ഇതിനാൽ തന്നെ ഈ കോവിഡ് കാലത്തു വികസിത മുതലാളിത്ത രാഷ്ട്രങ്ങൾ താല്കാലികമായെങ്കിലും കൂടുതൽ ജനക്ഷേമകരമായ സാമ്പത്തികനയങ്ങൾ പിന്തുടരുമ്പോൾ ഇവിടെ നേരെ മറിച്ചാണ് നടക്കുന്നത്. തൊഴിൽ നിയമങ്ങളെ ദുർബലപ്പെടുത്തിയും ക്ഷേമപ്രവർത്തങ്ങളിൽ നിന്ന് കൂടുതൽ പിൻവലിഞ്ഞും പൊതുമേഖലാ സ്ഥാപനങ്ങളെ സ്വകാര്യവല്ക്കരിച്ചും ഇന്ത്യയിലെ കോടിക്കണക്കിനു വരുന്ന പാവപ്പെട്ടവർക്കുമേൽ കൂടുതൽ ദ്രോഹങ്ങൾക്കു വഴിയൊരുക്കുകയാണ് മോദി സർക്കാർ.

ലോകമെമ്പാടും വലതുപക്ഷ പോപ്പുലിസം ഉയരുന്ന ഘട്ടത്തിലാണ്

മഹാമാരി സംഭവിക്കുന്നത്. ഏറ്റവും സമഗ്രാധിപത്യ പ്രവണതയുള്ള ഇത്തരം ഭരണകൂടങ്ങളുള്ള രാജ്യങ്ങളിലാണ് മഹാമാരി ഏറ്റവും രൂക്ഷമായി ബാധിക്കപ്പെട്ടത് എന്ന് നമ്മൾ കണ്ടിട്ടുണ്ട്. മഹാമാരിയും പോപുലിസവും തമ്മിലുള്ള ബന്ധവും അതിന്റെ ഭാവിയുമൊക്കെ എങ്ങനെയാണ് താങ്കൾ കാണുന്നത്?

വലതുപക്ഷ പോപുലിസം എന്നല്ല, അമിതാധികാര (Authoritarian) ഫാസിസ്റ്റ് എന്ന പ്രയോഗമാണ് കൂടുതൽ ശരി എന്നാണെന്റെ അഭിപ്രായം. 1930 കളിലെ ഫാസിസ്റ്റ് ഭരണകൂടങ്ങളും സമകാലിക ഫാസിസ്റ്റു ഭരണകൂടങ്ങളും തമ്മിൽ ശ്രദ്ധേയമായ ചില വ്യത്യാസങ്ങളുണ്ട്. യൂറോപ്പിലെ പല രാഷ്ട്രങ്ങളിലും ഒന്നാം ലോകമഹായുദ്ധത്തിനു ശേഷം അധികാരത്തിൽ വന്ന ഫാസിസ്റ്റ് ഗവൺമെന്റുകൾ വലിയ തോതിലുള്ള സൈനിക മുതൽമുടക്കിലൂടെ തൊഴിലവസരങ്ങൾ സൃഷ്ടിക്കുകയും അതിലൂടെ ഒരു പരിധിവരെ അന്ന് ശകതമായിരുന്ന സാമ്പത്തിക പ്രതിസന്ധിയിൽ നിന്നും കരകയറുകയും ചെയ്തു. ധനകമ്മി വർദ്ധിപ്പിച്ചുകൊണ്ട് വിപുലമായ സൈനികവല്ക്കരണത്തിലൂടെയാണ് അന്നത്തെ ഫാസിസ്റ്റുഭരണകൂടം സാമ്പത്തിക പ്രതിസന്ധിയെ ഒരു പരിധിവരെ മറികടന്നത്.

എന്നാൽ ഇന്ന് തികച്ചും വ്യത്യസ്തമായ സാഹചര്യമാണുള്ളത്. ഭരണ സംവിധാനങ്ങൾ ദേശരാഷ്ട്രത്തിലെ (Nation-state) സർക്കാരിന് കീഴിലാണെങ്കിലും സമ്പദ് വ്യവസ്ഥ പൂർണ്ണമായും ആഗോളവല്ക്കരിക്കപ്പെട്ടിരിക്കുകയാണ്. ധനകമ്മി ഉയർത്തുക എന്നത് ആഗോള ധനമൂലധനത്തിന്റെ താല്പര്യത്തിന് എതിരായതിനാൽ തന്നെ മറിച്ചൊരു നയത്തിലേക്കു പോകുവാൻ ദേശരാഷ്ട്രത്തിലെ സർക്കാരുകൾക്കു സാധിക്കില്ല. ധനമൂലധനത്തിന്റെ താല്പര്യങ്ങൾക്കു വിപരീതമായി സർക്കാരുകൾ നീങ്ങുകയാണെങ്കിൽ ക്യാപിറ്റൽ ഫ്ലൈറ്റ് ഉണ്ടാകുകയും കടുത്ത സാമ്പത്തിക പ്രതിസന്ധി രൂപപ്പെടുകയും ചെയ്യും. ഇത്തരത്തിൽ ധനകമ്മി ഉയർത്താൻ സാധിക്കുകയില്ല എന്നതിനാൽ ഇന്നുള്ള സാമ്പത്തിക പ്രതിസന്ധിയെ മറികടക്കാൻ സമകാലിക ഫാസിസ്റ്റു ഭരണകൂടങ്ങൾക്ക് ഒരിക്കലും കഴിയില്ല.

മോദി സർക്കാർ അടക്കമുള്ള ഫാസിസ്റ്റു ഭരണകൂടങ്ങൾ അതിനാൽ തന്നെ അതിസമ്പന്നർക്ക് തുടരെയുള്ള ഇളവുകൾ നല്കുകയും മറുവശത്ത് ട്രേഡ് യൂണിയനുകളെ അടിച്ചമർത്തുകയും തൊഴിലാളികളുടെ അവകാശങ്ങൾ എടുത്തുകളയുകയും കുത്തക കോർപറേറ്റുകൾക്കായി ആദിവാസികളുടെ ഭൂമി കൈയേറുകയും ചെയ്യും. ഇതെല്ലാം തന്നെ നിലവിലുള്ള പ്രതിസന്ധിയുടെ ആക്കം കൂട്ടുകയാണ് ചെയ്യുന്നത്. ഇന്നുള്ള പ്രതിസന്ധി മറികടക്കണമെങ്കിൽ aggregate demand ന്റെ ഉത്തേജനം ആവശ്യമാണ്. അതിനായി ധനകമ്മി ഉയർത്തേണ്ടതും സമ്പന്നർക്ക് കൂടുതൽ നികുതി ചുമത്തേണ്ടതുമാണ്. ഇത് രണ്ടും സമകാലിക ഫാസിസ്റ്റു ഭരണകൂടത്തിന്റെ അജണ്ടയിലില്ല എന്ന് മാത്രമല്ല, അവർക്കത്

ഒരിക്കലും സാധിക്കുകയുമില്ല.

ഈ അവസ്ഥയിൽ മോദി സർക്കാരിന് ചെയ്യാൻ പറ്റുന്നത് അടിയന്തര പ്രശ്നങ്ങളിൽ നിന്നും ജനശ്രദ്ധ തിരിച്ചു വിടുക എന്നതാണ്. അതിനായി അവർ രാമക്ഷേത്രം നിർമ്മിക്കുകയും ജനങ്ങളെ മതത്തിന്റെ അടിസ്ഥാനത്തിൽ വിഭജിച്ചു നിർത്തുകയും ചെയ്യും. പക്ഷേ, ഇതെല്ലാം തന്നെ ദീർഘകാലത്തിൽ നിലനില്ക്കാൻ പോകുന്നതല്ല. അടിസ്ഥാനപരമായി ഹിന്ദുത്വ ഭരണകൂടം ആശയപരമായും ദാർശനികപരമായും പാപ്പരാണ്. അവർക്കാകെ വ്യക്തതയുള്ള ഒരു അജണ്ട വർഗ്ഗീയതയുടെയും അടിച്ചമർത്തലിന്റെയും അജണ്ടയാണ്.

ചുരുക്കിപ്പറഞ്ഞാൽ, ഹിന്ദുത്വത്തിന്റെയും വർഗ്ഗീയ രാഷ്ട്രവാദത്തിന്റെയും പുകമറയ്ക്കു പിന്നിൽ മൾട്ടി നാഷണൽ കോർപ്പറേഷനുകൾക്കും, ആഗോള ധനമൂലധനശക്തികൾക്കും, ആഭ്യന്തര മുതലാളിത്ത കുത്തകകൾക്കും യഥേഷ്ടം രാജ്യത്തിന്റെ സമ്പദ് വ്യവസ്ഥയെ കൊള്ളയടിക്കാൻ അവസരം ഒരുക്കുകയാണ് ഈ ഫാസിസ്റ്റു ഭരണകൂടം ചെയ്യുന്നത്.

ഈ പ്രതിസന്ധികൾക്കെല്ലാമിടയിലും ആർട്ടിക്കിൾ 370 റദ്ദാക്കിയതുമായി ബന്ധപ്പെട്ടതും രാമക്ഷേത്ര നിർമ്മാണവുമായി ബന്ധപ്പെട്ടതുമൊക്കെയായ പ്രചാരണങ്ങളുമായി ഹിന്ദുത്വ ദേശീയവാദികൾ അവരുടെ മുന്നോട്ടുള്ള വഴി കണ്ടെത്തുകയാണ്. നിലവിലുള്ള പ്രതിസന്ധികളെയും വൈരുദ്ധ്യങ്ങളെയും ദീർഘകാലത്തേക്ക് മറച്ചുവെച്ചുകൊണ്ട് ഹിന്ദുത്വ ദേശീയതയ്ക്ക് അവരുടെ ഈ മുന്നോട്ടുള്ള പ്രയാണം തുടരാനാകുമെന്ന് തോന്നുന്നുണ്ടോ?

ഒരു കാര്യത്തെക്കുറിച്ച് നമുക്ക് നല്ല വ്യക്തതയുണ്ടായിരിക്കണം. ‘ഹിന്ദു രാഷ്ട്രം’ ഹിന്ദുക്കൾക്ക് വേണ്ടിയുള്ള ഒന്നല്ല. കാരണം, ഇപ്പറയപ്പെടുന്ന ഹിന്ദു രാഷ്ട്രം തൊഴിലാളികളായ ഹിന്ദുക്കളെയും ട്രേഡ് യൂണിയനുകളുടെ ഭാഗമായ ഹിന്ദുക്കളെയും തൊഴിലവകാശങ്ങൾ തകർത്തു തരിപ്പണമാക്കപ്പെട്ട ഹിന്ദുക്കളെയും കൂടുതൽ അടിച്ചമർത്താൻ പോവുകയാണ്. സർവ്വകലാശാലകളിൽ ഉള്ള ഹിന്ദുക്കൾ ഉണ്ട്, ജനാധിപത്യവാദികളായ ഹിന്ദുക്കൾ ഉണ്ട്, വിദ്യാർത്ഥികളായ ഹിന്ദുക്കൾ ഉണ്ട്, അദ്ധ്യാപകരായ ഹിന്ദുക്കൾ ഉണ്ട്, അങ്ങനെ പലതും. അവർ എന്താണ് ചെയ്യുന്നതെന്ന് വച്ചാൽ ഒന്നിലധികം സ്വത്വങ്ങളുള്ള ഒരു വ്യക്തിയുടെ ഒരൊറ്റ സ്വത്വത്തിൽ ഊന്നുക എന്നതാണ്. ഒരു വ്യക്തി ഒരു തൊഴിലാളിയായിരിക്കാം, അയാൾ ഹിന്ദുമതത്തിൽ പെടുന്നയാളായിരിക്കാം, അയാളുടെ സംസ്ഥാനം ബംഗാളോ ഉത്തർപ്രദേശോ ആയിരിക്കാം. അങ്ങനെ പലതുമുണ്ട്. നമ്മളെല്ലാം പലതരം സ്വത്വങ്ങൾ കൊണ്ടുനടക്കുന്നവർ ആണ്. അതിൽ നിന്നും ഒരൊറ്റയൊന്ന് തെരഞ്ഞെടുത്ത് അതേ മനുഷ്യൻ ഭാഗമായിട്ടുള്ള അയാളുടെ ജീവിതത്തിലെ മറ്റെല്ലാവശങ്ങളെയും അടിച്ചമർത്തുകയാണ് അവർ ചെയ്യുന്നത്.

എല്ലാ തൊഴിലാളികളും മുസ്ലീങ്ങളായതുകൊണ്ടല്ല അവർ തൊഴിലാളി യൂണിയനുകളെ അടിച്ചമർത്തുന്നത്. മഹാമാരിയുടെ സമയത്ത് തങ്ങളുടെ വീടുകളിലേക്ക് തിരികെ നടക്കേണ്ടി വന്ന ആ കുടിയേറ്റ തൊഴിലാളികളെല്ലാം മുസ്ലീങ്ങളല്ല. അതുകൊണ്ട് തന്നെ ഭൂരിപക്ഷവാദം ഭൂരിപക്ഷത്തിനു വേണ്ടിയുള്ളതാണെന്ന കാഴ്ചപ്പാട് തന്നെ തെറ്റാണ്. ഹിന്ദുരാഷ്ട്രത്തെക്കുറിച്ച് സംസാരിക്കുന്നത് ഹിന്ദുക്കൾക്ക് വേണ്ടിയല്ല. ഹിന്ദുരാഷ്ട്രം ഒരു അമിതാധികാര ഫാസിസ്റ്റ് ഭരണകൂടമാണ്. ഹിന്ദുരാഷ്ട്രം എന്നാൽ ഒരു വശത്ത് ഈ ഹിന്ദുത്വവാദികളും മറുവശത്ത് അന്താരാഷ്ട്ര ധനമൂലധനവും ആഭ്യന്തര കോർപ്പറേറ്റ് പ്രഭുവർഗ്ഗവും ഒത്തുചേർന്നൊരു ആധിപത്യത്തിന്റെ കീഴിലായിരിക്കും. അതിനാൽ ഭൂരിപക്ഷവാദം ഭൂരിപക്ഷത്തിനു വേണ്ടിയുള്ള ഒരു അവസ്ഥാന്തരത്തെയല്ല അർത്ഥമാക്കുന്നത്. അത് ഈ ചെറു ന്യൂനപക്ഷത്തിന് സ്വേച്ഛാധിപത്യ ഭരണം അടിച്ചേല്പിക്കാനുള്ള ഒരു തിരശ്ശീല മാത്രമാണ്. വൻകിട മൂലധനത്തിന്റെ താല്പര്യാർത്ഥം തൊഴിലാളി വർഗ്ഗത്തെയും കർഷകരെയും ചെറുകിട ഉല്പാദകരെയും എതിരിടുവാൻ പ്രതിജ്ഞാബദ്ധരായ ഒരു സ്വേച്ഛാധിപത്യ ഭരണകൂടത്തിന് വഴിയൊരുക്കും വിധം ജനങ്ങളെ വഞ്ചിക്കാനുള്ള ഒരു മാർഗ്ഗമാണത്.

ഒടുവിലായി, ഹിന്ദു ദേശീയതയും നവലിബറൽ നയങ്ങളും ഒത്തുചേർന്നുയർത്തുന്ന വെല്ലുവിളികളുടെ കാലത്ത് എന്താണ് മുന്നോട്ടുള്ള വഴി? ഏത് തരം സമരമാണ് നമ്മൾ ഏറ്റെടുക്കേണ്ടത്?

നമ്മൾ രണ്ടു കാര്യങ്ങൾക്കു വേണ്ടിയായിരിക്കണം സമരം ചെയ്യേണ്ടതെന്നാണ് ഞാൻ കരുതുന്നത്. ഒന്ന്, വർഗ്ഗ താല്പര്യത്തെ സംരക്ഷിക്കാനും മറ്റൊന്ന് തൊഴിലാളി വർഗ്ഗത്തിന്റെ അവകാശങ്ങൾക്കായും. തൊഴിലാളികൾ, കർഷകർ, മത്സ്യത്തൊഴിലാളികൾ, കരകൗശല പണിക്കാർ തുടങ്ങി തൊഴിലാളി വർഗ്ഗമാകെ ഇതിൽ പെടും. രണ്ടാമതായി, അദ്ധ്വാനിക്കുന്നവരുടെ അവകാശങ്ങൾ സംരക്ഷിക്കപ്പെടണമെങ്കിൽ എല്ലാവരുടെയും അവകാശങ്ങൾ സംരക്ഷിക്കാനുള്ള പോരാട്ടം നടത്തേണ്ടതുണ്ട്. കാരണം, ഇതൊരു സ്വേച്ഛാധിപത്യ ഭരണകൂടമാണ്. അതുകൊണ്ട് തന്നെ ജനാധിപത്യത്തിനായുള്ള പോരാട്ടവും തൊഴിലെടുക്കുന്നവരുടെ അവകാശവും ജീവിതോപാധികളും സംരക്ഷിക്കാനുള്ള പോരാട്ടവും ഒന്നിച്ച് കൊണ്ടുപോകേണ്ടതുണ്ട്. ഇവിടെയാണ് ഇടതുപക്ഷത്തിന് അനിവാര്യമായൊരു പങ്കുവഹിക്കാനുള്ളതെന്ന് ഞാൻ കരുതുന്നു. ജനാധിപത്യ ശക്തികളെയാകെ ഒന്നിച്ച് കൊണ്ടുവരികയും യോജിപ്പിക്കുകയും ചെയ്യുന്നതിൽ. ജനാധിപത്യമെന്ന അജണ്ടയ്ക്കു മേൽ മാത്രമല്ല തൊഴിലാളികളായ മനുഷ്യരുടെ അവകാശങ്ങളും ജീവിതോപാധികളും സംരക്ഷിക്കാൻ വേണ്ടിയുള്ള ഒരു മിനിമം അജണ്ടയുടെ കൂടി പുറത്ത്.

ഗവേഷണങ്ങൾ വിമോചന സമരങ്ങളുടെ ഭാഗമാകണം

വിജയ് പ്രഷാദ്/ നിതീഷ് നാരായണൻ

വിജയ് പ്രഷാദിനെ അദ്ദേഹം ഇടപെട്ടുകൊണ്ടിരിക്കുന്ന മേഖലകളുടെയും വിഷയങ്ങളുടെയും അടിസ്ഥാനത്തിൽ ഒരൊറ്റ വാചകത്തിൽ പരിചയപ്പെടുത്തുക ആയാസകരമാണ്. കുറഞ്ഞ പക്ഷം നാളിതുവരെയുള്ള ഇന്ത്യൻ മാർക്സിസ്റ്റ് ബുദ്ധിജീവികൾ സഞ്ചരിച്ചതിനേക്കാൾ വ്യത്യസ്തമായ ബൗദ്ധിക വ്യാപാരങ്ങൾക്കാണ് അദ്ദേഹം തന്റെ സമയം ചെലവഴിച്ചു കൊണ്ടിരിക്കുന്നത്. ഒരേ സമയം ഇന്ത്യൻ ഇടതുപക്ഷത്തെ ലോകത്തിന് പരിചയപ്പെടുത്തിയും ലോക രാഷ്ട്രീയത്തെയും അതിലെ ഇടതുപക്ഷ ചലനങ്ങളെയുമെല്ലാം കുറിച്ച് നിരന്തരം എഴുതിയും വിജയ് പ്രഷാദ് സക്രിയമാകുന്നു. മാധ്യമ പ്രവർത്തകന്റെയും അക്കാദമീഷ്യന്റെയും റോൾ ഇതുവരെ പരിചയമായ വഴിയിൽ നിന്നും മാറി നിർവ്വഹിക്കുകയാണ് അൻപതുകളുടെ തുടക്കത്തിലെത്തി നില്ക്കുന്ന ഇദ്ദേഹം. സുപ്രസിദ്ധമായ ചിക്കാഗോ യൂണിവേഴ്സിറ്റിയിൽ നിന്നും ചരിത്രത്തിൽ ബിരുദാനന്തര ബിരുദവും ഗവേഷണവും പൂർത്തിയാക്കിയതിനു ശേഷം മാധ്യമ പ്രവർത്തകനായും എഴത്തുകാരനായും അദ്ധ്യാപകനായുമെല്ലാം ലോകം മുഴുവൻ സഞ്ചരിച്ചു. നോം ചോംസ്കി മുതൽ ഐജാസ് അഹമ്മദും കുറച്ചുകാലം മുൻപ് അന്തരിച്ച സമീർ അമീൻ വരെയുമുള്ള സാമ്രാജ്യത്വ വിരുദ്ധരും ജനാധിപത്യ വാദികളും മാർക്സിസ്റ്റുകളുമെല്ലാമുൾപ്പെടുന്ന വിപുലമായ സുഹൃദ് വലയം. മാർക്സിസ്റ്റ് ബുദ്ധിജീവി വർഗ്ഗത്തിനു മേൽ അടിച്ചേല്പിച്ച വാർപ്പ് സങ്കല്പങ്ങൾക്ക് അപവാദമാണ് രാഷ്ട്രീയ സമ്മേളനങ്ങളിലെ ചടുലതയും ക്ലാസ് മുറിയിലെ ഉള്ളടക്ക നിർമ്മിതിയും സന്നിവേശിക്കുന്ന വിജയ്യുടെ പ്രഭാഷണങ്ങൾ. എഴുത്തിലും ഇത് പ്രകടമാണ്. രണ്ട് പതിറ്റാണ്ടിലേറെ അമേരിക്കയിലെ ട്രിനിറ്റി കോളേജിലെ ഇന്റർനാഷണൽ സ്റ്റഡീസ് വിഭാഗത്തിലെ അദ്ധ്യാപകനും നീണ്ട വർഷക്കാലം

വകുപ്പ് തലവനുമായിരുന്നു. ലെബനനിലെ അമേരിക്കൻ യൂണിവേഴ്സിറ്റി ഓഫ് ബെയ്റൂട്ട്, ന്യൂയോർക്ക് യൂണിവേഴ്സിറ്റി തുടങ്ങിയവയിൽ അദ്ധ്യാപകനായും ഗവേഷകനായുമെല്ലാം വിജയ് ഉണ്ടായിരുന്നു. എഴുത്തുകാരനായും എഡിറ്ററായും ഇതുവരെ മുപ്പതോളം പുസ്തകങ്ങൾ. മൂന്നാം ലോക രാജ്യങ്ങളിലെ ജനകീയ മുന്നേറ്റങ്ങളെക്കുറിച്ച് തന്റെ സമകാലികരേക്കാളെല്ലാം വിപുലമായി വിജയ് പ്രഷാദ് എഴുതിക്കൊണ്ടിരിക്കുന്നു. ലാറ്റിനമേരിക്കൻ രാഷ്ട്രീയ വികാസങ്ങൾ, അറബ് വസന്തം, ലോക രാഷ്ട്രീയത്തിലെ തീവ്രവലതുപക്ഷത്തിന്റെ ഇടപെടലുകൾ, ഇന്ത്യൻ ഇടതുപക്ഷത്തിന്റെ സൂക്ഷ്മ വശങ്ങൾ ഒക്കെ പുസ്തകങ്ങൾക്ക് വിഷയമായിട്ടുണ്ട്. സാമാന്യേന ഒന്നിടവിട്ട ദിവസങ്ങളിലെങ്കിലും വിജയ് പ്രഷാദിന്റെ എഴുത്ത് ലോകത്തെ ഏതെങ്കിലും മാധ്യമത്തിൽ പ്രത്യക്ഷപ്പെടുന്നുമുണ്ട്. അഞ്ച് വർഷം മുൻപ് ദില്ലി കേന്ദ്രീകരിച്ചുള്ള *ലെഫ്റ്റ് വേഡ്* എന്ന ഇടതുപക്ഷ പുസ്തക പ്രസാധക സംരംഭത്തിന്റെ ചീഫ് എഡിറ്റർ സ്ഥാനം ഏറ്റെടുത്തു. ഇതിനെല്ലാം പുറമെയാണ് ലോകത്തിന്റെ വിവിധ രാജ്യങ്ങളിൽ ഉപകേന്ദ്രങ്ങൾ ഉള്ള ട്രൈ കോണ്ടിനെന്റൽ എന്ന ഗവേഷണ ഇൻസ്റ്റിറ്റ്യൂട്ടിന്റെ രൂപീകരണത്തിൽ നേതൃത്വം വഹിച്ചതും മുന്നോട്ട് കൊണ്ടുപോകുന്നതും.

രണ്ടുവർഷംമുൻപ് കരീബിയൻ ഫിലോസഫിക്കൽ അസോസിയേഷൻ അവരുടെ 'Fatnz Fanon Outstanding Achievement Award' നു തിരഞ്ഞെടുത്തത് വിജയ് പ്രഷാദിനെ ആയിരുന്നു. വ്യത്യസ്ത റോളുകളിൽ അദ്ദേഹം ലോകസമൂഹത്തിന് നല്കിക്കൊണ്ടിരിക്കുന്ന സംഭാവനകളെക്കുറിച്ച് പുരസ്കാര സമിതി അടിവരയിട്ട് പറഞ്ഞു. തന്റെ ഗവേഷണവിഷയം മുതൽ ഏറ്റവും അടുത്ത കാലത്തെ ലോക സംഭവ വികാസങ്ങൾ വരെയുള്ള വിഷയങ്ങളിൽ വിജയ് പ്രഷാദ് സംസാരിക്കുന്നു.

താങ്കൾ ഒരു ചരിത്ര വിദ്യാർത്ഥിയായിരുന്നു. പിന്നീട് വളരെ ചെറുപ്പത്തിൽ തന്നെ മാധ്യമ പ്രവർത്തകനായി, നീണ്ട കാലം ഇന്റർനാഷണൽ സ്റ്റഡീസ് അദ്ധ്യാപനം, പിന്നെ പുസ്തക പ്രസാധനം, ഇപ്പോൾ ഒരു ഗവേഷണ സ്ഥാപനം ആരംഭിച്ചിരിക്കുന്നു.. അസാധാരണമായ യാത്രയാണ്. ഈയൊരു വികാസത്തെ താങ്കൾ എങ്ങനെ കാണുന്നുവെന്നതിൽ നിന്ന് നമുക്ക് ഈ സംഭാഷണം ആരംഭിക്കാം.

ജീവിതം അപൂർവ്വമായി മാത്രം പ്രവചിതമായ ക്രമത്തെ പിന്തുടരുന്നതാണ്. 1984 ൽ, ദിവസങ്ങൾക്കകം മൂവായിരത്തിലധികം സിഖുകാർ ദില്ലിയിൽ കൊല്ലപ്പെട്ടത് എന്നെ ആഴത്തിൽ ബാധിച്ചിരുന്നു. പതിനേഴ് വയസ്സുകാരനായിരുന്ന എന്നെ അത് വല്ലാതെ അസ്വസ്ഥനാക്കി. ആ കൂട്ടക്കൊല ഉണ്ടാക്കുകയും പിന്നീട് ഏറെക്കാലം പിന്തുടരുകയും ചെയ്തൊരു ചോദ്യമുണ്ട്, എന്തുകൊണ്ടാണ് അടിച്ചമർത്തപ്പെട്ട ജനത ഭരണകൂടത്തിനായി മറ്റൊരു വിഭാഗം അടിച്ചമർത്തപ്പെട്ട ജനങ്ങളെ കൊല്ലുന്നത്? ഒന്നല്ലെങ്കിൽ മറ്റൊരു വിധത്തിൽ എനിക്ക് ആ ചോദ്യത്തെക്കുറിച്ച് പഠിക്കണമായിരുന്നു. അവസാന കാല നെഹ്റൂവിയൻ ഇന്ത്യയിലെ വ്യത്യസ്ത പരിണാമങ്ങളെ നിരീക്ഷിക്കാൻ ശ്രമിക്കുന്ന മാധ്യമപ്രവർ

ത്തകനായി ഞാൻ ജോലി ചെയ്തു. അതേ കാലത്ത് തന്നെ പി എച്ച് ഡി ചെയ്യാനുള്ള അവസരവും ലഭിച്ചു. കോൺഗ്രസിനു വേണ്ടി പ്രവർത്തിച്ച് 1984 ലെ അക്രമങ്ങളിൽ കുറ്റാരോപിതരായിരുന്ന വാല്മീകി സമുദായത്തെക്കുറിച്ചായിരുന്നു എന്റെ പി എച്ച് ഡി ഗവേഷണം. എന്റെ പഠനം പത്തൊമ്പതാം നൂറ്റാണ്ടിന്റെ ആദ്യകാലത്തേക്ക് പിന്നോട്ട് പോവുകയും അതിലൂടെ ഈ ദളിത് സമുദായം ബ്രിട്ടീഷുകാരാൽ തൂപ്പുകാരായി ഒതുക്കപ്പെട്ടതിന്റെയും പിന്നീട് ഒരു നൂറ്റാണ്ടിന് ശേഷം ഹിന്ദുത്വ ശക്തികളാൽ അവർക്ക് സ്വന്തം മതം തന്നെ നഷ്ടപ്പെട്ട തിന്റെയും വഴികൾ ഞാൻ കണ്ടെത്തി. ഭൂതകാലത്ത് നടന്ന ചില കാര്യങ്ങളെക്കുറിച്ച് നമുക്കിപ്പോൾ നല്ല വ്യക്തതയുണ്ടാകാം. എന്നാൽ ആ വ്യക്തത ആ സംഭവം നടന്ന കാലത്ത് ഉണ്ടായിട്ടുണ്ടാകണമെന്നും ഇല്ല. എന്തുകൊണ്ടായിരിക്കണം അങ്ങനെ സംഭവിച്ചത് എന്ന് കൂടി നമുക്ക് വിശദീകരിക്കുന്നതാവണം ചരിത്രം. ഇന്ന് നമ്മൾ നേരിടുന്ന പ്രശ്നങ്ങൾക്കെല്ലാം മനുഷ്യസമൂഹത്തിന്റെ പരിണാമത്തിൽ വേരുകൾ കണ്ടെത്താമെന്നും ആ പ്രക്രിയയുടെ ഉല്പന്നം തന്നെയാണ് വർത്തമാനകാലത്തെ പ്രശ്നങ്ങളെന്നും നമ്മൾ ചരിത്രത്തിൽ നിന്നാണ് പഠിക്കുന്നത്. അതുകൊണ്ട് തന്നെ ഒന്നും മനുഷ്യന് വഴങ്ങാത്തത ല്ലെന്നും അവയോരോന്നിനെയും മറികടക്കാനാകുമെന്നും കൂടി ഓർമ്മിപ്പിക്കുന്നതാണ് ചരിത്രം. ചരിത്രത്തിന് മോശം വശത്തേക്ക് ചായാനാകുമെങ്കിൽ മനുഷ്യന്റെ ഇടപെടലുകളാൽ അതിന് നല്ല വശത്തേക്കും ചലിക്കാനാകും. പുതിയ ഗവേഷണ സ്ഥാപനം, ട്രൈ കോണ്ടിനെന്റൽ, ചരിത്രത്തിന്റെ ആ നല്ല വശത്തെ ചലിപ്പിക്കാൻ സഹാ യിക്കുമെന്ന് പ്രതീക്ഷിക്കുന്നു.

വർഷങ്ങൾക്ക് മുൻപ് ഓക്സ്ഫോഡ് യൂണിവേഴ്സിറ്റി പ്രസ് താങ്കളുടെ പുസ്തകം പ്രസിദ്ധീകരിക്കാനുള്ള പദ്ധതി ഒഴിവാക്കിയതെന്തുകൊണ്ടാ യിരുന്നു?

ആ പി എച്ച് ഡി ഞാൻ ഒരു പുസ്തകമാക്കി നിരവധി പ്രസാധകർക്ക് സമർപ്പിച്ചു, ഓരോരുത്തരും അത് നിരസിച്ചു. ഞാനൊരു പഴഞ്ചൻ മാർക്സിസ്റ്റ് ആണെന്ന് കേംബ്രിഡ്ജ് യൂണിവേഴ്സിറ്റി പ്രസ് അഭിപ്രായപ്പെട്ടു. യു എസ് എസ് ആർ തകർന്നു കഴിഞ്ഞ ഉടനെ, യഥാർത്ഥത്തിൽ ഭരണവർഗ്ഗത്താൽ മാർക്സിസം കാലഹരണപ്പെട്ട തത്ത്വചിന്തയായി തള്ളപ്പെട്ടിരുന്ന തൊണ്ണൂറുകളുടെ ആദ്യത്തിലാ യിരുന്നു ഇതെന്ന് നിങ്ങൾ മനസ്സിലാക്കണം. ഒരു ദളിത് സമുദായത്തിന്റെ ചരിത്രം പറഞ്ഞ ആദ്യകാല പഠനങ്ങളിൽ ഒന്നായിരുന്നു അത്. അതിനൊരു പ്രസാധകരെ കണ്ടെത്താൻ സാധിച്ചില്ല. ഓക്സ്ഫോർ ഡിലെ എന്റെ വളരെ പ്രിയപ്പെട്ട സുഹൃത്ത് ബേല മാലിക് അവളുടെ ജോലി അപകടത്തിലാക്കിയിട്ട് പോലും അത് പ്രസിദ്ധീകരിക്ക പ്പെടണമെന്നതിൽ നിർബ്ബന്ധം കാണിച്ചു. അങ്ങനെയാണത് വെളിച്ചം കാണുന്നതും ഉടനെ തന്നെ ലഭ്യമല്ലാതാകുന്നതും പിന്നീടൊരിക്കലും പ്രിന്റ് ചെയ്യപ്പെടാതിരുന്നതും. എനിക്കിപ്പോൾ (പുനഃപ്രസിദ്ധീ

കരണത്തിന്) അവകാശമുള്ളത് കൊണ്ട് തന്നെ ഞങ്ങൾ അത് സൗജന്യമായി ഉപയോഗിക്കാൻ പറ്റും വിധം ഓൺലൈൻ രൂപത്തിൽ ലഭ്യമാക്കാമെന്ന് പ്രതീക്ഷിക്കുന്നു.

ജാതിയെക്കുറിച്ച് പ്രത്യേകമായി പഠിച്ച മാർക്സിസ്റ്റുകാർ ഇന്ത്യയിൽ ഏറെ ഇല്ല. പക്ഷേ, താങ്കൾ അങ്ങനെ ചെയ്തൊരാളാണ്. തൊണ്ണൂറുകളുടെ തുടക്കത്തിൽ വ്യത്യസ്ത ലേഖനങ്ങളും അക്കാദമിക് പേപ്പറുകളും ഇതേ വിഷയത്തിൽ താങ്കൾ എഴുതിയിട്ടുണ്ട്. പക്ഷേ, താങ്കൾ ഡോക്ടറൽ ഡിഗ്രിക്കായി ഗവേഷണം ചെയ്ത വിഷയത്തെക്കുറിച്ച് എഴുതുന്നത് നിർത്തിയതുപോലെ തോന്നുന്നു, അതും ജാതിവർഗ്ഗ സംബന്ധമായ സംവാദം നടന്നുകൊണ്ടിരിക്കുമ്പോൾ.

സത്യത്തിൽ, എഴുപതുകളിൽ ഇ എം എസ്, ബി ടി ആർ, ഗെയിൽ ഓംവെട്ട് തുടങ്ങിയവർക്കൊക്കെ (ആന്ദ്രേ ബെറ്റയ്ല്ലിയും എം എൻ ശ്രീനിവാസും പോലുള്ള ലിബറൽ എഴുത്തുകാർ ഉൾപ്പെടെ) ഇടയിൽ ജാതിയെയും വർഗ്ഗത്തെയും സംബന്ധിച്ച് നടന്ന സംവാദത്തിൽ ഞാൻ അതീവ തല്പരനായിരുന്നു. ഈ ഡിബേറ്റ് ജാതിയുടെയും വർഗ്ഗത്തിന്റെയും ആശയ പ്രതലത്തെക്കുറിച്ചുള്ളതിനൊപ്പം തന്നെ ഇന്ത്യൻ ചരിത്രത്തിൽ ജാതിയുടെ പങ്കിനെക്കുറിച്ചുള്ളതുകൂടിയായിരുന്നു. ഒട്ടുമിക്ക സംവാദവും വളരെ സംക്ഷിപ്തവും അതീവ വാദോന്മുഖവുമായിരുന്നു. ചരിത്രത്തിലെ സൂക്ഷ്മ ഭേദങ്ങളിലും ജാതി എങ്ങനെയാണ് വർഗ്ഗവുമായി ചുറ്റി മൂടപ്പെട്ടിരിക്കുന്നുവെന്നതിലും സമ്പത്തിന്റെ വിതരണം എങ്ങനെയാണ് ജാതി ശ്രേണിയിലൂടെ നടന്നുകൊണ്ടിരിക്കുന്നുവെന്നതിലും ജാതിശ്രേണിയെ എങ്ങനെയാണ് അരക്കെട്ടുറപ്പിക്കുന്നുവെന്നതിലും, ഞാൻ തല്പരനായിരുന്നു. മുതലാളിത്തത്തിന്റെ അടിസ്ഥാനമായ സാമ്പത്തിക ബന്ധങ്ങൾ എങ്ങനെയാണ് പത്തൊമ്പതാം നൂറ്റാണ്ടുമുതൽ ജാതിയെ പുനഃക്രമീകരിച്ചത് എന്ന് മനസ്സിലാക്കുന്നതായിരുന്നു 1979 ൽ ഇ പി ഡബ്ല്യു (Economic and Political Weekly) യിൽ വന്ന ബി ടി ആറിന്റെ ലേഖനം, 'ജാതി, വർഗ്ഗം, സാമ്പത്തിക ബന്ധം.' അങ്ങനെ ആ ആദ്യകാല സംവാദത്തിൽ ഞാൻ തല്പരനായി. ദളിത് സമുദായങ്ങളുടെ ചരിത്രം കേന്ദ്രീകരിച്ചുള്ള പഠനം വളരെ കുറച്ച് മാത്രമേയുള്ളു എന്ന് ഞാൻ മനസ്സിലാക്കി. ഭാഗികമായി ചരിത്രത്തെ പ്രതിപാദിക്കുന്നവയുണ്ട് തീർച്ചയായും, പക്ഷേ ഒന്നും പൂർണ്ണമായിരുന്നില്ല. ഞാൻ സൂചിപ്പിച്ച കാരണങ്ങൾ കൊണ്ട് തന്നെ വാല്മീകി സമുദായത്തെക്കുറിച്ച് പഠിക്കാൻ ഞാൻ തല്പരനായിരുന്നു. അതുകൊണ്ട് തന്നെ ആ സമുദായത്തിന്റെ നീണ്ട കാലത്തെ ചരിത്രം പഠിക്കാൻ ഇതെനിക്ക് അവസരം നല്കി. പഞ്ചാബ്, ഹരിയാന, പടിഞ്ഞാറൻ യു പി, ദില്ലി എന്നിവിടങ്ങളിൽ വർഷങ്ങളോളം സഞ്ചരിച്ച് ഗവൺമെന്റും കുടുംബങ്ങളും സൂക്ഷിച്ച രേഖകൾ വായിച്ചും ആയിരക്കണക്കിനാളുകളെ അഭിമുഖം ചെയ്തും ഞാൻ ചരിത്ര രേഖകളുടെ ഒരു വലിയ ശേഖരം ഉണ്ടാക്കി. ശേഖരിക്കുകയും എന്നാൽ ഗവേഷണ പ്രബന്ധത്തിലും പുസ്തകത്തിലും ഉപയോഗിക്കാൻ സാധിക്കാതെ വരി

കയും ചെയ്ത സാമഗ്രികൾ നിറച്ച നിരവധി പെട്ടികൾ എന്റെയടുക്കലുണ്ട്. എന്തുകൊണ്ട് ഈ വിഷയത്തെക്കുറിച്ച് എഴുതുന്നത് ഞാൻ നിർത്തി എന്നത് വ്യക്തിപരമാണ്. എന്റെ പുസ്തകം പുറത്തു വന്ന ഉടനെ കഴിഞ്ഞ തലമുറയിലെ പ്രമുഖ നരവംശശാസ്ത്രജ്ഞരാൽ അത് വളഞ്ഞിട്ട് വിമർശിക്കപ്പെട്ടു. എല്ലാവരും പറഞ്ഞത് എന്റെ രീതിശാസ്ത്രം അപര്യാപ്തമാണെന്നും അല്ലെങ്കിൽ മാർക്സിസം എന്റെ കാഴ്ചപ്പാടിനെ വികലമാക്കി എന്നുമൊക്കെയായിരുന്നു. ഈ ആക്രമണത്തിൽ ഞാൻ ഒരല്പം പതറിപ്പോയിരുന്നു (കൂടെ പുസ്തകം പ്രസിദ്ധീകരിക്കപ്പെടുന്നതിൽ നേരിട്ട ബുദ്ധിമുട്ടും). വ്യക്തിപരമായ പ്രയാസങ്ങൾ കഠിനമായിരുന്നു. ജെ എൻ യു വിലെയും ഹൈദരാബാദിലെയും മറ്റിടങ്ങളിലെയും ഗവേഷകരോടൊപ്പം ദളിത് ചരിത്രത്തെക്കുറിച്ച് ഒരു പുസ്തകം എഡിറ്റ് ചെയ്യാൻ ശ്രമിച്ചെങ്കിലും അത് എവിടെയുമെത്തിയില്ല. ഞാൻ സംസാരിച്ച മിക്ക ഗവേഷകരും സ്വത്വരാഷ്ട്രീയത്തിന്റെ ദിശയിലേക്ക് ചലിച്ചിരുന്നു, ചിലർ ഉദാരവല്ക്കരണവുമായി പോലും യോജിപ്പിലെത്തിയിരുന്നു. ദളിത് വിമോചനവുമായി ബന്ധപ്പെട്ട കാര്യങ്ങളിൽ നിന്നും ഞങ്ങളെയോ ഞങ്ങളുടെ പ്രതിബദ്ധതയെയോ വ്യത്യസ്തമാക്കിയത് ഞങ്ങൾ ചരിത്രപരമായി അതിനെ എങ്ങനെ മനസ്സിലാക്കി എന്നതായിരുന്നില്ല., മറിച്ച് ജാതിയെ പുനഃനിർമ്മിക്കുന്നതിൽ മുതലാളിത്തത്തിന്റെ പങ്കിനെക്കുറിച്ചുള്ള ഞങ്ങളുടെ ബോദ്ധ്യം ആയിരുന്നു. ഇതായിരുന്നു കേന്ദ്ര അഭിപ്രായ വ്യത്യാസം. വ്യത്യസ്ത പ്രസിദ്ധീകരണങ്ങളിൽ ഇതിനെക്കുറിച്ച് തുടർച്ചയായി ഞാൻ ലേഖനങ്ങളെഴുതി, പ്രധാനമായും പുസ്തക നിരൂപണവും മറ്റും. പക്ഷേ, അതങ്ങനെ അവസാനിച്ചു.

ഫ്രണ്ട് ലൈനിൽ പതിവായും സ്വതന്ത്ര മാധ്യമ സ്ഥാപനങ്ങളിലും ബർഗുനിലും ആഴ്ചയിലൊരിക്കലും തുടർച്ചയായി ഹിന്ദുവിലും താങ്കൾ എഴുതുന്നു. എല്ലാ ആഴ്ചയും ട്രൈക്കോണ്ടിനെന്റലിന്റെ വാർത്താക്കുറിപ്പ് തയ്യാറാക്കുന്നു. ഇതിന് പുറമെ താങ്കളുടെ ലേഖനങ്ങളും റിപ്പോർട്ടുകളും മറ്റനേകം ഓൺ ലൈൻ, പ്രിന്റ് മാധ്യമങ്ങളിലും പ്രസിദ്ധീകരിക്കപ്പെടുന്നു. പ്രസിദ്ധീകരിക്കപ്പെടാൻ പോകുന്ന ഏതെങ്കിലുമൊന്ന് എല്ലാ ദിവസവും താങ്കൾ എഴുതുന്നുണ്ടെന്ന് തോന്നുന്നു. എങ്ങനെയാണ് ഇത്രയും പതിവായ എഴുത്തിന്റെ പാറ്റേൺ തുടർന്നുകൊണ്ടുപോകുന്നത്?

എത്രയെത്രകാര്യങ്ങൾ പറയാനുണ്ട്, എത്രയെത്ര കഥകൾ വിസ്തരിക്കാനുണ്ട്! ലോകം കണികകളാലല്ല മറിച്ച് കഥകളാൽ നിർമ്മിക്കപ്പെട്ടതാണെന്ന് എന്റെ ഗുരുവായിരുന്ന എഡ്വാർഡോ ഗലീനോ പറയാറുണ്ടായിരുന്നു. എനിക്കദ്ദേഹത്തോട് യോജിപ്പാണ്. ഈ പ്രതികൂല പരിതഃസ്ഥിതിയിൽ, കർഷകരുടെയും തൊഴിലാളികളുടെയും ശബ്ദവും ചൂഷിത വർഗ്ഗത്തിന്റെ ശാസ്ത്രവും (മാർക്സിസം) മറ്റും കേവലമായി മാത്രം കേൾക്കപ്പെടുകയാണ്. അത്രതന്നെ, ലോകത്തെ തുലനശക്തികളെക്കുറിച്ച് നമ്മുടെ ബോദ്ധ്യങ്ങളും ആഗോളീകരണത്തെ എങ്ങനെ മനസ്സിലാക്കണമെന്ന നമ്മുടെ അവബോധവുമൊന്നും പരിഗണിക്കപ്പെട്ടിട്ടില്ല. എന്നെ സംബന്ധിച്ചിടത്തോളം നമ്മൾ ആശയസമരത്തിൽ,

യാഥാർത്ഥ്യങ്ങൾ എങ്ങനെ വ്യാഖ്യാനിക്കപ്പെടണമെന്ന മത്സരത്തിൽ ഇടപെടേണ്ടതുണ്ട്. ഈ ചിന്തയാണെന്റെ പ്രേരണ. വിപുലവും ശക്തവുമായ നമ്മുടെ മൂവ്മെന്റിനുള്ള എന്റെ എളിയ സംഭാവനയാണിത്. എപ്പഴും ഞാനൊരു നോട്ട് ബുക്ക് കൈയിൽ കരുതാറുണ്ട്. നിരീക്ഷണങ്ങളും വായിക്കുന്നവയിലെ ശ്രദ്ധേയമെന്ന് തോന്നുന്ന വരികളും യാഥാർത്ഥ്യങ്ങളെ കണ്ണി ചേർത്ത വാദങ്ങളുമെല്ലാം കൊണ്ട് അത് നിറയ്ക്കുകയും ചെയ്യാറുണ്ട്. വളരെ ചെറുപ്പം മുതൽ തന്നെ ഈ ശീലം എന്റെ കൂടെയുണ്ട്. ഒരാളുടെ ഓർമ്മ വർദ്ധിപ്പിക്കാനും എഴുത്ത് മെച്ചപ്പെടുത്താനും ഈ ശീലം ഞാൻ ശക്തമായി നിർദ്ദേശിക്കുന്നു.

എന്തെല്ലാം പരിമിതികൾ ഉണ്ടായിരുന്നാലും ലോകമെമ്പാടുമുള്ള തീവ്ര നവ ലിബറൽ നയങ്ങൾ നടപ്പിലാക്കുന്ന ഭരണകൂടങ്ങൾക്ക് ഒരു ബദൽ കാണുവാൻ ആഗ്രഹിക്കുന്ന എല്ലാവർക്കും പ്രതീക്ഷയുടെ ഒരു കേന്ദ്രമായിരുന്നു ലാറ്റിനമേരിക്ക. സമീപ വർഷങ്ങളിൽ അവിടത്തെ നിരവധി രാജ്യങ്ങളിൽ ഇടതുപക്ഷം ഗവൺമെന്റിലേക്ക് തിരഞ്ഞെടുക്കപ്പെട്ടിട്ടുമുണ്ടായിരുന്നു. പക്ഷേ, ഇപ്പോൾ അട്ടിമറികളുടെയും മറ്റും വാർത്തകളാണ് കേൾക്കുന്നത്. ശരിക്കും ലാറ്റിനമേരിക്കൻ മോഡൽ എന്നൊന്ന് ഉണ്ടായിരുന്നെങ്കിൽ അതെന്താണ്? ഇപ്പോൾ അതിനെന്താണ് സംഭവിക്കുന്നത്?

2006 ൽ ലെഫ്റ്റ് വേഡ് (ബുക്സ്) നുവേണ്ടി ഞാനും ടിയോ ബല്ലെയും ചേർന്ന് *Dispatches from Latin America* എന്ന പുസ്തകം എഡിറ്റ് ചെയ്തിരുന്നു. ആ പുസ്തകത്തിന്റെ തലക്കെട്ടിന്റെ ഉപവാചകം 'നവലിബറലിസത്തിനെതിരായ പരീക്ഷണങ്ങൾ' എന്നായിരുന്നു. 'പരീക്ഷണങ്ങൾ' എന്ന ആശയം ഇവിടെ പ്രധാനമാണ്. തൊണ്ണൂറുകൾ മുതൽ ഞാൻ ലാറ്റിനമേരിക്കയിലേക്ക് സഞ്ചരിക്കുകയും അവിടെ നിന്ന് റിപ്പോർട്ട് ചെയ്യുകയും ചെയ്യുന്നുണ്ട്. സ്വേച്ഛാധിപത്യ സൈനിക ഭരണത്തിന്റെ അനന്തരഫലങ്ങളും എങ്ങനെയാണ് പുതിയ ജനാധിപത്യ സംവിധാനങ്ങൾ തികച്ചും നവലിബറലിസത്തിലേക്ക് മാറിയതെന്നും ഞാൻ കണ്ടിട്ടുണ്ടായിരുന്നു. ഭൂഖണ്ഡത്തിലെ ഇടതുപക്ഷത്തെ മുഴുവൻ സ്വേച്ഛാധിപത്യം ഉന്മൂലനം ചെയ്തുവെന്നത് ഓർമ്മിക്കേണ്ടത് പ്രധാനമാണ്. 1976 മുതൽ 1983 വരെ മുപ്പതിനായിരം ഇടതുപക്ഷക്കാർ അർജന്റീനയിൽ കൊല്ലപ്പെട്ടിരുന്നു. ലാറ്റിനമേരിക്കയ്ക്ക് അതിന്റെ ഇടതുപക്ഷത്തിനെ വീണ്ടും കെട്ടിപ്പടുക്കേണ്ടതായി വന്നു. ഇത്തവണ അത് മുൻ രീതികളിൽ നിന്നും ചരിത്രത്തിൽ നിന്നുമെല്ലാം വ്യത്യസ്തമായിട്ടായിരുന്നു. ഇതൊരു മുഖ്യമായ കാര്യമാണ്. പ്രഭുവാഴ്ചയുടെ (oligarchy) ശക്തിയനുസരിച്ചും സാമ്രാജ്യത്വത്തിന്റെ സ്വാധീനമനുസരിച്ചും ജനങ്ങളെ അണിനിരത്താനുള്ള ശേഷി അനുസരിച്ചുമൊക്കെ ഓരോ ഇടത്തും മുന്നോട്ട് വന്ന പുത്തൻ ഇടതുപക്ഷം ചിലയിടങ്ങളിൽ വളരെ ജാഗ്രതയോടെയും മറ്റിടങ്ങളിൽ സാഹസികമായും പ്രവർത്തിച്ചു. ഈ പുതിയ മാറ്റങ്ങളുടെ മുന്നേറ്റത്തിന്റെ നേതൃത്വം വെനസ്വേലയ്ക്കും ബൊളീവിയയ്ക്കുമായിരുന്നു. ഒരു രാജ്യത്ത് മാത്രമായി സോഷ്യലിസം

കെട്ടിപ്പടുത്താൽ പോരെന്ന് അവർ തിരിച്ചറിഞ്ഞു. ഉടൻ തന്നെ അവർ സാമ്രാജ്യത്വത്തെ നേരിടാനായി ഒരു പ്രാദേശിക പദ്ധതിക്ക് രൂപം കൊടുത്തു, ബൊളീവേറിയനിസം. ഇതാണ് അവരുടെ ലാറ്റിൻ അമേരിക്കൻ മോഡലിന്റെ കാതൽ. ബാലറ്റ് ബോക്സിലൂടെ അധികാരത്തിൽ വരിക, ഹിതപരിശോധന ഉപയോഗിച്ച് ഭരണഘടന മാറ്റിയെഴുതുക, കയറ്റുമതി ചരക്കുകളുടെ നിയന്ത്രണം പിടിച്ചെടുക്കുകയും ആ സമ്പത്ത് കൂടുതൽ ഗവൺമെന്റിലേക്ക് എത്തിക്കുകയും ചെയ്യുക, ഭൂരിപക്ഷം ജനങ്ങൾക്കുമായി ശക്തമായ ക്ഷേമനയം നടപ്പിലാക്കുക, ആഗോള ചരക്ക് ശൃംഖലയിൽ നിന്നും വിടുതൽ നേടാനായി ഒരു പ്രാദേശിക നയം മുന്നോട്ട് കൊണ്ടുപോവുക, അങ്ങനെയങ്ങനെ.. പക്ഷേ, എളുപ്പത്തിൽ പരാജയപ്പെടുത്താനാകുന്നതല്ല സാമ്രാജ്യത്വം. ഷാവേസിന്റെ മരണം ഒരു തിരിച്ചടിയായിരുന്നു. ബ്രസീലിലെയും അർജന്റീനയിലേയും പോലുള്ള, അത്രമേൽ മുന്നോട്ട് വന്നിട്ടില്ലാത്ത ഇടത് മൂവ്മെന്റുകളെ തന്റെ വ്യക്തിപ്രഭാവം മൂലം സ്വാധീനിക്കാനും അവരെ ഭാഗികമായെങ്കിലും ചില അജണ്ടകളുടെ ഭാഗമാക്കാനും ഷാവേസിന് സാധിച്ചിരുന്നു. അദ്ദേഹത്തിന്റെ മരണത്തിന് ശേഷം എണ്ണ വില ഇടിവിലൂടെ സാമ്രാജ്യത്വവാദികൾ വെനസ്വേലയെ വീർപ്പ് മുട്ടിക്കാൻ തുടങ്ങുകയും ബൊളീവേറിയൻ ബ്ലോക്ക് ശിഥിലമാവുകയും ചെയ്തു. അട്ടിമറികളിലൂടെ ഇടത് ഗവൺമെന്റുകളിൽ പലതിനെയും പുറത്താക്കിയതിലൂടെ വലതുപക്ഷ ഗവൺമെന്റുകൾ അധികാരത്തിലേക്ക് മടങ്ങിയെത്തി (ഹോണ്ടുറാസിലും ജുഡീഷ്യൽ അട്ടിമറിയിലൂടെ ബ്രസീലിലും). നിലവിൽ ലാറ്റിനമേരിക്ക ഉപരോധത്തിലാണ്. നമുക്കെല്ലാം വെനസ്വേലയുടെ പ്രതിരോധം ഒരു നിർണ്ണായക ഘടകമാണ്, നമ്മുടെ ആഗോള രാഷ്ട്രീയത്തിൽ ക്യൂബയുടെ ചെറുത്തുനില്പ് സുപ്രധാന ഭാഗമായി തുടരുന്നതുപോലെ.

ഈ സാഹചര്യത്തിൽ ലാറ്റിൻ അമേരിക്കൻ ഇടതുപക്ഷത്തെ താങ്കൾ എങ്ങനെയാണ് കാണുന്നത്?

ഞാൻ പറഞ്ഞതുപോലെ, ഇന്നലെകളുമായുള്ള ബന്ധം വിച്ഛേദിച്ചുകൊണ്ട് ഒരു തലമുറയിലെ ഇടതുപക്ഷത്തെ മുഴുവൻ സൈനിക സ്വേച്ഛാധിപത്യങ്ങൾ കൊന്നൊടുക്കി. ഇടതിന് പുനരവതരിക്കേണ്ടി വന്നു. ബ്രസീൽ പോലെ ചുരുക്കം സ്ഥലങ്ങളിൽ മാത്രമാണ് സേച്ഛാധിപത്യത്തെ അതിജീവിക്കാൻ ഇടതുപക്ഷത്തിന് സാധിച്ചത്. ഇതുകൊണ്ടാണ് വർക്കേഴ്സ് പാർട്ടിയും ഭൂരഹിതരുടെ പ്രസ്ഥാനവും (MST) ഭൂഖണ്ഡത്തിൽ മുഖ്യ പങ്ക് വഹിക്കുന്നത്. സേച്ഛാധിപത്യ ഭരണത്തിന്റെ കാലത്ത് ജനങ്ങൾക്കിടയിലേക്കിറങ്ങി ചെല്ലുകയും ദൈനംദിന സേവനങ്ങളിലൂടെ അവരുമായി ജൈവികമായൊരു ബന്ധം സ്ഥാപിക്കുകയും ചെയ്തതിനാൽ ഈ പ്രസ്ഥാനങ്ങൾ സക്രിയമായി നില നിന്നു. വിവിധ തരത്തിലുള്ള ബഹുജന പദ്ധതികളിൽ അവർ അവരുടെ ഇടതുപക്ഷ അജണ്ടയെ അടയിരുത്തി. ഈ ഇടതുപക്ഷം കഴിഞ്ഞ പതിറ്റാണ്ടുകളിലായി നവീകരണത്തിലാണ്. എത്ര ചെറുപ്പമാണ് അവിടത്തെ നേതാക്കളെന്നതും ആശയങ്ങളോടും

യോജിച്ച പ്രവർത്തനങ്ങളോടും എത്ര തുറന്ന സമീപനമാണ് അവരുടേതെന്നതും സ്തുത്യർഹമാണ്. ഇതേ അഭിനിവേശത്തോടെ അവരെ ഒത്തുചേർക്കുകയെന്നത് പ്രധാനമാണ്. അവരിപ്പോൾ ആക്രമിക്കപ്പെടുകയാണ്. നമ്മുടെ ഐക്യദാർഢ്യം അവർക്കാവശ്യവുമാണ്.

ആഗോളതലത്തിൽ രാഷ്ട്രീയ ഇസ്ലാമിന്റെ ആവിർഭാവത്തെ താങ്കൾ എങ്ങനെയാണ് കാണുന്നത്? പൊളിറ്റിക്കൽ ഇസ്ലാം സാമ്രാജ്യത്വത്തിന് വെല്ലുവിളി ഉയർത്തുന്നതാണോ? ഇന്ത്യയിൽ, രാഷ്ട്രീയ ഇസ്ലാമിസ്റ്റുകൾ സാമൂഹ്യനീതിയെക്കുറിച്ച് സംസാരിക്കുന്നതും അവരെ സ്വയം ദളിത് ബഹുജൻ രാഷ്ട്രീയത്തിന്റെ സ്വഭാവിക സഖ്യകക്ഷിയായി അവതരിപ്പിക്കുന്നതും കാണാം. പൊളിറ്റിക്കൽ ഇസ്ലാമിന്റെ നിശിതവിമർശകനും സാമൂഹ്യ നീതിയെക്കുറിച്ചുള്ള അവരുടെ വാചാലതയിലെ അർത്ഥശൂന്യതയെ തുറന്ന് കാട്ടിയവരിൽ ഒരാളുമാണ് സമീർ അമീൻ. താങ്കളെങ്ങനെയാണ് ഇതിനെയെല്ലാം മനസ്സിലാക്കുന്നത്?

എനിക്ക് തോന്നുന്നത് രാഷ്ട്രീയ ഇസ്ലാം എന്ന സംജ്ഞയെക്കുറിച്ച് നമുക്ക് വ്യക്തതയുണ്ടാകേണ്ടതുണ്ടെന്നാണ്. നമ്മൾ സംസാരിക്കുന്നത് ബഹുസ്വരമായൊരു വിശ്വാസ സംഹിതയായ ഇസ്ലാം മതത്തെക്കുറിച്ചല്ല എന്നതിൽ നമുക്ക് തീർച്ചയുണ്ടാകേണ്ടതുണ്ട്. കൂടാതെ, നമ്മൾ സംസാരിക്കുന്നത് രാഷ്ട്രീയത്തിലുള്ള മുസ്ലീങ്ങളെക്കുറിച്ചോ മുസ്ലീം രാഷ്ട്രീയ പാർട്ടികളെക്കുറിച്ചോ അല്ല (മതം രാഷ്ട്രീയത്തിൽ കലരുന്നത് നമ്മൾ ഇഷ്ടപ്പെടുന്നുണ്ടാകില്ല. പക്ഷേ, അതിന്റെ സാന്നിദ്ധ്യം ഇന്ന് ഒരു യാഥാർത്ഥ്യമാണ്). ഇന്ത്യയിൽ ആർ എസ് എസ് എന്നപോലെ മിഡിൽ ഈസ്റ്റിലെയും മറ്റിടങ്ങളിലെയുമെല്ലാം ലോവർ മിഡിൽ ക്ലാസിനെയും പ്രഫഷണൽ മിഡിൽ ക്ലാസിനെയും സംഘടിപ്പിക്കുവാനായി ഒരു സൈന്യത്തെ രൂപീകരിച്ച മുസ്ലീം ബ്രദർഹുഡിന്റെ 1928 ലെ രൂപീകരണം വരെ പിന്നോട്ട് പോകുന്ന ഒരു പ്രത്യേക പ്രവണതയെക്കുറിച്ചാണ് നമ്മൾ ചർച്ച ചെയ്യുന്നത്. ഈ ബ്രദർഹുഡിന് സാമ്രാജ്യത്വത്തോട് വളരെ അനുഭാവപൂർണ്ണമായ സമീപനമാണ് ഉണ്ടായിരുന്നത്. അറബ് ദേശീയവാദികൾക്കെതിരായി സാമ്രാജ്യത്വവുമായി യോജിച്ച് പ്രവർത്തിക്കുന്ന വിധത്തിൽ വരെയുള്ളതായിരുന്നു ഇത്. ആർ എസ് എസുമായി വേറെയും സമാനതകളുണ്ട്. രാഷ്ട്രീയ ഇസ്ലാമിന്റെ ഈ പ്രവണത മുസ്ലീം ബ്രദർഹുഡിന്റെയും അതിനോട് ചേർന്ന പാർട്ടികളുടെയും നീണ്ട കാലത്തെ അനുഭവത്തിൽ വേരൂന്നിയിട്ടുള്ളതാണ്. സാമ്രാജ്യത്വവുമായി തങ്ങളെ ചേർത്ത് വെക്കുന്ന ഒരു ലോക വീക്ഷണം മുന്നോട്ട് വെക്കാൻ വ്യഗ്രതയുള്ളവരാണവർ, മുതലാളിത്തത്തിനായി വാദിക്കുന്നവർ, ഗാർഹികപരമായ സദാചാര രാഷട്രീയം മുന്നോട്ട് കൊണ്ടു പോകുന്നവർ (ഇത് ആഴത്തിൽ സ്ത്രീവിരുദ്ധമായൊരു അജണ്ടയാണ്). അവർ സാമൂഹ്യ നീതി എന്നത് കൊണ്ട് എന്താണ് അർത്ഥമാക്കുന്നതെന്നത് ഒരിക്കലും വ്യക്തമായിരുന്നില്ല. ഭരണകൂടത്തിന്റെ പരിധിക്ക് പുറത്താണ് തങ്ങളുടെ ആഭ്യന്തര കാര്യങ്ങൾ എന്നാണ് അവർ ധരിച്ചിരിക്കുന്നുവെന്നത് മനസ്സിലാക്കേണ്ട ഒന്നാണ്. പക്ഷേ, അപ്പോൾ എല്ലാ തരത്തിലുമുള്ള

ദാരുണമായ സാമൂഹിക ആചാരങ്ങളും സംരക്ഷിക്കപ്പെടും. ഇതിനെക്കുറിച്ച് ഒരോരുത്തർക്കും ബോദ്ധ്യമുണ്ടാകേണ്ടതുണ്ട്. സാമൂഹിക വിമോചനം അജണ്ടയിൽ ഇല്ലെങ്കിൽ പിന്നെങ്ങനെയാണ് നിങ്ങൾക്ക് സാമൂഹിക നീതിക്കുവേണ്ടി നില്ക്കാനാവുക? ആർ എസ് എസ് അജണ്ടയുടെ പ്രതിബിംബം തന്നെയായ മുസ്ലീം ബ്രദർഹുഡിന്റെ അങ്ങേയറ്റം പിന്തിരിപ്പനായ സാമൂഹിക അജണ്ടയെ പൂർണ്ണമായും എതിർക്കുക എന്ന കാര്യത്തിൽ ശരിയായ നിലപാടായിരുന്നു സമീർ അമീന്റേത്.

ഇന്ത്യയിലെ ഗവൺമെന്റ് പ്രകടമായി തന്നെ കുടിയേറ്റക്കാർക്കും ന്യൂനപക്ഷങ്ങൾക്കും എതിരാണ്, സാമൂഹ്യ പ്രവർത്തകരും മാധ്യമ പ്രവർത്തകരുമുൾപ്പെടെ വേട്ടയാടപ്പെടുകയാണ്, പാർലമെന്റ് സംവിധാനം തന്നെ അട്ടിമറിക്കപ്പെടുകയാണ്, അങ്ങനെ പലതും.. ഇതിലൊക്കെ ഇവിടെ നടക്കുന്നവയിലും യു എസിലും മറ്റിടങ്ങളിലുമെല്ലാം നടക്കുന്നവയും തമ്മിലുള്ള സാമ്യത കാണാനാകും. ഏത് തരത്തിലുള്ള 'ജനാധിപത്യ' മാണ് വാഴുന്നത്?

ഐജാസ് അഹമ്മദ് കുറച്ച് വർഷങ്ങൾക്ക് മുൻപ് എഴുതിയിരുന്നു, "ഓരോ രാജ്യത്തിനും അത് അർഹിക്കുന്ന വിധത്തിലുള്ള ഫാസിസത്തെ ലഭിക്കുന്നു" എന്ന്. സത്യത്തിൽ അത് വളരെ ശരിയാണ്. ഓരോ രാജ്യത്തിനും അവരുടേതായ പ്രശ്നങ്ങളുണ്ട്, അവരുടേതായ അധികാര പ്രമത്തതയുമുണ്ട്. പക്ഷേ, രാജ്യാന്തരമായി ഒരു യോജിപ്പിന്റെ അന്തരീക്ഷം സൃഷ്ടിക്കുന്നതിൽ ആഗോള സാഹചര്യത്തിനും ഒരു പങ്കുണ്ട്. *ലെഫ്റ്റ് വേഡി*നു വേണ്ടി ഞാൻ എഡിറ്റ് ചെയ്ത ഒരു പുസ്തകമുണ്ട്, *Strongmen*. ഇന്ത്യ, യുണൈറ്റഡ് സ്റ്റേറ്റ്സ്, ഫിലിപ്പീൻസ്, തുർക്കി എന്നിവിടങ്ങളിലെ നേതാക്കളായ മോദിയെയും ട്രംപിനെയും ഡ്യൂട്ടെർട്ടിനെയും എർദോഗനെയും കുറിച്ചുള്ള ലേഖനങ്ങൾ അതിലുണ്ട്. ഈ രാജ്യങ്ങളിലോരോന്നിനും വ്യത്യസ്തമായ ചരിത്രവും വ്യത്യസ്തമായ ഘടനയുമുണ്ട്. എന്നിട്ടും ഭരണത്തിന്റെ കാര്യത്തിൽ അവയെല്ലാം 'കരുത്തരിലേക്ക്' (strongmen) തിരിഞ്ഞു. ഓരോ ഭരണകക്ഷിയും വിഘടനപരമായ നയങ്ങൾ മുന്നോട്ട് കൊണ്ടുപോയി, ന്യൂനപക്ഷങ്ങൾക്കെതിരെയോ അല്ലെങ്കിൽ മയക്കുമരുന്ന് ഇടപാടുകാർക്കെതിരെയോ അതുമല്ലെങ്കിൽ കുടിയേറ്റക്കാർക്കെതിരെയോ ഒക്കെ. തന്റെ രാജ്യത്തിന്റെ കഴുത്ത് ഞെക്കി കൂടുതൽ പണിയെടുപ്പിക്കാൻ തനിക്കാവും എന്ന് കരുതിയ ഒരു കരുത്തന് ചുറ്റും കേന്ദ്രീകരിക്കുകയാണ് അവയിൽ ഓരോ രാജ്യവും. ജനങ്ങൾ ശ്വാസം മുട്ടിയതല്ലാതെ തൊഴിലൊന്നും ഉണ്ടായില്ല. ജനാധിപത്യം നമ്മുടെ കാലത്ത് വളരെ ഉപരിപ്ലവപരമായ അർത്ഥം മാത്രമുള്ള ഒന്നാണ്. എന്നാൽ, പണം തിരഞ്ഞെടുപ്പുകളെ ദുഷിപ്പിച്ചുകഴിഞ്ഞിരിക്കുന്നു.

കോർപ്പറേറ്റ് ഭീമന്മാരോടുള്ള വിധേയത്വത്താൽ ഭയത്തിന്റെ വ്യാപാരികൾ മാധ്യമങ്ങളെ വിഴുങ്ങിയിരിക്കുകയാണ്. പാർലമെന്റിനെ കോടിപതികളും ശതകോടീശ്വരന്മാരും വിഴുങ്ങിയിരിക്കുന്നു. ഈ പാർല

മെന്റാണോ ജനങ്ങളുടെ സഭ? അല്ലേയല്ല. കൂടാതെ സർവ്വകലാശാലകളും മറ്റ് സാംസ്കാരിക സ്ഥാപനങ്ങളും ആക്രമിക്കപ്പെടുകയാണ്. ഭരണവർഗ്ഗ പ്രത്യയശാസ്ത്രത്തെ ആക്രമിക്കുന്നത് പോയിട്ട് അതിനോട് ചോദ്യമുയർത്താൻ പോലും ശേഷിയില്ലാതെ കേവലം ഭരണ വർഗ്ഗ പ്രത്യയശാസ്ത്രത്തെ പുനരുല്പാദിപ്പിക്കുന്ന ഇടങ്ങൾ മാത്രമായി അവയെ ഇങ്ങനെ പതിയെ മാറ്റിത്തീർക്കാനാകും. വിദ്യാഭ്യാസ സാംസ്കാരിക സ്ഥാപനങ്ങൾക്കു മേൽ നടക്കുന്ന ആക്രമണങ്ങളെ നമ്മൾ ഈ വിധം കാണേണ്ടതുണ്ട്. അവയെ കേവലം ലാഭം കൊയ്യാനുള്ള വസ്തുക്കളാക്കുക മാത്രമല്ല ചെയ്യുന്നത് എന്ന്. വിമർശനങ്ങളെ നിശ്ശബ്ദമാക്കാനും മുതലാളിത്തത്തിനും സാമ്രാജ്യത്വത്തിനുമെതിരെ മികവുറ്റൊരു ബദലിന്റെ വായടപ്പിക്കുക കൂടിയാണ്. ഇതാണ് അവരുടെ ജനാധിപത്യം. ജനാധിപത്യത്തെക്കുറിച്ചുള്ള നമ്മുടെ ആശയം സമ്പന്നവും അപാരമാം വിധം മികച്ചതുമാണ്. വിമോചനമെന്ന ആശയം അതിന്റെ കേന്ദ്രമാണ്. നമ്മുടെ ആശയങ്ങൾ അവർക്ക് അപ്രിയമാണെന്ന് മാത്രമല്ല സോവിയറ്റ് യൂണിയന്റെ ചരിത്രത്തിലെ ഏറ്റവും മോശം ഘടകങ്ങളെ ചൂണ്ടി നമ്മെ ക്രൂശിക്കുകയും വേണം. ആ ചരിത്രം നമുക്കറിയാവുന്നതാണ്. ഭരണ വർഗ്ഗത്തിൽ നിന്നും നമുക്കത് പഠിക്കേണ്ടതില്ല. യു എസ് എസ് ആറിലെ വിമോചനാത്മകമായ ജനാധിപത്യത്തിന്റെ വീഴ്ചകളിൽ നിന്നും നമ്മൾ പാഠങ്ങൾ മനസ്സിലാക്കിയിട്ടുമുണ്ട്. ആ അനുഭവത്തിന്റെ അടിസ്ഥാനത്തിൽ, ആ പരീക്ഷണത്തിന്റെ അടിസ്ഥാനത്തിൽ നമ്മൾ നമ്മുടെ മാർക്സിസ്റ്റ് വിശകലനത്തെ പോഷിപ്പിച്ചിട്ടുമുണ്ട്.

ഇന്ത്യയുടെ വിദേശനയത്തെ വിമർശനാത്മകമായി കാണുന്നൊരാളാണ് താങ്കൾ. മോദിയുടെ കാലത്ത് അത് രൂക്ഷമായിട്ടുണ്ട്. ശരിയല്ലേ?

അതെ. മോദിയുടെ കീഴിൽ അത് കൂടുതൽ വഷളായിട്ടുണ്ട്. പക്ഷേ മുമ്പേ തന്നെ മോശമായിരുന്ന ഒന്നിനെ തീരെ മോശമാക്കുക മാത്രമാണ് മോദി ചെയ്തത്. ഗുണപരമായ മാറ്റമൊന്നും വിദേശ നയത്തിൽ ഇല്ല, ഇന്ത്യൻ അധികാരവർഗ്ഗത്തിന്റെ ആശ്രിത മനോഭാവത്തിന്റെ വ്യാപ്തി കൂടി എന്നുമാത്രം. സാമ്രാജ്യത്വത്തോടുള്ള ഇന്ത്യൻ ഭരണവർഗ്ഗത്തിന്റെ മനോഭാവത്തെ സൂചിപ്പിക്കാൻ 'ആജ്ഞാനുവർത്തിയായ സഖ്യകക്ഷി' എന്ന പ്രയോഗം പ്രകാശ് കാരാട്ട് ഉപയോഗിച്ചിട്ടുണ്ടായിരുന്നു. അതാണ് ഏറ്റവും അനുയോജ്യമായ പ്രയോഗം. അധികാര വർഗ്ഗം 1991 മുതൽ, എന്നുവച്ചാൽ ഉദാരവല്ക്കരണം മുതൽ, സാമ്രാജ്യത്വ ശക്തികളുടെ ആജ്ഞാനുവർത്തിയായ സഖ്യകക്ഷിയാകാൻ ശ്രമിച്ചിട്ടുണ്ട്. യു എസുമായുള്ള സൈനികവും സുരക്ഷാപരവുമായ ഏർപ്പാടുകളും പടിഞ്ഞാറുമായുള്ള വ്യാപാര ബന്ധങ്ങളിലും ഇസ്രയേലുമായുള്ള ചങ്ങാത്തത്തെ സാമാന്യവല്ക്കരിച്ചതിലുമെല്ലാം കൂടെ ഇത് വ്യക്തമാണ്. ഇന്ത്യ ചേരിചേരാ പ്രസ്ഥാനത്തിൽ നിന്നും പതിയെ നടന്നകലുകയും അതിന്റെ സ്വതന്ത്രമായ വിദേശനയത്തെ കുറിച്ച് അപ്പക്കഷണങ്ങൾക്കായി വെച്ചുമാറുകയും ചെയ്തിട്ടുണ്ട്. ഇതെന്താണ് അർത്ഥമാക്കുന്നതെന്ന് വച്ചാൽ ഇന്ത്യയ്ക്ക് ചൈനയുമായും മറ്റും ആരോഗ്യകരമായ ബന്ധം സ്ഥാപി

ക്കാനാകില്ല, പാക്കിസ്ഥാനോടും. അമേരിക്കയുടെ ആജ്ഞാനുവർത്തിയായ സഖ്യകക്ഷി ആവുക എന്നുവച്ചാൽ അയൽക്കാരുമായുള്ള ഇന്ത്യയുടെ അസ്വാരസ്യങ്ങൾക്ക് കുറവുണ്ടാകില്ലെന്ന് അർത്ഥം. മോദിയുടെ പാർട്ടി, ആർ എസ് എസിന്റെ പാർട്ടി സ്വാതന്ത്ര്യം നേടിയത് മുതൽ സാമ്രാജ്യത്വവുമായി (ഇസ്രയേലുമായും) ഊഷ്മളമായ ബന്ധം തേടിയവരാണ്. ആർ എസ് എസിന്റെ രാഷ്ട്രീയ വിഭാഗം, ജനസംഘ് ആണെങ്കിലും ബി ജെ പി ആണെങ്കിലും, ഇന്ത്യൻ അധികാര വർഗ്ഗത്തിന്റെ സാമ്രാജ്യത്വാനുകൂല വിഭാഗമാണ്.

1940 കൾ മുതൽ അവരുടെ കാഴ്ചപ്പാട് ഇതായിരുന്നു. ആർ എസ് എസിനകത്ത് പരുവപ്പെട്ട മോദി ട്രംപുമായും നെതന്യാഹുവുമായും സൗഹൃദത്തിലാകാൻ പ്രകടിപ്പിക്കുന്ന വ്യഗ്രതയിൽ അത്ഭുതമില്ല. അവരുടെ മുസ്ലീം വിരുദ്ധമായ സംയുക്ത അജണ്ട ഇതിന്റെ ഭാഗിക കാരണമാണെങ്കിലും അതിനുമപ്പുറം സാമ്രാജ്യത്വ സഖ്യത്തിലെ അവരുടെയെല്ലാം പങ്കുകൊണ്ട് കൂടിയാണത്. ഇന്ത്യയുടെ ആയുധം വാങ്ങുന്നതിലെ കുംഭകോണത്തെ ഈ ചർച്ചയുടെ ഭാഗമാക്കേണ്ടതുണ്ട്. ലോകത്ത് ഏറ്റവുമധികം ആയുധം ഇറക്കുമതി ചെയ്യുന്ന രാജ്യമാണ് ഇന്ത്യ. ജനസംഖ്യയുടെ പകുതിയും രാത്രി ഉറക്കപ്പായയിലേക്ക് വിശന്ന് പോകുന്ന ഒരു രാജ്യത്തെ സംബന്ധിച്ചിടത്തോളം ഇതൊരു യഥാർത്ഥ പരാജയമാണ്. ബൂർഷ്വാ വർഗ്ഗം പരാജയപ്പെട്ടിരിക്കുന്നു. ലിബറലുകളും പരാജയപ്പെട്ടിരിക്കുന്നു. മറ്റ് വീക്ഷണങ്ങൾ അതിജീവിക്കേണ്ടതായിട്ടുണ്ട്.

അങ്ങനെയെങ്കിൽ, ജനാധിപത്യത്തെക്കുറിച്ചുള്ള ബദൽ ആശയമെന്താണ്?

രൂപീകരിക്കപ്പെട്ടതിനു ശേഷം എല്ലാക്കാലത്തേക്കും അതുപോലെ തന്നെ ജീവിക്കുന്ന ചലനാത്മകമല്ലാത്ത ആശയമല്ല ജനാധിപത്യം. നമ്മുടെ ചരിത്രത്തിൽ നിന്നും അനുഭവങ്ങളിൽ നിന്നും പഠിക്കുന്നവരാണ് നമ്മൾ മനുഷ്യർ.

ജനാധിപത്യത്തെക്കുറിച്ചുള്ള ആശയം വിശാലമാക്കാനുള്ള നമ്മുടെ ശ്രമങ്ങൾ എന്താണ് ശരിയായ വഴിയെന്നും എന്താണ് തെറ്റായ വഴിയെന്നും നമ്മെ പഠിപ്പിക്കും. ജനാധിപത്യത്തെ നമ്മൾ ഇത്തരത്തിൽ സമീപിക്കേണ്ടതായുണ്ട്. മുന്നോട്ടുള്ള ഒരു മാർഗ്ഗം മാത്രമാണ് തിരഞ്ഞെടുപ്പ് ജനാധിപത്യം. ഏകാധിപത്യങ്ങൾക്കുമേലുള്ള മുന്നോട്ട് പോക്കായിരുന്നു അത്. പക്ഷേ, അത് പര്യാപ്തമല്ല. ഈ ജനാധിപത്യത്തെ പണം മലീമസമാക്കിയിരിക്കുന്നു. ജനാധിപത്യത്തെ പണത്തിന്റെ ഇഴപിരിയലിൽ നിന്നും മോചിപ്പിക്കുക എന്നതാണ് നമ്മുടെ അടുത്ത വെല്ലുവിളി. ഈ പോരാട്ടം സ്വകാര്യ സ്വത്തുമായി ബന്ധപ്പെട്ട ആശയങ്ങൾക്കും സമ്പന്നർക്ക് അവരുടെ സമ്പത്തിലൂടെ സമൂഹത്തിൽ സ്ഥാനം നേടിയെടുക്കാനുള്ള സ്വാതന്ത്ര്യത്തിനും മേൽ നേരിട്ടുള്ള ആക്രമണം ആണ്. രാഷ്ട്രീയത്തിൽ പണത്തിന്റെ ഇടപെടലിനെതിരായ ഏതൊരു വെല്ലുവിളിയും സോഷ്യലിസത്തിലേക്കുള്ള സംഭാഷണത്തിന് തുടക്കം കുറിക്കണം. മാർക്സിസത്തെയും ഇടതുപക്ഷത്തെയും കുറിച്ചു കൂടിയുള്ളതും.

വിശിഷ്യാ നിരവധി എഡിറ്റഡ് പുസ്തകങ്ങളിലൂടെ വിവിധ ധാരകളിലുള്ള വ്യത്യസ്ത മാർക്സിസ്റ്റ് പണ്ഡിതന്മാരെ താങ്കൾ ഇന്ത്യൻ വായനക്കാർക്ക് പരിചയപ്പെടുത്തിയിട്ടുണ്ട്. താങ്കളുടെ നിരീക്ഷണത്തിൽ ഈ കാലഘട്ടത്തിൽ മാർക്സിസത്തിന് സംഭവിച്ചുകൊണ്ടിരിക്കുന്ന ശ്രദ്ധേയമായ പരിണാമങ്ങൾ എന്തൊക്കെയാണ്?

മാർക്സിസത്തിനകത്ത് സർഗ്ഗാത്മകമായിരിക്കേണ്ടതിന്റെ അനിവാര്യതയെക്കുറിച്ച് ലെനിന്റെ അഭിപ്രായം ഗൗരവമായി ചിന്തിക്കപ്പെടേണ്ടതാണ്. മാർക്സിസം ഒരു മതം അല്ല. മന:പാഠം പഠിച്ച് അത് ഒരിടത്ത് പ്രയോഗിക്കേണ്ട ഒരു കൂട്ടം വിശ്വാസങ്ങളല്ല നമുക്കുള്ളത്. ലോകത്തോടുള്ള ഒരു സമീപനമാണ് മാർക്സിസം, ഒരു ലോക വീക്ഷണം, ഒരു രീതി ശാസ്ത്രം, വൈരുദ്ധ്യാത്മകമായി മാറ്റം സംഭവിച്ചുകൊണ്ടിരിക്കുന്ന സാമൂഹിക ബന്ധങ്ങളെയും മനുഷ്യനും പ്രകൃതിയും തമ്മിലുള്ള ബന്ധത്തെയുമെല്ലാം മനസ്സിലാക്കാൻ നമുക്ക് മാർഗ്ഗദർശനമാകാൻ സഹായിക്കുന്ന തത്ത്വസംഹിതയൊക്കെയാണത്. മാർക്സിസത്തിനകത്തും യാഥാർഥ്യത്തോടുള്ള മറ്റ് ശാസ്ത്രീയ സമീപനങ്ങൾക്കകത്തുമെല്ലാം ഉണ്ടാകുന്ന വികാസങ്ങളോട് നമുക്ക് ഒരു തുറന്ന സമീപനം ഉണ്ടാകേണ്ടതുണ്ട്. മാർക്സ് അതിബൃഹത്തായി വായിച്ചിരുന്നു, അദ്ദേഹത്തിന് യോജിപ്പുണ്ടായിരുന്നവരുടേത് മാത്രമല്ല അദ്ദേഹം അതിരൂക്ഷമായി വിയോജിച്ചിട്ടുള്ളവരുടേത് കൂടി. തനിക്ക് യോജിപ്പില്ലാത്തവരെ, ആഡംസ്മിത്തും ഡേവിഡ് റിക്കാർഡോയും പോലുള്ളവരെ, മാർക്സ് എങ്ങനെ വായിച്ചുവെന്നും അവരുമായി എങ്ങനെ ഇടപെട്ടുവെന്നതിലേക്കുമുള്ള അതിഗംഭീരമായ ആമുഖമാണ് അദ്ദേഹത്തിന്റെ മിച്ചമൂല്യ സിദ്ധാന്തങ്ങൾ. ആയതിനാൽ, നമ്മൾ എല്ലാം വായിക്കേണ്ടതുണ്ട്, എല്ലാം മനസ്സിലാക്കേണ്ടതുമുണ്ട്. പഴയ കാലത്ത് കോളനികളാക്കപ്പെട്ടിരുന്ന ഇടങ്ങളിലെ മാർക്സിസ്റ്റുകാർ കഴിഞ്ഞ നൂറ്റാണ്ടിൽ കോളനിയനന്തര കാലഘട്ടത്തെക്കുറിച്ച് സുപ്രധാന പഠനങ്ങൾ ഉല്പാദിപ്പിച്ചിട്ടുണ്ടെന്ന വസ്തുത നമ്മൾക്ക് ദഹിക്കേണ്ടത് പ്രധാനമാണെന്നാണ് ഞാൻ ചിന്തിക്കുന്നത്. സമീർ അമീന്റെ രചനകൾ അതിലൊന്നാണ്. അദ്ദേഹത്തിന്റെ മരണം ഈയടുത്ത് ആയിരുന്നതിനാലും തുടർന്ന് ഐജാസ് അഹമ്മദിന്റെ അവതാരികയോടുകൂടി സമീർ അമീന്റെ രചനകളുടെ ഒരു പുസ്തകം ഞങ്ങൾ *ലെഫ്റ്റ് വേഡ്* പുറത്തിറക്കിയതിനാലും ഞാൻ അദ്ദേഹത്തെ ഓർമ്മിച്ചുവെന്നേയുള്ളൂ. ഏറ്റവും തീവ്രമായ കോളനിവല്ക്കരണത്തിനും ആഗോളവല്ക്കരണത്തിന്റെ ഉത്ഭവത്തിനും മുൻപാണ് മാർക്സ് ജീവിച്ചത്. അതുകൊണ്ട്, മാർക്സിന്റെ സങ്കല്പങ്ങൾ വച്ച് നിലവിലെ സാഹചര്യത്തിന്റെ ഓരോ വശത്തെയും പൂർണ്ണമായും ഗ്രഹിക്കാൻ സാധിക്കണമെന്നില്ല. അതുകൊണ്ടാണ് നമുക്ക് ലോകത്തെ പഠിക്കേണ്ടതായിട്ടുള്ളത്. സമീർ അമീൻ ചെയ്ത പോലെ, മാർക്സിസ്റ്റ് സങ്കല്പങ്ങളിലൂടെ ലോകത്തിന്റെ മാറ്റങ്ങൾ മനസ്സിലാക്കുമ്പോൾ തന്നെ ആ ധാരണാ ലോകം വിപുലപ്പെടുത്താനും നമുക്ക് സാധിക്കണം. ഈ കാലത്തിന്റെ

സവിശേഷതകളെ അങ്ങനെ മാത്രമേ നമുക്ക് പഠിക്കാനാവുകയുള്ളു.

ചൈനയുൾപ്പെടെ വ്യത്യസ്ത ഇടങ്ങളിൽ നിന്നുള്ള മാർക്സിസ്റ്റുകളുടെ രചനകൾ പുതിയ ചിന്താ മേഖലകൾ വിപുലീകരിക്കാൻ സഹായിച്ചേക്കാം. ഇതാണ് മാർക്സിസത്തിന്റെ സത്ത 'to be dialectical and creative.' തീർച്ചയായും, പലപ്പോഴും മാർക്സിസ്റ്റ് അല്ലാത്ത ഊതിവീർപ്പിച്ചൊരു അക്കാദമിക് മാർക്സിസം ഉണ്ട്. അതിനെക്കുറിച്ച് പറയാതിരിക്കുന്നതാകും നന്ന്.

സാമ്രാജ്യത്വ വിരുദ്ധ സമരങ്ങളുടെ ഇന്നത്തെ അവസ്ഥയെന്താണ്?

സാമ്രാജ്യത്വ വിരുദ്ധത ഒരുതരം വ്യവസ്ഥാ രഹിതമായ സ്ഥിതിയിലാണ്. ആദ്യമായി, സാമ്ര്യാജ്യത്വം എന്ന ആശയത്തെ ഇടതുപക്ഷത്തെ ചില വിഭാഗങ്ങൾ അതിന്റെ ആഴത്തിൽ ഉൾക്കൊണ്ടിട്ടില്ല. അതുകൊണ്ടു തന്നെ അവരെല്ലാം പലതരം പ്രചാരണങ്ങളിൽ കുടുങ്ങുകയാണ്. റഷ്യയും ചൈനയും സാമ്രാജ്യത്വ ശക്തികളാണെന്ന ധാരണ ഇതിൽ ചില അങ്കലാപ്പുകൾ ഉണ്ടാക്കിയിട്ടുണ്ട്. റഷ്യയെയും ചൈനയെയും ഞാൻ വിശേഷിപ്പിക്കുക പ്രതിരോധ ശക്തികൾ എന്നാണ് (defensive powers). യു എസിന് ഉള്ളതുപോലെ അവർക്ക് ആഗോള സൈനിക സ്വാധീനവുമില്ല. അവരുടെ സംഭരണ തന്ത്രം രൂപപ്പെടുത്തിയത് സാമ്പത്തികേതര ശക്തിക്കു ചുറ്റുമല്ല. രണ്ടാമതായി ഇറാനും വെനസ്വേലയും പോലുള്ള രാജ്യങ്ങൾക്കുമേലുള്ള ആക്രമണം ഒറ്റപ്പെടുത്തലിന്റെ പ്രശ്നവും ആശയപരമായ വിഭ്രാന്തിയും ഉണ്ടാക്കുന്നു. യു എസ് തുർക്കിയെ ആക്രമിക്കുന്നു എന്ന കാരണം കൊണ്ട് തുർക്കി സാമ്ര്യാജ്യത്വ വിരുദ്ധ ജനങ്ങളുടെ ക്യാമ്പിലേക്ക് എത്തപ്പെടുമോ? ഇല്ലേയില്ല. കേവലം യു എസിന്റെ പ്രതിയോഗിയായിരിക്കുന്നുവെന്നതുകൊണ്ടുമാത്രം ആയില്ല. ഇടതുപക്ഷത്തിന്റെ സാമ്രാജ്യത്വ വിരുദ്ധത സമൂഹത്തിന്റെ ആഭ്യന്തര വിന്യാസങ്ങളെ കൂടി ഉൾക്കൊള്ളുന്നതായിരിക്കണം അതിന്റെ തന്നെ ആന്തരികമായ രൂപരേഖ, അതിന്റെ സ്വന്തം അജണ്ട, അതിന്റെ സ്വന്തം പദ്ധതി, അതിന്റെ സ്വന്തം സമരങ്ങൾ.

ഇറാൻ ഒരു ഇസ്ലാമിക് റിപ്പബ്ലിക് ആണ്. സാമ്രാജ്യത്വത്തിനെതിരെ ഇറാനെ നമ്മൾ പ്രതിരോധിക്കും, പക്ഷേ, വിമോചനത്തിനെതിരായ സാമൂഹ്യ പദ്ധതിയോടും അടിസ്ഥാനപരമായി നിയോലിബറൽ ആയ സാമ്പത്തിക നയങ്ങളോടും കൂടിയ ഇസ്ലാമിക് റിപ്പബ്ലിക്കിന്റെ ക്രമീകരണത്തെ നമ്മൾ ന്യായീകരിക്കില്ല. അതുകൊണ്ട് നമുക്ക് ഇവിടെ വേർതിരിവ് ഉണ്ടായിരിക്കണം. ഒരു സാമ്രാജ്യത്വ പാളയവും ഒരു സാമ്രാജ്യത്വ വിരുദ്ധ പാളയവും മാത്രം എന്ന് കരുതിപ്പോകരുത്. സാമ്രാജ്യത്വത്തിനെതിരെ വിശാലമായ ഒരു ചേതോവികാരം ഉണ്ട്. യു എസിന്റെ സാമ്രാജ്യത്വ നയങ്ങൾ മൂലം അവർക്കെതിരായ ശക്തികൾ പോലുമുണ്ട്. എന്നാൽ അത് അവരെ സാമ്രാജ്യത്വ വിരുദ്ധ ക്യാമ്പിന്റെ ഭാഗം ആക്കുന്നില്ല. നമ്മൾ സിറിയയ്ക്കുമേലുള്ള ആക്രമണത്തെ എതിർക്കുന്നു, എന്നാൽ അത് നമ്മളെ സിറിയയിലെ ആഭ്യന്തര ക്രമീകരണത്തിന്റെ

പിന്തുണക്കാർ ആക്കുന്നില്ല. മാർക്സിസ്റ്റുകളെന്ന നിലയിൽ ഇതിനെക്കുറിച്ചെല്ലാം നമുക്ക് വളരെ വ്യക്തത ഉണ്ടാകേണ്ടതുണ്ട്.

ചില ഇടതുപക്ഷക്കാർ ഇതു കാണുന്നില്ല. അവർ കരുതുന്നത് ഇറാന്റെ ഭരണ നേതൃത്വം മതാധിഷ്ഠിതമായതിനാൽ അവരെ പിന്തുണയ്ക്കരുതെന്നാണ്. അല്ലെങ്കിൽ വെനസ്വേലയെ പിന്തുണയ്ക്കാതിരിക്കാനുള്ള കാരണമായി അവരുടെ ഗവൺമെന്റിന്റെ പാളിച്ചകൾ ചൂണ്ടിക്കാട്ടുന്നു. ഇതൊരു പ്യൂരിറ്റൻ രാഷ്ട്രീയമാണ്, ലോകത്തെ വിവിധ ശക്തികളുടെ അധികാരത്തിന്റെ ഏറ്റക്കുറച്ചിലുകളെക്കുറിച്ചോ ജനങ്ങളുടെ അധികാരം വിപുലീകരിക്കുന്ന നയങ്ങളുടെ ആവശ്യത്തെക്കുറിച്ചോ ഒന്നും മനസ്സിലാക്കാത്ത ഒന്ന്.

വ്യത്യസ്ത രാജ്യങ്ങളിലെ സംഘടിത ഇടതുപക്ഷവുമായി അടുത്ത ബന്ധം പുലർത്തുന്നൊരാളാണ് താങ്കൾ. ഇക്കാലത്തെ ഇടതുപക്ഷം സുസംഘടിതമാണോ?

ലോകത്തിന്റെ എല്ലാ ഭാഗങ്ങളിലുമുള്ള ഇടതുപക്ഷം ദുർബലമായ അവസ്ഥയിലാണ്, പക്ഷേ പുനഃസംഘടിപ്പിക്കപ്പെടുന്നുണ്ട്. യു എസ് എസ് ആറിന്റെ തകർച്ച നമ്മെ കാര്യമായി ബാധിച്ചു. യു എസ് എസ് ആറിന് അതിന്റേതായ പ്രശ്നങ്ങൾ ഉണ്ടായിരുന്നെങ്കിലും അത് മുതലാളിത്തത്തിന്റെ കൈയേറ്റങ്ങൾക്ക് മുന്നിലെ സുപ്രധാന തടസ്സമായിരുന്നു. ബൂർഷ്വാ ശക്തികൾ നമ്മുടെ ചിന്താരീതികളെ കൂടി കൈവശപ്പെടുത്തിയതിനാലും നമ്മുടെ ആശയങ്ങളെ അപകീർത്തിപ്പെടുത്തി ഏറ്റെടുക്കപ്പെടാനർഹമായ ഒരേയൊരു ആശയമായി അവരുടേത് മുന്നോട്ടുവെച്ചതിനാലും നമ്മൾ ആശയപരമായി പരാജയപ്പെടുത്തപ്പെട്ടുകൊണ്ടിരിക്കുകയാണെന്ന് തൊണ്ണൂറുകളിൽ ക്യൂബയുടെ ഫിദൽ കാസ്ട്രോ പറയുമായിരുന്നു. യൂണിവേഴ്സിറ്റികൾ ഇതേ കാഴ്ചപ്പാടിലെത്തി. ആദ്യകാല രചനകളുമായി ബന്ധപ്പെട്ട എന്റെ തന്നെ അനുഭവങ്ങൾ ഇതായിരുന്നു അവസ്ഥയെന്ന് കാണിച്ചുതരുന്നുണ്ട്. പ്രസിദ്ധീകരണശാലകളും സർവ്വകലാശാലകളും ഒരു ചർച്ചയ്ക്കുപോലും ഇടനല്കാതെ മാർക്സിസത്തെ നിരാകരിച്ചു. ആഗോളവല്ക്കരണം, എന്നുവച്ചാൽ ആഗോള ചരക്ക് ശൃംഖല, ബൗദ്ധിക സ്വത്തവകാശ വ്യവസ്ഥ സംഘടനകളെ ക്ഷയിപ്പിക്കുകയും ചരക്കുല്പാദനത്തിന്റെ ദേശസാൽക്കരണം വളരെ പ്രയാസകരമാക്കുകയും ചെയ്തു. കർഷകരും കർഷക തൊഴിലാളികളും കർഷക ബിസിനസ് സംരംഭങ്ങളാൽ തങ്ങൾ കൊള്ളയടിക്കപ്പെടുന്നത് കണ്ടു. ഇടതുപക്ഷ കരുത്തിന്റെ സംഭരണികൾ - യൂണിയനുകൾ - ചോർന്നു. ആഗോളതലത്തിൽ ഇതൊരു കനത്ത ആഘാതമായിരുന്നു. ശേഷിക്കുന്ന യൂണിയനുകളിൽ തൊഴിലാളി വർഗ്ഗവുമായും കർഷകരുമായും വ്യാപൃതമാകാനും പുതിയ യൂണിയനുകളും അസംഘടിത മേഖലകളിൽ പുതിയ തരം സംഘടനകളും കെട്ടിപ്പടുക്കാനും ഇടതുപക്ഷത്തിന് പഠിക്കേണ്ടതായുണ്ടായിരുന്നു. ഇതൊരു ഭീമമായ വെല്ലുവിളിയായിരുന്നു. അസമത്വത്തിന്റെ വർദ്ധിച്ച തോതും അരക്ഷിതാവസ്ഥയും തൊഴിലാ

ളികൾക്ക് അവരുടെ സംഘടന കെട്ടിപ്പടുക്കാൻ സമയം കണ്ടെത്തുന്നത് പ്രയാസകരമാക്കി. യോഗങ്ങൾക്ക് വളരെ കുറഞ്ഞ സമയം മാത്രമാണുള്ളത്. കൂടുതൽ ബുദ്ധിമുട്ടിച്ചത് നവലിബറലിസം ആളുകളിൽ സൃഷ്ടിച്ചെടുത്ത അഭിലാഷങ്ങളായിരുന്നു. ഓരോരുത്തർക്കും അവരുടെ വിഹിതം വർദ്ധിപ്പിക്കണം, ഘടന അതിന് തടസ്സമാണെങ്കിൽ പോലും. എല്ലാവരും കരുതുന്നത് അവർക്കതിനാകുമെന്നാണ്. അങ്ങനെ വിശ്വസിക്കുന്നതിൽ തെറ്റൊന്നുമില്ല. എന്നാൽ 'നമുക്കൊരുമിച്ച് അത് സാദ്ധ്യമാണ്' എന്നതിലേക്ക് അതിനെ മാറ്റിയാൽ കൂടുതൽ അഭികാമ്യമായിരിക്കും. എന്നുവച്ചാൽ വലിയ വിഭാഗത്തെ പുറന്തള്ളി വളരെ കുറച്ചുപേർ മാത്രം വിജയം വരിക്കാൻ സാദ്ധ്യതയുള്ള വ്യക്തിഗതമായ ഒന്നിനുപകരം ഒരു സോഷ്യലിസ്റ്റ് ബദലിനു വേണ്ടി നീങ്ങുക. ഇവയൊക്കെയാണ് ഇടതുപക്ഷത്തിന്റെ വെല്ലുവിളികൾ. അവയെ നേർക്കുനേർ നേരിടേണ്ടതുണ്ട്.

ലോകമെമ്പാടും ഇടതുപക്ഷം സാവധാനം വളരുന്നത് ഞാൻ കാണുന്നുണ്ട്, ലാറ്റിനമേരിക്കയിലും ആഫ്രിക്കയിലും പുന:സംഘടിക്കുന്നത്, കിഴക്കൻ ഏഷ്യയിലും മധ്യപൂർവ്വ മേഖലയിലും പുനരേകീകരിക്കപ്പെടുന്നത് ഒക്കെ നമുക്ക് കാണാം. പക്ഷേ, സാവധാനത്തിലാണ്. നമ്മൾ ക്ഷമിച്ചിരിക്കേണ്ടതുണ്ട്. പ്രസ്ഥാനങ്ങൾ തമ്മിൽ വിശ്വാസം വളർത്തിയെടുക്കാൻ ഭൂഖണ്ഡങ്ങളിലാകെ നമുക്ക് ബന്ധങ്ങൾ സ്ഥാപിക്കേണ്ടതുണ്ട്. മൊറോക്കോയുടെ ജനാധിപത്യ പാത വ്യത്യസ്തമായ തൊഴിലാളി വർഗ്ഗ പ്രസ്ഥാനങ്ങളാൽ രൂപീകരിക്കപ്പെട്ടതാണ്. ഇന്നതിനെ നയിക്കുന്നത് പതിറ്റാണ്ടുകൾ ജയിൽവാസം അനുഭവിച്ച മനുഷ്യരും. ഇതാണ് ചിലിയിലെ അവസ്ഥയുടെ പ്രതിഫലനം, പക്ഷേ, വ്യത്യസ്തമായ അനന്തരഫലത്തോടു കൂടി. ചിലിയിലെ പ്രബലമായൊരു ശക്തിയായി ഉയർന്നുവരാൻ ഇടതുപക്ഷത്തിന് സാധിച്ചിരുന്നു. എന്നാൽ തുടർന്നത് അധികാരമേറ്റെടുക്കാൻ യഥാർത്ഥത്തിൽ ഒരുങ്ങുന്നതിന് മുൻപ് തന്നെ ധൃതി പിടിച്ചു. മൊറോക്കോയിൽ രാജഭരണം ആ വഴി അസാദ്ധ്യമാക്കുന്നു. എന്നിരുന്നാലും മൊറോക്കോയിലെ ഇടതുപക്ഷവും ചിലിയൻ ഇടതുപക്ഷവും പരസ്പരം ബന്ധപ്പെടേണ്ടതുണ്ട്, തമ്മിൽ തമ്മിൽ പഠിക്കാനും പരസ്പരം ആത്മവിശ്വാസം കെട്ടിപ്പടുക്കാനും. തൊഴിലാളികളും കമ്യൂണിസ്റ്റ് കൂട്ടായ്മയും ഇവിടെ പ്രധാന പങ്ക് വഹിക്കുന്നുണ്ട്. എന്നാൽ അത് മതിയാവില്ല. ഔദ്യോഗിക കമ്യൂണിസ്റ്റ് പാർട്ടികൾക്ക് പുറമെയും മൂവ്മെന്റുകൾ ഉണ്ടെന്നത് പരിഗണിക്കണം. ഇടതിന്റെ പുനഃസംഘാടനത്തെക്കുറിച്ച് ചിന്തിക്കുമ്പോൾ നമുക്ക് വളരെ വിശാലമായ വീക്ഷണഗതി ഉണ്ടാകേണ്ടതുണ്ട്.

എങ്ങനെയാണ് ഇന്ത്യയിലെ സംഘടിത ഇടതുപക്ഷത്തെ കാണുന്നത്? വെല്ലുവിളികൾ, ദൗർബല്യങ്ങൾ, അതിന്റെ ഭാവി..

ലോകത്തെ ഇതര ഭാഗങ്ങളിലെ സാഹചര്യങ്ങളെ പ്രതിഫലിപ്പിക്കുന്നത് തന്നെയാണ് ഇന്ത്യയിലെ അവസ്ഥയും. കുറച്ച് വർഷങ്ങൾക്ക്

മുൻപ് ഇന്ത്യയിലെ കമ്യൂണിസ്റ്റ് പ്രസ്ഥാനത്തെക്കുറിച്ച് ഞാനൊരു പുസ്തകമെഴുതിയിരുന്നു, *നോ ഫ്രീ ലെഫ്റ്റ്*. നേരത്തേ പറഞ്ഞ വെല്ലുവിളികൾ ഞാനതിൽ സൂചിപ്പിച്ചിരുന്നു. ഇന്ത്യയിലെ ഇടതുപക്ഷത്തിന്റെ സംഭരണികളും ശൂന്യമാക്കപ്പെട്ടിരുന്നു. സമരോത്സുകരും മുഴുവൻ സമയ പ്രവർത്തകരുമായവരുടെ ഒരു തലമുറ വേണ്ടിവന്നു, കിസാൻ സഭയും സി ഐ ടി യുവും മഹിളാ അസോസിയേഷനും ഡി വൈ എഫ് ഐ യും വ്യത്യസ്ത പാർട്ടികളുടെ മറ്റ് ബഹുജന സംഘടനകളും വളർത്തിയെടുക്കാൻ. അതുകൊണ്ട് തന്നെ ഇപ്പോൾ നമുക്ക് വിപുലമായ തോതിൽ ആളുകളെ സംഘടിപ്പിക്കാനാകും. തീർച്ചയായും, കേരളമാണ് ഈ പാതയെ നയിക്കുന്നത്. പക്ഷേ, ഇനിയുമേറെ കാര്യങ്ങൾ ചെയ്യേണ്ടതുണ്ട്. നമ്മൾ ഹിന്ദി ബെൽറ്റിൽ ദുർബലമാണ്. ആ പ്രദേശത്തെ ജാതി വിരുദ്ധ പ്രസ്ഥാനത്തിന്റെ അഭാവം മൂലവും വളരെ വൈകി മുപ്പതിൽപരം വർഷങ്ങൾക്കപ്പുറം മാത്രം അത്തരം പ്രസ്ഥാനം വന്നപ്പോൾ വിമോചനാത്മകമായ രാഷ്ട്രീയത്തിനു പകരം സങ്കുചിത ജാതി രാഷ്ട്രീയത്തിലേക്ക് ചുരുട്ടപ്പെട്ടതും ഒക്കെ കാരണമാണോ ഇത്? ജാതി ശ്രേണിയുടെയും ജന്മിത്വത്തിന്റെയും പിടിയിൽപെട്ട് തന്നെ തുടരുന്ന ഒരു സംസ്കാരം കാരണമാണോ ഇത്? എങ്ങനെയാണ് രാജസ്ഥാൻ മുതൽ വടക്കൻ ബീഹാർ വരെയുള്ള ആ മേഖലയിലേക്ക് കടന്നു കയറുക? പശ്ചിമ ബംഗാളിലെയും ത്രിപുരയിലെയും അടിത്തറ എങ്ങനെ വീണ്ടെടുക്കും? പ്രാദേശിക ബൂർഷ്വാ പാർട്ടികൾക്കെതിരായി ശക്തമായ കമ്യൂണിസ്റ്റ് ബ്ലോക്കിന് നേട്ടങ്ങൾ ഉണ്ടാക്കാൻ സാധിക്കും വിധം ദക്ഷിണേന്ത്യയിൽ (കേരളത്തിന് പുറത്ത്) എങ്ങനെ കളങ്കമറ്റൊരു തിരഞ്ഞെടുപ്പ് പരിപാടി മുന്നോട്ടു വെക്കാം? നമ്മൾ ചോദിക്കേണ്ടതുണ്ടെന്ന് ഞാൻ കരുതുന്ന അനേകം ചോദ്യങ്ങളിൽ ചിലതാണിവ.

ട്രൈക്കോണ്ടിനെന്റൽ എന്ന ആശയത്തിലേക്ക് എങ്ങനെയാണെത്തിയത്? അതിനെയെങ്ങനെയാണ് മുന്നോട്ടു കാണുന്നത്?

'ട്രൈക്കോണ്ടിനെന്റൽ: ഇൻസ്റ്റിറ്റ്യൂട്ട് ഫോർ സോഷ്യൽ റിസർച്ച്' ഇടത് ചായ്‌വുള്ള ഗവേഷകർക്കിടയിൽ ഒരു രാജ്യാന്തര ബന്ധം ഉണ്ടാക്കിയെടുക്കാൻ നടന്നുകൊണ്ടിരിക്കുന്ന ശ്രമത്തിന്റെ ഭാഗമാണ്. അത്തരത്തിലുള്ള നിരവധി സംരംഭങ്ങളുണ്ട്. ഞങ്ങൾ ആയൊരു ധാരയുടെ ഭാഗം മാത്രമാണ്. രാഷ്ട്രീയ പ്രസ്ഥാനങ്ങളും ജനകീയ പ്രസ്ഥാനങ്ങളുമായുള്ള സംഭാഷണങ്ങളിലൂടെ ഞങ്ങളുടെ ഗവേഷണ അജണ്ട നിർമ്മിച്ചെടുക്കുകയെന്നതാണ് ഞങ്ങളുടെ താല്പര്യം. ബുദ്ധിജീവികൾ അവരുടെ ഗവേഷണപദ്ധതികൾ ലോകത്തെ മാറ്റാൻ സമരം ചെയ്യുന്നവരുമായി ചേർന്ന് വികസിപ്പിച്ചെടുക്കണം എന്ന് ഞങ്ങൾ വിശ്വസിക്കുന്നു. ഈ കാഴ്ചപ്പാട് മാർക്സിന്റെ അനുശാസനത്തിൽ നിന്നുള്ളതാണ് "തത്ത്വചിന്തകർ ലോകത്തെ വ്യാഖ്യാനിക്കുക മാത്രമാണ് ചെയ്തത്, എന്നിരുന്നാലും അതിനെ മാറ്റിമറിക്കും എന്നതിലാണ് കാര്യം.'' തത്ത്വചിന്തകർ (ബുദ്ധിജീവികൾ) ശരിക്കും ലോകത്തെ വ്യാഖ്യാനിക്കുന്നു എന്ന് ഉറപ്പാക്കുവാനാണ് ഞങ്ങൾ ശ്രമിക്കുന്നത്. എന്നിട്ട്

പ്രസ്തുത വ്യാഖ്യാനങ്ങൾ വിമോചനത്തിനായുള്ള പ്രസ്ഥാനങ്ങൾക്ക് ഗുണപ്രദമാകുന്നുണ്ടോ എന്ന് നോക്കും. ഞങ്ങളുടെ സ്ഥാപനം പുതിയതാണ്, പക്ഷേ, വളർച്ചയിലാണ്. ഞങ്ങൾക്ക് ഡൽഹിയിലും സാവോ പോളോയിലും (ബ്രസീൽ) ജോഹന്നസ് ബർഗിലും (ദക്ഷിണാഫ്രിക്ക) ബ്യൂണസ് ഐറസിലും (അർജന്റീന) ഓഫീസുകൾ ഉണ്ട്. ഞങ്ങളുടെ തന്നെ ബൗദ്ധികവും സ്ഥാപനപരവുമായ പരീക്ഷണങ്ങളിൽ നിന്നും ഞങ്ങൾ കൂടുതൽ പഠിക്കുന്നതോടെ അവയെക്കുറിച്ചെല്ലാം വർദ്ധിച്ച ആത്മവിശ്വാസത്തോടെ സംസാരിക്കാൻ ഞങ്ങൾ പ്രാപ്തരായിരിക്കും.

എന്തൊക്കെയാണ് നിലവിലെ പദ്ധതികൾ, പുസ്തകങ്ങൾ, ഇടപെടലുകൾ?

മൂന്ന് വഴികളിലാണ് എന്റെ സമയം ചെലവഴിക്കപ്പെടുന്നത്. ആദ്യം, ലോകത്തിന്റെ വിവിധ ഭാഗങ്ങളിൽ നിന്നുള്ള പതിവായ റിപ്പോർട്ടിങ്, അടുത്ത കാലത്ത് അർജന്റീനയിൽ നിന്നുള്ള സ്റ്റോറികൾ പോലെയുള്ളവ. രണ്ടാമത്തേത്, ട്രൈകോണ്ടിനെന്റൽ കെട്ടിപ്പടുക്കുന്നത്. മൂന്ന്, നിങ്ങൾക്ക് *ലെഫ്റ്റ് വേഡിൽ* നിന്നും നല്ല പുസ്തകങ്ങൾ വായിക്കാൻ ലഭിക്കുന്നുണ്ടെന്ന് ഉറപ്പ് വരുത്തുക. അതിനിടയിൽ, വർഷത്തിൽ 12 ഒക്കെയായിരുന്നതിൽ നിന്നും 2020 ഓടു കൂടി വർഷം 50 പുസ്തകങ്ങൾ പുറത്തിറക്കുന്നിടത്തേക്ക് *ലെഫ്റ്റ് വേഡ്* ഞങ്ങൾ വിപുലീകരിക്കുകയാണ്. അടുത്ത വർഷം *ലെഫ്റ്റ് വേഡിന്റെ* ഇരുപതാം വാർഷികമാണ്. അത് ആഘോഷിക്കാനായി ഹിന്ദിയിലുള്ള ഒരു നിരയുൾപ്പെടെ കുറച്ച് സുപ്രധാന പുസ്തകങ്ങൾ ഞങ്ങൾ പുറത്തിറക്കുന്നുണ്ട്. ഞങ്ങൾക്ക് ഞങ്ങളുടെ വായനക്കാരുടെ ആവശ്യങ്ങളെ തൃപ്തിപ്പെടുത്താനാകുന്നുണ്ടെന്നാണ് പ്രതീക്ഷ. നിർദ്ദേശങ്ങളോട് എല്ലായ്പ്പോഴും തുറന്ന സമീപനമാണ് ഞങ്ങൾക്ക്. ഞങ്ങൾക്കെന്താണ് വേണ്ടതെന്നു വച്ചാൽ കുറഞ്ഞ ചെലവിൽ ചെറിയ പുസ്തകങ്ങൾ ഇറക്കാനാവണം. അങ്ങനെയാണെങ്കിൽ അവ എല്ലാവർക്കും വാങ്ങാനും വായിക്കാനുമാകും. ഈ ലക്ഷ്യത്തിലേക്ക്, സോഷ്യലിസ്റ്റ് എഴുത്തിനെയും സോഷ്യലിസ്റ്റ് വായനയെയുംകുറിച്ച് ഞാൻ ഒരു പുസ്തകമെഴുതുകയാണ്. അത് അടുത്ത വർഷം പുറത്തിറങ്ങും. ഇപ്പോൾ ഞാൻ ലെനിന്റെ എഴുത്തുകളുടെ ഒരു ശേഖരം പ്രസിദ്ധീകരിച്ചതേയുള്ളു. വലിയൊരു അദ്ധ്വാനമായിരുന്നു അത്. വായനക്കാരാൽ അത് അഭിനന്ദിക്കപ്പെടുമെന്നാണ് ഞാൻ പ്രതീക്ഷിക്കുന്നത്.

താങ്കളുടെ ഏറ്റവും പുതിയ പുസ്തകം 'വാഷിങ്ടൺ ബുള്ളറ്റ്സ്' വലിയ തരത്തിൽ ചർച്ച ചെയ്യപ്പെടുന്നു. പുസ്തകം ഇതിനകം തന്നെ വിവിധ ഭാഷകളിലേക്ക് തർജ്ജമ ചെയ്യപ്പെട്ടു. ലോകജനാധിപത്യത്തിനു നേരെ അമേരിക്ക കാഞ്ചിവലിച്ചതിന്റെ ചരിത്രം വിശദീകരിക്കുന്ന പുസ്തകം ആശങ്കപ്പെടുത്തുന്ന കണക്കുകളുടെയും മര്യാദകളുടെ എല്ലാ സീമകളും ലംഘിച്ച അധിനിവേശങ്ങളുടെയും ഒരു ഡോക്യുമെന്റ് കൂടിയാണ്.

ലോക മനഃസാക്ഷിയുടെ ഓർമ്മകളിൽ അവയൊന്നും പതിയപ്പെടുന്നില്ലെന്ന് ഉറപ്പാക്കാനും അമേരിക്കൻ സാമ്രാജ്യത്വത്തിന് സാധിച്ചിരുന്നു. എന്തുകൊണ്ടും ഏറ്റവും അനിവാര്യമായൊരു പുസ്തകമാണ് വാഷിങ്ടൺ ബുള്ളറ്റ്സ്. അതിന്റെ പ്രസിദ്ധീകരണത്തോട് അടുത്തുതന്നെ അമേരിക്കൻ ചാര സംഘടനയായ സി ഐ എയെ നിരോധിക്കാൻ ആവശ്യപ്പെട്ടുകൊണ്ടുള്ള ആഗോള പ്രചാരണവും ആരംഭിച്ചു. ഇവയുടെ പശ്ചാത്തലം ഒന്ന് സൂചിപ്പിക്കാമോ?

ബൊളീവിയയിൽ ഇവൊ മൊറാലസിനെതിരെ നടന്ന അട്ടിമറിക്കു ശേഷം അതൊരു അട്ടിമറി തന്നെയാണോ എന്ന കാര്യത്തിൽ ഇടതുപക്ഷത്തെയും ഇടതു ലിബറലുകളുമൊക്കെയായ വലിയ വിഭാഗത്തിനുണ്ടായ വ്യക്തതക്കുറവ് എന്നെ ആശ്ചര്യപ്പെടുത്തിയിരുന്നു. വിവേകമതികളായ ആളുകൾ പോലും തിരഞ്ഞെടുപ്പ് കൃത്രിമങ്ങളെക്കുറിച്ചും മൊറാലസ് ദീർഘകാലമായി അധികാരത്തിലിരിക്കുന്നുവെന്നുമെല്ലാമുള്ള യു എസ് സ്റ്റേറ്റ് ഡിപ്പാർട്ട്മെന്റിന്റെ പ്രചാരണം ആവർത്തിക്കുന്നത് ഞാൻ കേട്ടു. അതുകൊണ്ടാണെനിക്ക് അമേരിക്കൻ സാമ്രാജ്യത്വത്തിന്റെ ചരിത്രത്തെക്കുറിച്ച് ഒരു ഹ്രസ്വമായ ആമുഖം തയ്യാറാക്കണമെന്ന് തോന്നിയത്. പ്രത്യേകിച്ചും മൂന്നാം ലോകത്ത് അതിന്റെ അധികാരം പ്രയോഗിക്കാൻ അവർ ഹൈബ്രിഡ് യുദ്ധത്തെയും അട്ടിമറികളെയും ഉപയോഗിക്കുന്നതിനെക്കുറിച്ച്. ഇവോ മൊറാലസ് മെക്സിക്കോയിലേക്ക് പുറപ്പെട്ടതിന്റെ അടുത്ത ദിവസം തന്നെ ഞാൻ പുസ്തകം എഴുതാൻ ആരംഭിച്ചു. 1945 മുതലുള്ള യുഎസ് അധികാരപ്രയോഗങ്ങളുടെ ചരിത്രവും അവർ നടത്തിയ അട്ടിമറികളുടെ ഘടനയും (ഗ്വാട്ടിമാലയിലെയിലെ ജേക്കബ് അർബെൻസ് ഗവണ്മെന്റിനെതിരെ 1954 ൽ നടത്തിയ അട്ടിമറിയുടെ ഉദാഹരണം വച്ചുകൊണ്ട്) പുസ്തകം ചികഞ്ഞെടുക്കുന്നുണ്ട്. പുസ്തകം വളരെ പെട്ടെന്നാണ് എഴുതിത്തീർത്തത്. പുസ്തകത്തെക്കുറിച്ച് കേട്ട ഇവോ മൊറാലസ് അതിനൊരു അവതാരികയും എഴുതിത്തന്നു. ജനങ്ങൾ സാമ്രാജ്യത്വത്തിനു മേൽ വിജയിതരാകുമെന്ന ഉറച്ച വിശ്വാസത്തിന് അടിവരയിട്ട് അദ്ദേഹം തയ്യാറാക്കിയ അവതാരിക പുസ്തകത്തിന്റെ സന്ദേശത്തെക്കുറിച്ചുള്ള ഉജ്ജ്വലമായൊരു സംക്ഷിപ്തമായിരുന്നു.

ഇന്റർനാഷനൽ അസംബ്ലി ഓഫ് ദ് പീപ്പിൾ എന്ന കൂട്ടായ്മയുടെ സംഘാടനത്തിലുള്ള സാമ്ര്യാജ്യത്വ വിരുദ്ധ പ്രവർത്തനങ്ങളുടെ അന്താരാഷ്ട്ര വാരാചരണത്തിന്റെ സമയത്ത് പ്രസിദ്ധീകരിക്കപ്പെടും വിധമായിരുന്നു പുസ്തകം എഴുതിയത്. പ്രസ്തുത അന്താരാഷ്ട്ര വാരാചരണത്തിന്റെ ഭാഗമായി ചെ യുടെ എഴുത്തുകളുടെ ഒരു പുസ്തകം അദ്ദേഹം കൊല്ലപ്പെട്ട ദിവസമായ ഒക്ടോബർ 9 ന് പ്രസിദ്ധീകരിക്കാൻ ഞങ്ങൾ വിവിധ രാജ്യങ്ങളിലെ ഇടതുപ്രസാധകർ ചേർന്ന് തീരുമാനിച്ചു. വായനക്കാരുടെ കൈയിലെത്തിക്കഴിഞ്ഞ *വാഷിങ്ടൺ ബുള്ളറ്റ്സും* പ്രസിദ്ധീകരണത്തിനൊരുങ്ങുന്ന *ചെ ബുക്കും* കൂടിയായപ്പോൾ ഒക്ടോബർ 9 സി ഐ എയെ നിരോധിക്കുവാൻ ആവശ്യപ്പെട്ടുകൊണ്ടുള്ള അന്താരാഷ്ട്ര ദിനമായി കൊണ്ടാടാൻ ഞങ്ങൾ ആലോചിക്കുകയായിരുന്നു.

ആദ്യമതൊരു തമാശയെന്ന പോലെയാണ് തുടങ്ങിയത്. പക്ഷേ, ഇപ്പോഴതൊരു ദൃഢപ്രസ്താവമായി മാറിയതായി കാണുന്നു. എന്തുകൊണ്ട് അങ്ങനെയൊരു അന്താരാഷ്ട്ര ദിനം ഉണ്ടായിക്കൂടാ? സി ഐ എ ചെയ്തുകൂട്ടിയ കുറ്റകൃത്യങ്ങളെക്കുറിച്ച് വ്യാപകമായ അവബോധം ഉണ്ടാക്കിയെടുക്കേണ്ടത് പ്രധാനമാണ്. അതുകൊണ്ട് ചെ ഗുവേരയുടെയും ലോകത്തെ മറ്റ് ജനകീയ നേതാക്കളുടെയും രക്തസാക്ഷിത്വദിനം ആചരിക്കാനും ലോകത്തിനെതിരായ സി ഐ എയുടെ കൃത്യങ്ങൾ ചർച്ച ചെയ്യാനുമായുള്ള വാർഷിക പരിപാടിയെന്ന നിലയിൽ ഇനിമുതൽ ഈ ദിവസം കൊണ്ടാടപ്പെടും. ചെറുപ്പക്കാരായ ആളുകൾ സി ഐ എയുടെ പഴയതും ഇപ്പോൾ നടന്നുവരുന്നതുമായ കുത്സിത പ്രവർത്തനങ്ങളെക്കുറിച്ച് പഠിക്കുകയും മനുഷ്യമോചനത്തിലേക്കുള്ള അപ്രതിരോധ്യമായ പ്രയാണത്തെ തുരങ്കം വെക്കാൻ ശ്രമിക്കുന്ന ഏതൊരു ശക്തിക്കെതിരെയും പൊരുതുമെന്ന് അവർ പ്രതിജ്ഞയെടുക്കുമെന്നും ഞങ്ങൾ പ്രതീക്ഷിക്കുകയാണ്.

എന്താണ് ഇപ്പോൾ നിരന്തരം ചർച്ച ചെയ്യപ്പെട്ടുകൊണ്ടിരിക്കുന്ന ഹൈബ്രിഡ് യുദ്ധം എന്ന സംജ്ഞയുടെ പൊരുൾ? പുതിയ ലോകത്തിന്റെ ബലാബലങ്ങളെ മനസ്സിലാക്കുന്നതിൽ എത്രമാത്രം പ്രധാനപ്പെട്ടതാണ് ഇത്?

ട്രൈക്കോണ്ടിനെന്റൽ ഇൻസ്റ്റിറ്റ്യൂട്ടിൽ ഞങ്ങൾ നടത്തുന്ന പ്രവർത്തനങ്ങളെ സംബന്ധിച്ചിടത്തോളം 'ഹൈബ്രിഡ് യുദ്ധം' എന്ന സംജ്ഞ വളരെ പ്രധാനപ്പെട്ടതാണ്. ബോംബ് വർഷവും നേരിട്ടുള്ള സൈനിക അധിനിവേശവും കൂടാതെയുള്ള യുദ്ധത്തിന്റെ സ്വഭാവത്തെയാണ് ഈ സംജ്ഞ സൂചിപ്പിക്കുന്നത്. പുതിയ സാങ്കേതികപരമായ വിപ്ലവങ്ങളോടും ആഗോള മാധ്യമങ്ങളിലെ കേന്ദ്രീകരണത്തോടും കൂടി ഇപ്പോൾ ഒരു യുദ്ധത്തിലേർപ്പെടാൻ പല പുതിയ ഉപകരണങ്ങളും ഉണ്ട്. അതുകൊണ്ട് ഹൈബ്രിഡ് യുദ്ധം എന്ന സംജ്ഞ നയതന്ത്ര യുദ്ധത്തെയും വൈജ്ഞാനിക യുദ്ധത്തെയും സാമ്പത്തിക യുദ്ധത്തെയും വാണിജ്യ യുദ്ധത്തെയുമെല്ലാം ഉൾക്കൊള്ളുന്നതാണ്. ഉദാഹരണത്തിന്, യു എസ് അവർ നിയന്ത്രിക്കുന്ന ഓർഗനൈസേഷൻ ഓഫ് അമേരിക്കൻ സ്റ്റേറ്റ്സ് (OAS) പോലുള്ള ബഹുരാഷ്ട്ര കൂട്ടായ്മകളിൽ നിന്നും തങ്ങളുടെ പ്രതിയോഗികളെ പുറത്താക്കാൻ അതിന്റെ രാഷ്ട്രീയാധികാരം ഉപയോഗിക്കുന്നു. അങ്ങനെയാണ് വെനസ്വേലയെ OAS ൽ നിന്നും യു എസ് പുറത്താക്കുന്നത്. പിന്നൊന്ന് കോർപ്പറേറ്റ് മാധ്യമ കുത്തകകൾക്കുമേൽ അവർക്കുള്ള പിടിയാണ്. ലോക കാര്യങ്ങളെക്കുറിച്ച് യു എസ് മുന്നോട്ടു വെക്കുന്ന ആഖ്യാനങ്ങൾ ഓരോ പ്രധാനപ്പെട്ട മാധ്യമസ്ഥാപനവും ആവർത്തിക്കുകയാണ്. അങ്ങനെയത് പെട്ടെന്ന് 'സത്യ'മായി അവതരിക്കുകയാണ്. ഉദാഹരണത്തിന്, ബാഷർ അൽഅസ്സദ് ഒരു 'ഏകാധിപതി' ആണെന്നും ഗദ്ദാഫി 'വംശഹത്യ നടത്തുന്നയാൾ' എന്നൊക്കെയുള്ള കാര്യങ്ങൾ. യു എസ് സ്റ്റേറ്റ് ഡിപ്പാർട്ട്മെന്റിന്റെ ചർച്ചാ വിഷയങ്ങളെ വാഷിങ്ടണിൽ നിന്നുള്ള

അഭിപ്രായം എന്നതിനു പകരം പൂർണ്ണമായും അവയെല്ലാം സാർവ്വത്രികമായ ധാരണയായി എടുക്കപ്പെടുകയാണ്. തങ്ങളുടെ സ്ഥാപനങ്ങളിലൂടെയും ഡോളറിന്റെ സവിശേഷ പദവിയിലൂടെയും അന്താരാഷ്ട്ര സാമ്പത്തിക വ്യവസ്ഥയെ യു എസ് നിയന്ത്രിക്കുന്നതിനാൽ തന്നെ ഏകപക്ഷീയമായ ഉപരോധങ്ങൾ പ്രയോഗിച്ച് രാജ്യങ്ങളെ വരിഞ്ഞ് മുറുക്കാൻ അവർക്കാകും. ഇതൊക്കെയാണ് ഹൈബ്രിഡ് യുദ്ധത്തിന്റെ ആയുധങ്ങൾ.

ചൈനക്കെതിരെ അമേരിക്ക ആസൂത്രണം ചെയ്ത് നടപ്പിലാക്കുന്ന ഹൈബ്രിഡ് യുദ്ധത്തെക്കുറിച്ച് അടുത്ത കാലത്തായി താങ്കൾ നിരന്തരം സംസാരിക്കുന്നുണ്ട്. എങ്ങനൊക്കെയാണ് ചൈന ഈ ഹൈബ്രിഡ് യുദ്ധത്തിന്റെ ലക്ഷ്യമാകുന്നതെന്ന് സൂചിപ്പിക്കാമോ?

ചൈനയ്ക്ക് എതിരായ ഹൈബ്രിഡ് യുദ്ധം മൂന്ന് തരത്തിലാണ് യു എസ് അഴിച്ചുവിടുന്നത്. ആദ്യത്തേത്, ചൈനക്കെതിരെ യു എസ് മുന്നോട്ട് കൊണ്ടുപോകുന്ന വളരെ നിറം പിടിപ്പിച്ച ഒരു വൈജ്ഞാനിക യുദ്ധം. കൊറോണ വൈറസിന്റെ പേരിൽ യു എസ് ചൈനയെ കുറ്റപ്പെടുത്തിയതും അതിനെ ചൈന വൈറസ് എന്നൊക്കെ വിളിച്ചതുമെല്ലാം നമ്മൾ കണ്ടതാണ്. വൈറസുകളുടെ വികാസത്തെയും വ്യാപനത്തെയുമെല്ലാം കുറിച്ച് ഞങ്ങൾ മനസ്സിലാക്കിയതിന് വിരുദ്ധമാണ് ഈ പ്രചാരണങ്ങൾ. അതിന് അതിർത്തികളുമായി യാതൊന്നും ചെയ്യാനില്ല, പകരം മനുഷ്യരും ജന്തുക്കളും തമ്മിലുള്ള ഇടപെടലിന്റെ സ്വഭാവവും ചിലപ്പോൾ ഇറച്ചിക്ക് വേണ്ടിയുള്ള കന്നുകാലി കൃഷിയുടെ രീതികളുമൊക്കെയായാണ് അതിന് ബന്ധം. ഈ നൂറ്റാണ്ടിന്റെ തുടക്കത്തിൽ കാലിഫോർണിയയിൽ ഉത്ഭവിച്ച എവിയൻ ഫ്ളൂവിന്റെ കുറ്റം യു എസിന്റെ മേൽ ചാർത്തുകയായിരുന്നില്ല. പക്ഷേ, യു എസ് ഇതിനെ ചൈനയെ ആക്രമിക്കുവാനുള്ള ഒരു അവസരമാക്കി മാറ്റി. സമാനമായി, ഹോങ് കോംഗിലും ജിൻജിയാങിലും സംഭവിക്കുന്നതെന്താണെന്ന് സൂക്ഷ്മമായി നിരീക്ഷിക്കുന്നതിനു പകരം ചൈനീസ് 'അടിച്ചമർത്തലി'നെക്കുറിച്ച് ഒരാഖ്യാനം തയ്യാറാക്കാനുള്ള അഭിലാഷവും കാണാം. 1961 ൽ ഇന്ത്യ ഒരു സൈനിക പ്രയോഗത്തിലൂടെ ഗോവ പിടിച്ചെടുത്തപ്പോൾ അത് സ്വാതന്ത്ര്യ പദ്ധതിയുടെ ന്യായയുക്തമായ പൂർത്തീകരണമായിട്ടാണ് കാണപ്പെട്ടത്. ഹോങ് കോംഗും തായ്‌വാനും ചൈനയ്ക്ക് പുറത്ത് തുടരുന്നു. അതിൽ തന്നെ ഹോങ് കോംഗ് നൂറ് വർഷത്തെ തങ്ങളുടെ ഭരണത്തിനു ശേഷം യു കെ ക്രമപ്രകാരമുള്ള ഒരു പ്രക്രിയയിലൂടെ കൈമാറിയതാണ്. ഹോങ് കോംഗിന്റെ ഈ കൈമാറ്റം എന്തുകൊണ്ടാണ് ഇന്ത്യയുടെ ഗോവ പിടിച്ചെടുത്ത നീക്കത്തെ കണ്ടതുപോലെ കാണപ്പെടാത്തത് എന്നത് തന്നെ വൈജ്ഞാനിക യുദ്ധത്തെക്കുറിച്ച് ഒരുപാട് പറയുന്നുണ്ട്.

രണ്ടാമതായി, ചൈനക്കെതിരായി യു എസ് ധനപരവും വാണിജ്യപരവുമായ ഒരു സാമ്പത്തിക യുദ്ധം നയിക്കുകയാണ്. ഇതിനായി യു എസിന്റെ നയതന്ത്രപരമായ അധികാരം ഉപയോഗിച്ച് ചൈനീസ്

സ്ഥാപനങ്ങളുമായുള്ള (പ്രത്യേകിച്ചും Huawei, ZTE എന്നിവ)ബന്ധം വിച്ഛേദിക്കാൻ മറ്റ് രാജ്യങ്ങൾക്കു മേൽ സമ്മർദ്ദം ചെലുത്തുന്നു. ഒപ്പം തങ്ങളുടെ ഫിനാൻഷ്യൽ അധികാരം ഉപയോഗിച്ച് ചൈനയുടെ രാജ്യാന്തര ബിസിനസ് ഇടപെടലുകളെ ഒറ്റപ്പെടുത്താനും യു എസ് ശ്രമിക്കുന്നു.

മൂന്നാമതായി, യു എസ് അവരുടെ കപ്പലുകൾ ദക്ഷിണ ചൈനാ സമുദ്രത്തിലേക്ക് അടുപ്പിച്ച് ഒരു തിരിച്ചടിക്കു മുതിരാൻ ചൈനയെ പ്രകോപിപ്പിക്കുകയാണ്. ചൈനയുടെ ഭാഗത്ത് നിന്നുള്ള എന്തെങ്കിലും ഒരു ചെറിയ തിരിച്ചടി, ഒരു പരീക്ഷണ മിസൈൽ പ്രയോഗം പോലും ചൈനീസ് ആക്രമണമായി ചിത്രീകരിക്കപ്പെടുന്നു. അതേസമയം ചൈനയുടെ തീരത്തേക്കുള്ള യു എസ് നാവിക കപ്പലുകളുടെ യാത്ര യു എസ് അനിവാര്യമായും ചെയ്യേണ്ട കർത്തവ്യമായും ചിത്രീകരിക്കപ്പെടുന്നു. ഇത് മനോനിലകളുമായി ബന്ധപ്പെട്ട പോർമുഖത്തിന്റെയും വൈജ്ഞാനിക പോർമുഖത്തിന്റെയും ഒരു സംയോജനമാണ്.

ബൊളീവിയയിലെ തിരഞ്ഞെടുപ്പ് വിജയത്തിന്റെയും ചിലിയിലെ ഭരണഘടനാമാറ്റത്തിന്റെയും പശ്ചാത്തലത്തിൽ ലാറ്റിൻ അമേരിക്കയിലെ ഇടതുപക്ഷത്തിന്റെ തിരിച്ചുവരവ് പ്രതീക്ഷിക്കാമോ?

ലാറ്റിൻ അമേരിക്കയിലെ ഇടതുപക്ഷം വളരെ ഗൗരവത്തിലുള്ള വെല്ലുവിളികളെ നേരിട്ടിരുന്നു. പ്രത്യേകിച്ചും അണമുറിയാതെയെന്ന പോലുള്ള ഹൈബ്രിഡ് യുദ്ധം ശരിക്കും ചില ആഘാതങ്ങൾക്ക് കാരണമായതിനു ശേഷം. ഹോണ്ടുറാസിലെ സെലായക്കെതിരായ അട്ടിമറിക്ക് ശേഷം കൃത്യം ഒരു ദശകം പിന്നിടുമ്പോഴാണ് മൊറാലസിനെതിരായ അട്ടിമറി വരുന്നത്. സെലായയെ അട്ടിമറിച്ചതാണ് ലാറ്റിൻ അമേരിക്കയിലെ ഇടതുപക്ഷത്തിന്റെ കുതിച്ചുകയറ്റത്തെ പിന്നോട്ട് വലിപ്പിക്കുന്ന പ്രക്രിയയ്ക്ക് ആരംഭം കുറിച്ചത്. നിയമങ്ങളുടെ ഏറ്റവും വികൃതമായ പ്രയോഗത്തിലൂടെ ബ്രസീലിൽ ദിൽമയെയും ലുലയെയും നേരിട്ടുകൊണ്ട്, ക്യൂബയ്ക്കും വെനസ്വേലക്കുമെതിരെ അതി തീവ്രമായ ഹൈബ്രിഡ് യുദ്ധം അഴിച്ചുവിട്ട്, മുങ്ങാൻ സമ്മതിക്കാതെ തലയുയർത്തിപ്പിടിക്കുന്ന ഓരോ രാജ്യത്തെയും മൂവ്മെന്റിനെയുമെല്ലാം ആക്രമിച്ച് ആ പ്രക്രിയ തുടർന്നു. ഓരോ ദിവസവും ഏതെങ്കിലുമൊരു നേതാവ് കൊളംബിയയിൽ കൊല്ലപ്പെട്ടു. ഇടതുപ്രസ്ഥാനങ്ങൾക്ക് നേരെയുള്ള വിശാലമായ അതിക്രമത്തിന്റെ പ്രതീകമാണ് ഇക്വഡോറിൽ നടന്ന അക്രമങ്ങൾ. വെനസ്വേലയിലെ ഗവണ്മെന്റിനെ പുറത്താക്കാൻ ലിമാ ഗ്രൂപ്പിനെ ഉണ്ടാക്കിയത് തന്നെ വലതുപക്ഷ ഗവണ്മെന്റുകൾ എങ്ങനെയെല്ലാം യു എസ് സാമ്രാജ്യത്വത്തോട് ചേർന്നുനില്ക്കാൻ താല്പര്യപ്പെടുന്നുവെന്നത് കാണിക്കുന്നുണ്ട്. ദക്ഷിണ അമേരിക്കയിലെ രാജ്യങ്ങളുടെ മുഖ്യ സാമ്പത്തിക പങ്കാളിയും ബിസിനസ് മേഖലയിലെ പ്രധാനിയുമായി ചൈന ഉയർന്നുവരുമോ എന്ന ഭയം കൂടിയുണ്ട്. ഇതിന്റെ തുടർച്ചയായാണ് യു എസ് ഒരു American Creche നയം കൊണ്ടുവരുന്നത്. ചൈനയുമായി

ബന്ധം വിച്ഛേദിക്കുന്ന ആളുകൾക്ക് ഫണ്ട് ലഭ്യമാക്കുമെന്ന ഒരു നയമാണിത്.

ബൊളീവിയയിൽ ഇടതുപക്ഷത്തിന്റെ അധികാരത്തിലേക്കുള്ള തിരിച്ചുവരവ് ആ മേഖലയിലെ ജനങ്ങൾക്കാകെ വലിയൊരു ഉത്സാഹത്തിന് കാരണമായിരിക്കുകയാണ്. അട്ടിമറി സർക്കാർ എന്തെങ്കിലും കൃത്രിമം കാണിക്കുമെന്നായിരുന്നു പ്രതീക്ഷിച്ചിരുന്നത്. സോഷ്യലിസ്റ്റുകൾക്കുള്ള ഉജ്ജ്വലമായ ജനകീയ പിന്തുണ പക്ഷേ, അവരെ കൃത്രിമം കാട്ടുന്നതിൽ നിന്ന് തടയുകയും മിലിട്ടറിയുടെ ഇടപെടലിനെ മാറ്റി നിർത്തിക്കുകയും ചെയ്തു. ഒരാഴ്ചയ്ക്ക് ശേഷം ചിലിയിലെ ജനങ്ങൾ സൈനിക സർവ്വാധിപത്യ കാലത്തെ ഭരണഘടന റദ്ദാക്കുവാനും പുതിയൊരു ഭരണഘടന തയ്യാറാക്കുവാനുമായി വോട്ടു ചെയ്തു. ജനാധിപത്യ മുന്നേറ്റത്തിനുള്ള വലിയൊരു വിജയമാണിത്. ക്യൂബയിലെയും വെനസ്വേലയിലെയും ഗവണ്മെന്റുകളെ പുറത്താക്കാനുള്ള ശ്രമങ്ങൾ പരാജയപ്പെട്ടതും ഇടതുപക്ഷത്തിന്റെ വിജയങ്ങളാണ്. ഇടതുപക്ഷ ചായ്‌വുള്ള ഗവണ്മെന്റുകൾ അധികാരത്തിലുള്ള വലിയ രാജ്യങ്ങളായ അർജന്റീനയും മെക്സിക്കോയും സാമ്രാജ്യത്വത്തിനും അവരുടെ ഏജന്റുമാർക്കുമെതിരായ പുതിയൊരു കൂട്ടായ്മ കെട്ടിപ്പടുക്കാൻ തങ്ങളെ സമർപ്പിക്കുന്നതു വരെ ഈ വികാസങ്ങളൊന്നും സാർത്ഥകമാണെന്ന് പറയാനാകില്ല. അത് സംഭവിക്കുന്നതിന്റെ തെളിവുകൾ കാണാനുമില്ല. പക്ഷേ, ഏറ്റവും കുറഞ്ഞപക്ഷം ഈ മുന്നേറ്റങ്ങൾ ലാറ്റിനമേരിക്കയിലെ ജനങ്ങളുടെ ആത്മവിശ്വാസത്തെ ഉയർത്തിയിട്ടുണ്ട്. അതുകൊണ്ട് മാത്രം തന്നെ അവ പ്രസക്തവുമാണ്.

മഹാമാരിക്കും മുതലാളിത്തത്തിനുമെതിരെ ക്യൂബയുടെ പോരാട്ടം

ലെയ്മ മാർട്ടിനസ് ഫ്രൈരെ/നിതീഷ് നാരായണൻ

കോവിഡിനെതിരായ പോരാട്ടത്തിൽ ലോകത്തിനാകെ മാതൃകയാവുകയാണ് കൊച്ചു ക്യൂബ. മഹാമാരിക്കു മുന്നിൽ മുതലാളിത്ത രാജ്യങ്ങളൊന്നാകെ വിറങ്ങലിച്ചു നിന്നപ്പോൾ സോഷ്യലിസ്റ്റ് ക്യൂബ തങ്ങളുടെ ജനതയ്ക്ക് വിവേചനങ്ങളില്ലാതെ പരമാവധി പരിരക്ഷ ഉറപ്പാക്കി എന്ന് മാത്രമല്ല ദശകങ്ങളായി തങ്ങൾ ആർജ്ജിച്ചെടുത്ത ആരോഗ്യ മേഖലയിലെ നേട്ടങ്ങൾ പ്രയാസമനുഭവിക്കുന്ന ലോകത്തെ എല്ലാ മനുഷ്യരുമായും പങ്കുവെക്കാൻ തയ്യാറാണെന്ന് പ്രഖ്യാപിക്കുകയും ചെയ്തു. ക്യൂബൻ മെഡിക്കൽ സംഘം വിവിധ ലോകരാജ്യങ്ങളിലായി കോവിഡിനെതിരായ പോരാട്ടത്തിൽ ഏർപ്പെട്ടിരിക്കുകയാണ്. വർഷങ്ങളായി അമേരിക്ക നേതൃത്വം നല്കുന്ന മുതലാളിത്ത ശക്തികളുടെ ഉപരോധം നേരിടുന്ന ഒരു രാജ്യമാണ് ഇങ്ങനെ ലോകത്തിനു മുന്നിൽ ഉന്നതമായ മൂല്യങ്ങളാൽ ശിരസ്സുയർത്തി നില്ക്കുന്നതെന്ന് ഓർക്കണം. കോവിഡിനെതിരായ ക്യൂബയുടെ പോരാട്ടങ്ങളെയും ലോകത്തിനുള്ള സന്ദേശത്തെയുംകുറിച്ച് ഹവാന സ്വദേശിയും ക്യൂബൻ ഇൻസ്റ്റിറ്റ്യൂട്ട് ഫോർ ഫ്രണ്ട്ഷിപ് വിത്ത് ദ പീപ്പിൾ എന്ന ക്യൂബൻ സ്ഥാപനത്തിന്റെ ഏഷ്യ പസിഫിക് ഡയറക്ടറുമായ ലെയ്മ മാർട്ടിനസ് ഫ്രൈരെ സംസാരിക്കുന്നു.

ഇതുവരെ ക്യൂബയെ കോവിഡ് 19 എന്ന മഹാമാരി എത്രമാത്രം ബാധിച്ചിട്ടുണ്ട്?

ലോകത്തെ ഏകദേശം എല്ലാ രാജ്യങ്ങളെയും എന്നപോലെ ഞങ്ങളെയും കോവിഡ് 19 ബാധിച്ചിട്ടുണ്ട്. അതിനെ അതിജീവിക്കാനുള്ള എല്ലാ ശ്രമങ്ങളും നടത്തിക്കൊണ്ടിരിക്കുകയാണ് ക്യൂബ. ഇതുവരെ 30416

ടെസ്റ്റുകൾ നടന്നപ്പോൾ 1137 പേർക്ക് അസുഖം സ്ഥിരീകരിച്ചു. അതായത് 3.73 ശതമാനം. ഇവയിൽ 309 പേർക്ക് അസുഖം പൂർണ്ണമായും ഭേദമായി. 764 പേർ ചികിത്സയിലാണ്. ഇതിൽ മറ്റു രാജ്യങ്ങളിൽ നിന്നുള്ളവരും ഉണ്ട്. ഇതുവരെ 38 പേർ മരണപ്പെട്ടു. മരണനിരക്ക് ഇപ്പോൾ 3.34 ശതമാനം ആണ്. ഇത് 2020 ഏപ്രിൽ 21 വരെയുള്ള കണക്കാണ്. വരും ദിവസങ്ങളിൽ അസുഖം ഭേദപ്പെടുന്നവരുടെ എണ്ണത്തിൽ ക്രമാതീതമായ വർദ്ധനവ് ഉണ്ടാകുമെന്നാണ് ഞങ്ങളുടെ പ്രതീക്ഷ. രോഗം ബാധിച്ച വരിൽ 65 ശതമാനവും 20 നും 60 നും ഇടയിൽ പ്രായമുള്ളവരാണ്. കുട്ടികളിലെയും പ്രായമേറിയവരിലെയും രോഗപ്രതിരോധ ശേഷി കുറവായിരിക്കും എന്നതിനാൽ തന്നെ അവർക്ക് കൂടുതൽ ശ്രദ്ധ ലഭിക്കും വിധമുള്ള പ്രത്യേക നടപടികൾ സ്വീകരിച്ചിട്ടുണ്ട്. യാതൊരു വിധ ആശങ്കയും ഭയവും ജനങ്ങൾക്കിടയിൽ ഉണ്ടാകാതിരിക്കാനായി കേസുകളെ സംബന്ധിച്ച എല്ലാ വിവരവും കണക്കും പരസ്യമായി തന്നെ രേഖപ്പെടുത്തുന്നുണ്ട്.

ഈ മഹാമാരിയും അതിനെ തുടർന്നുണ്ടായ സംഭവവികാസങ്ങളും രാജ്യത്തെ വലിയൊരു വിഭാഗം ജനങ്ങളെ, പ്രത്യേകിച്ചും സാധാരണ ക്കാരായവരെയും തൊഴിലാളികളെയും കർഷകരെയും വിദ്യാർത്ഥിക ളെയും അവശവിഭാഗങ്ങളെയുമെല്ലാം സാരമായി ബാധിച്ചിട്ടുണ്ടാ കുമല്ലോ. ഈ സാഹചര്യത്തെ എങ്ങനൊക്കെയാണ് ക്യൂബൻ ഗവ ൺമെന്റ് നേരിടുന്നത്?

അടിസ്ഥാന പ്രമാണം മാറ്റമില്ലാതെ തുടരുന്നു. അത് ക്യൂബൻ വിപ്ലവം ഒരാളെയും പരിരക്ഷകൾക്ക് പുറത്ത് നിർത്തില്ല എന്നതാണ്. ഒരു ക്യൂബൻ കുടുംബത്തെയും അവരുടെ വിധിക്ക് തള്ളിവിടുന്നില്ലെന്ന് ഉറപ്പിക്കാനുള്ള നടപടികൾ ഇതിനകം തന്നെ എടുത്തുകഴിഞ്ഞു. ഈ തത്ത്വത്തിന്റെ കീഴിൽ പൊതുമേഖലയെയും സ്വകാര്യ മേഖലയെയും സംബന്ധിക്കുന്ന കാര്യങ്ങളിൽ തൊഴിൽ, സാമൂഹ്യ സുരക്ഷാ മന്ത്രാ ലയങ്ങൾ നിരവധി നടപടികളെടുത്തുകഴിഞ്ഞു. മുഖാമുഖമിരുന്ന് പ്രവർ ത്തിക്കേണ്ടത് അത്ര ആവശ്യമല്ലാത്ത എല്ലാ തൊഴിലിടങ്ങളിലും ഡിസ്റ്റൻസ് വർക്ക് അല്ലെങ്കിൽ ടെലി വർക്ക് നടപ്പിലാക്കിയിട്ടുണ്ട്. പുതിയ അന്തരീക്ഷത്തെ കണക്കിലെടുത്തുകൊണ്ടുള്ള ഒരു കൂട്ടിച്ചേർക്കൽ കരാറിൽ വരുത്തിക്കൊണ്ട് ഈ വിഭാഗത്തിനു നിലവിലുള്ള അതേ ശമ്പളം തന്നെ ലഭിക്കുന്നതായിരിക്കും.

മറ്റൊരു വിഭാഗത്തിന് പൂർണ്ണമായും വീട്ടിലിരിക്കാൻ അനുവാദം കൊടുത്തിരിക്കുകയാണ്. ഇതിൽ പ്രായമേറിയ ആളുകൾ ഉൾപ്പെടെയു ള്ള ഉയർന്ന അപകടസാദ്ധ്യതയുള്ളവർ പെടും.

സ്കൂളുകൾ അടച്ചിട്ടിരിക്കുകയാണ്. അതുകൊണ്ട് തന്നെ പ്രൈമറി തലത്തിലെയും സ്പെഷ്യൽ സ്കൂളുകളിലെയും കുട്ടികളെ നോക്കുന്ന തിനായി വീട്ടിൽ നില്ക്കേണ്ടി വരുന്ന അമ്മമാരുടെ ജോലി സുരക്ഷ ഉറ

പ്പാക്കിയിട്ടുണ്ട്. ശ്വാസകോശ സംബന്ധമായ പ്രശ്നങ്ങൾ നേരിടുന്നവരും വീട്ടിൽ തന്നെ തുടരാനാണ് തീരുമാനം. ഈ തൊഴിലാളികൾക്ക് ആദ്യത്തെ മാസം പെയ്ഡ് ലീവ് എന്ന നിലയിൽ മുഴുവൻ ശമ്പളവും രണ്ടാം മാസം മുതൽ ശമ്പളത്തിന്റെ അറുപത് ശതമാനവും ലഭിക്കും.

വിദ്യാലയങ്ങൾ എല്ലാം അടച്ചിടുമ്പോൾ തന്നെ മെഡിക്കൽ വിദ്യാർത്ഥികളുടെ പ്രധാനപ്പെട്ടൊരു പിന്തുണ പ്രവർത്തനങ്ങൾക്കെല്ലാമുണ്ട്. അവർ ഓരോ വീടുകളിലും ചെന്ന് കുടുംബങ്ങളെ അഭിമുഖം ചെയ്ത് അവരുടെ ആരോഗ്യസ്ഥിതിയെക്കുറിച്ച് മനസ്സിലാക്കുന്നു. ഇത് ക്യൂബയിലെ എല്ലാ പ്രോവിൻസിലും നടക്കുന്നുണ്ട്. ഏറ്റവും ചെറിയ ജനസംഖ്യയ്ക്ക് ഏറ്റവും കൂടുതൽ ഡോക്ടർമാരുടെ സേവനം ലഭ്യമായിട്ടുള്ള ലോകത്തെ ഒന്നാമത്തെ രാജ്യമായ ക്യൂബയിലെ പതിനായിരക്കണക്കിന് ഡോകടർമാരും മെഡിക്കൽ വിദ്യാർത്ഥികളും പ്രാദേശിക ജനതയെ പരിശോധിക്കാനായി ഓരോ വീട്ടിപടിക്കൽനിന്നും മറ്റൊന്നിലേക്ക് നീങ്ങിക്കൊണ്ടിരിക്കുകയാണ്. അസുഖബാധിതരായവരെ കണ്ടെത്താനും ഇന്നാട്ടിലെ ജനങ്ങളെയെല്ലാം ഭീതിയിൽ നിന്ന് അകറ്റി നിർത്താനും ആവശ്യമായ എല്ലാ നീക്കങ്ങളും നടക്കുന്നുണ്ട്.

രാജ്യത്തേക്കുള്ള പ്രവേശനത്തിന് നിരോധനം വന്നതോടെ ടൂറിസം പോലെയുള്ള മേഖലകൾ രൂക്ഷമായ പ്രതിസന്ധിയിൽ പെട്ടിരിക്കുകയാണ്. അതുകൊണ്ടു തന്നെ ഈ മേഖലയിൽ തൊഴിലെടുക്കുന്നവർ അവഗണിക്കപ്പെടുന്നില്ലെന്ന് ഉറപ്പാക്കാനുള്ള മറ്റ് ഇടപെടലുകൾ പ്രോത്സാഹിപ്പിക്കപ്പെടുന്നുണ്ട്. ജോലി നിർത്തപ്പെട്ടിട്ടുള്ള സാഹചര്യത്തിൽ മറ്റ് സാദ്ധ്യതകളിലേക്ക് അവരെ മാറ്റി വിനിയോഗിക്കുന്നതിന് പിന്തുണ നല്കുന്നുണ്ട്. ഈ വിധം അവർക്ക് സ്ഥായിയായ ശമ്പളം ലഭിക്കുകയും രാജ്യത്തിന്റെ പൊതുവായ വികസനത്തിനുള്ള അവരുടെ സംഭാവന തുടരുകയും ചെയ്യും. അങ്ങനെ ജീവിതത്തിലേക്ക് കരുത്തോടെ തിരിച്ചെത്താനുള്ള അവസരം അവർക്കുണ്ടാകും.

സ്വകാര്യ സംരംഭകരെയും അവിടത്തെ തൊഴിലാളികളെയും സംബന്ധിച്ചിടത്തോളം രണ്ട് സാഹചര്യങ്ങളാണ് ഉള്ളത്. ജോലി ചെയ്യാൻ തീരുമാനിച്ചവർക്ക്, ജോലി ഭാരം കുറവാണെങ്കിൽ പോലും ശമ്പളത്തിന്റെ കാര്യത്തിൽ ഒരു സുരക്ഷാ മാനദണ്ഡം ഉണ്ട്. അത് രാജ്യത്തെ അംഗീകരിക്കപ്പെട്ട മിനിമം വേതനത്തിന്റെ താഴെ പോകരുത് എന്നതാണ്. സംരംഭകർ തൊഴിലാളികൾക്ക് അവർ തൊഴിലെടുക്കുന്ന സമയത്തിനനുസരിച്ച് വേതനം നല്കണം. എന്നാൽ ഇത് രാജ്യത്ത് നിലവിൽ വന്നിട്ടുള്ള ലേബർ കോഡിൽ അനുശാസിച്ചിട്ടുള്ളതിൽ കുറഞ്ഞ തുകയായിരിക്കാനും പാടില്ല.

ഇനി സാമൂഹ്യ സുരക്ഷാപരമായ വിഷയങ്ങളെക്കുറിച്ച്. നിലവിലുള്ള പ്രതിസന്ധിമൂലം ജീവിക്കാനാവശ്യമായ വരുമാനം ഇല്ലാതായ കുടുംബങ്ങളെ സാമൂഹ്യമായ സഹായം ഉറപ്പാക്കി സംരക്ഷിക്കാനാകും. ബഹുജന സംഘടനകളായ കമ്മിറ്റി ഫോർ ദ ഡിഫൻസ് ഓഫ് ദ

റവല്യൂഷ്യൻ (സി ഡി ആർ), ഫെഡറേഷൻ ഓഫ് ദ ക്യൂബൻ വിമൻ എന്നിവയെല്ലാം മാറി മാറി സെന്റർ ഓഫ് വർക്കേഴ്സ് ഓഫ് ക്യൂബയുമായി ചേർന്ന് വീടുകളിൽ ഒറ്റയ്ക്ക് കഴിയേണ്ടി വരുന്ന പ്രായമേറിയ ആളുകൾക്ക് സഹായം ഉറപ്പാക്കുന്നുണ്ട്. നിത്യോപയോഗ സാധനങ്ങൾ വാങ്ങുന്നതുൾപ്പെടെയുള്ള കാര്യങ്ങൾക്ക് അവരുടെ സഹായം ലഭിക്കുന്നതോടെ പ്രായമേറിയവർ ഏറ്റവും ഒഴിവാക്കാനാവാത്ത സാഹചര്യത്തിലൊഴികെ വീടുവിട്ട് പുറത്തിറങ്ങില്ലെന്ന് ഉറപ്പിക്കാനാകും.

എന്നിരുന്നാലും, നിശ്ചയമായും ഈ മഹാമാരി ഞങ്ങൾക്ക് ആഘാതമേല്പിച്ചിട്ടുണ്ട്. പ്രധാനമായും ടൂറിസം ഉൾപ്പെടെ വിവിധ പ്രവർത്തനങ്ങളിൽ അത് പ്രതിഫലിച്ചിട്ടുണ്ട്. അതുണ്ടാക്കുന്ന വരുമാനം ഇല്ലാണ്ടായതുകൊണ്ട് മാത്രമല്ല അതുൾപ്പെടുന്ന ഉല്പാദന കണ്ണികളെ ബാധിക്കുന്നതുകൊണ്ട് കൂടിയാണ്. ടൂറിസത്തിന്റെ ഡിമാന്റ് മറ്റ് മേഖലകൾ കൂടി ഇടപെട്ടുകൊണ്ടുള്ളതാണ്.

ഇതിനു പുറമെ, ചില ഇറക്കുമതികളുടെ വിതരണത്തിനു മേൽ നിയന്ത്രണങ്ങളുണ്ട്. ക്യൂബ ചരക്ക് ഇറക്കുമതി ചെയ്തിരുന്ന പല രാജ്യങ്ങളും അവരുടെ വില്പന കുറയ്ക്കുകയാണ്, അല്ലെങ്കിൽ ഉടനെ തന്നെ വില്പന അവസാനിപ്പിക്കും. അന്തർദ്ദേശീയ വാണിജ്യം സാധാരണ നിലയിലല്ല. പക്ഷേ, ചരക്ക് വിനിമയവുമായി ബന്ധപ്പെട്ട് ഞങ്ങൾ നേരിടുന്ന പല തടസ്സങ്ങളും അമേരിക്കൻ ഉപരോധത്തിന്റെ ഉല്പന്നമാണ്.

വിവിധ രാജ്യങ്ങൾക്ക് ക്യൂബ നല്കിയ മെഡിക്കൽ സഹായം ലോകമെമ്പാടും അഭിനന്ദിക്കപ്പെട്ടിട്ടുണ്ട്. കോവിഡിനെതിരായ പ്രതിരോധപ്രവർത്തനത്തിൽ ക്യൂബയുടെ അന്താരാഷ്ട്ര സാഹായം എങ്ങനെയൊക്കെയാണെന്ന് ഒന്ന് സൂചിപ്പിക്കാമോ?

രാഷ്ട്രീയമായ പ്രതിഫലനമോ സാമ്പത്തികമായ നേട്ടമോ ഒന്നും പരിഗണിക്കാത്തൊരു മനസ്സുമായി കഴിഞ്ഞ കുറച്ച് ആഴ്ചകളായി സഹകരണത്തിനായുള്ള അഭ്യർത്ഥനകളോട് ഞങ്ങൾ പ്രതികരിച്ചുകൊണ്ടിരിക്കുകയാണ്. ഇതുവരെ 20 രാജ്യങ്ങളിലെ ദേശീയവും പ്രാദേശികവുമായ പ്രവർത്തനങ്ങളെ സഹായിക്കാനായി ആരോഗ്യസുരക്ഷാ വിദഗ്ദ്ധരുടെ 21 സംഘത്തെ ക്യൂബ അയച്ചു കഴിഞ്ഞു. മറ്റ് 60 രാജ്യങ്ങളിൽ നിലവിൽ ഉണ്ടായിരുന്ന ക്യൂബൻ മെഡിക്കൽ സംഘം അവിടവിടങ്ങളിൽ കോവിഡ് പ്രതിരോധ പ്രവർത്തനങ്ങളിൽ ഇടപെട്ടുകൊണ്ടിരിക്കുന്നതിന് പുറമെയാണിത്.

ഈ അസുഖത്തെ ചെറുക്കുന്നതിലും ചികിത്സിക്കുന്നതിലും ഞങ്ങളുടെ അനുഭവത്തിൽ ഫലപ്രദമാണെന്ന് തെളിയിക്കപ്പെട്ട ക്യൂബ തന്നെ ഉല്പാദിപ്പിച്ച ചില മരുന്നുകൾ ഞങ്ങൾ പങ്കുവെക്കുകയും ചെയ്തിട്ടുണ്ട്. ഇതിനൊപ്പം ഞങ്ങളുടെ ആരോഗ്യപ്രവർത്തകർ ടെലി കോൺഫറൻ

സുകളിലൂടെ മറ്റ് രാജ്യങ്ങളിലെ രോഗികൾക്ക് നല്കാനാവശ്യമായ പ്രത്യേക ചികിത്സയെക്കുറിച്ചുള്ള ചർച്ചകളിലും കൂടിയാലോചനകളിലും ഭാഗമാകുന്നു.

ഈ പ്രവർത്തനങ്ങളിലെല്ലാം മുഴുകുന്നത് ക്യൂബയിലെ ജനങ്ങളെ സംരക്ഷിക്കാനുള്ള ഉത്തരവാദിത്വം മറന്നുകൊണ്ടല്ല. അമേരിക്കയുടെ സാമ്പത്തികവാണിജ്യ ഉപരോധങ്ങൾ ഉണ്ടായിട്ടുപോലും ആ ചുമതല ഏറ്റവും കർക്കശമായി പൂർത്തീകരിക്കപ്പെടുന്നുണ്ട്. ഈ വിഷയത്തിൽ താല്പര്യമുള്ളവർക്കെല്ലാം ഈ വാദത്തെ സാധൂകരിക്കുന്ന ഡാറ്റ പരിശോധിക്കാവുന്നതാണ്. അത് പൊതുസമൂഹത്തിന് ലഭ്യമാണ്. മാന്യതയുടെ ഒരു കണികയെങ്കിലും ബാക്കിയാക്കുന്ന ഏതൊരാൾക്കും ഉപരോധം പൊതുജനാരോഗ്യ സംവിധാനത്തെ ശക്തിപ്പെടുത്താനും വിശിഷ്യാ ഈ മഹാമാരിയെ ചെറുക്കാനും ആവശ്യമായ സാമഗ്രികളും ഭൗതിക സംവിധാനങ്ങളും ഉറപ്പുവരുത്തുന്നതിൽ ക്യൂബയ്ക്ക് മേൽ അടിച്ചേല്പിക്കുന്ന സമ്മർദ്ദം മനസ്സിലാകും.

ചൈനയിൽ നിന്ന് സഹായത്തിനായുള്ള ഒരു ചരക്ക് ക്യൂബയിലേക്ക് അയക്കാനാവാഞ്ഞതാണ് സമീപകാലത്തെ ഒരു ഉദാഹരണം. ചരക്ക് വാഹകർ പറഞ്ഞ കാരണം അമേരിക്കൻ ഉപരോധം മൂലം ഈ ചരക്ക് നിരോധിക്കപ്പെട്ടിരിക്കുന്നു എന്നാണ്. ഇതിനെക്കുറിച്ച് ഉയർന്ന യു എസ് ഉദ്യോഗസ്ഥർ പറഞ്ഞത് ക്യൂബയ്ക്ക് ആവശ്യമായ മരുന്നുകളും ആരോഗ്യ ഉപകരണങ്ങളും തങ്ങൾ എത്തിക്കുന്നുണ്ടെന്നാണ്. എന്നാൽ രണ്ട് രാജ്യങ്ങൾക്കും ഇടയിലെ ഒരു തവണത്തെ കൈമാറ്റത്തിലൂടെയെങ്കിലും ഈ മിത്തിനെ പിന്തുണയ്ക്കാൻ അവർക്ക് പറ്റിയിട്ടില്ല. ഞങ്ങൾ ഒരാൾക്കും ഞങ്ങളുടെ സഹായം നിഷേധിക്കില്ല, ആവശ്യമാണെങ്കിൽ ക്യൂബയ്ക്ക് ഒരുപാട് ദോഷം ചെയ്യുന്ന രാജ്യങ്ങൾക്ക് പോലും.

ഇത് ഐക്യപ്പെടലിന്റെയും സോഷ്യലിസ്റ്റ് ഇന്റർനാഷണലിസത്തിന്റെയും ഒരു മഹാ പ്രകടനമാണ്. നിങ്ങൾ ഒരേ സമയം ഒരു മഹാമാരിയെ സ്വരാജ്യത്ത് നേരിടുകയും അപ്പോൾ തന്നെ നിങ്ങളുടെ മെഡിക്കൽ സംഘത്തെ കൂടുതൽ അപകടകരമായ അവസ്ഥയിലൂടെ കടന്നുപോകുന്ന രാജ്യങ്ങളിലേക്ക് അയക്കുകയും ചെയ്യുന്നു. ക്യൂബ ലോകത്തോട് പറയാൻ ശ്രമിക്കുന്നതെന്താണ്?

ഞാൻ കരുതുന്നത്, ഞങ്ങളുടെ വിദേശകാര്യ മന്ത്രാലയം പുറപ്പെടുവിച്ച പ്രസ്താവനയിലെ ചില വാചകങ്ങൾ തന്നെ ഉദ്ധരിക്കാമെന്നാണ്.

> ഈ കാലഘട്ടം ആവശ്യപ്പെടുന്നത് ഐക്യവും സഹകരണവുമാണെന്ന ബോദ്ധ്യം ക്യൂബയ്ക്കുണ്ട്. രാഷ്ട്രീയമായ മുൻവിധികളോടുകൂടാതെയുള്ള ഒരു അന്താരാഷ്ട്ര യജ്ഞത്തിനാണ് ക്യൂബ ശ്രമിക്കുന്നത്. ഈ രോഗത്തെ ചെറുക്കാനും അതിന്റെ വ്യാപനം

കുറയ്ക്കാനും മരണനിരക്ക് പിടിച്ചുനിർത്താനും ഏറ്റവും ദുർബ്ബല വിഭാഗത്തിനു സംരക്ഷണം ഉറപ്പുവരുത്താനും സാമൂഹികമായ ഇടപെടൽ ഉയർത്തിക്കൊണ്ടുവരാനുമെല്ലാം പാകത്തിൽ ഓരോ രാജ്യവും അവരുടെ ശാസ്ത്രീയമായ ഗവേഷണ ഫലങ്ങൾ പരസ്പരം പങ്കുവെക്കുന്ന ശീലം വികസിപ്പിക്കാനാണ് ഞങ്ങൾ ശ്രമിക്കുന്നത്. ഐക്യരാഷ്ട്ര സഭയുടെയും ലോകാരോഗ്യ സംഘടനയുടെയും പങ്ക് നിസ്തുലമാണെന്ന് ക്യൂബ തീവ്രമായി വിശ്വസിക്കുന്നു.

നിലവിലെ പ്രതിസന്ധിയുടെ കാഠിന്യം എല്ലാ രാഷ്ട്രീയ വ്യത്യാസങ്ങൾക്കും അതീതമായി പരസ്പരം സഹകരിക്കുവാനും ഐക്യപ്പെട്ട് ശീലിക്കുവാനും നമ്മെ നിർബ്ബന്ധിക്കുന്നുണ്ട്. വൈറസിന് അതിർത്തികളോ ആശയധാരകളോ അറിയില്ല. അത് എല്ലാവരുടെയും ജീവനുകളെ വെല്ലുവിളിക്കുന്നതുകൊണ്ടുതന്നെ അതിനെതിരെ പോരാടുകയെന്നതിൽ നമ്മളാണ് തീരുമാനമെടുക്കേണ്ടത്. ഒരു രാജ്യവും മാറിനിന്നും മറ്റുള്ളവരുടെ ആവശ്യങ്ങൾ അവഗണിച്ചും തങ്ങൾ ഇതിനെ നേരിടാൻ മാത്രം കരുത്തരാണെന്നോ സമ്പന്നരാണെന്നോ വലിയവരാണെന്നോ കരുതരുത്. ആശ്രയിക്കാനാവുന്നതും മൂല്യവത്തായതുമായ വിവരങ്ങൾ നല്കേണ്ടതും പങ്കുവെക്കേണ്ടതും അത്യാവശ്യമാണ്. കൂടുതൽ വിഭവങ്ങൾ ലഭ്യമായിട്ടുള്ളവർ ഈ മഹാമേരിയെ നേരിടാൻ സജ്ജമായിട്ടില്ലാത്ത, എന്നാൽ വലിയ തോതിൽ ബാധിക്കപ്പെട്ടിട്ടുള്ള രാജ്യങ്ങളുമായി അവ പങ്കു വെക്കാൻ തയ്യാറാകണം.

ഇതാണ് ക്യൂബയുടെ സമീപനം. പരിമിതമായ പ്രകൃതി വിഭവങ്ങൾ മാത്രമുള്ള, എന്നാൽ ക്രൂരവും വളരെ കാലമായുള്ളതുമായ സാമ്പത്തിക ഉപരോധത്തിന് ഇരകളായ ചെറിയൊരു രാജ്യത്തിന്റെ വിനീതമായ സംഭാവന. ലോകാരോഗ്യ സംഘടനയും മറ്റ് രാജ്യങ്ങളുമെല്ലാം ഉദാരമായി തിരിച്ചറിഞ്ഞിട്ടുള്ളതുപോലെ ആരോഗ്യ മേഖലയിലെ പതിറ്റാണ്ടുകളായുള്ള അന്താരാഷ്ട്ര സഹകരണത്തിന്റെ അനുഭവം ഞങ്ങൾ ആർജ്ജിച്ചെടുത്തിട്ടുണ്ട്.

നമ്മൾ ഒന്നിച്ച് പ്രവർത്തിച്ചാൽ കൂടുതൽ വേഗത്തിലും ഫലപ്രദമായും വൈറസിന്റെ വ്യാപനം തടയാനാകും. അതുകഴിഞ്ഞ് നമുക്ക് മഹാമാരി കാരണമായിട്ടുള്ള സാമ്പത്തിക സാമൂഹിക പ്രതിസന്ധികൾ കൈകാര്യം ചെയ്യേണ്ടതായിട്ടുണ്ട്. അതിന്റെ തോത് എത്രയായിരിക്കുമെന്ന് പ്രവചിക്കുവാൻപോലും ഇതുവരെ ആരും ധൈര്യം കാട്ടിയിട്ടില്ല.

കൂടുതലും വമ്പൻ വ്യാവസായിക രാഷ്ട്രങ്ങളിൽ മാത്രമുള്ള സാങ്കേതികവിദ്യകളുടെ, പ്രത്യേകിച്ചും ആരോഗ്യമേഖലയുമായി ബന്ധപ്പെട്ടവയുടെ, ലഭ്യത അവർ വികസ്വര രാജ്യങ്ങൾക്കുകൂടി ലഭിക്കുമെന്ന് ഉറപ്പാക്കിയിട്ടില്ലെങ്കിൽ, നിർവിഘ്നവും നിസ്വാർത്ഥവുമായ രീതിയിൽ

അവരുടെ ശാസ്ത്ര നേട്ടങ്ങളും ഉല്പന്നങ്ങളും പങ്കുവെക്കുന്നില്ലെങ്കിൽ ലോക ജനസംഖ്യയുടെ ഭീമമായൊരു ഭാഗം ഇന്നത്തേതിനു തുല്യമായതോ അതിലും രൂക്ഷമായതോ ആയ പ്രത്യാഘാതം അനുഭവിക്കേണ്ടി വരും. അത്രമേൽ പരസ്പര ബന്ധിതമാണ് ലോകം.

രാഷ്ട്രീയ പ്രേരിതമായി വികസ്വര രാജ്യങ്ങൾക്ക് മേൽ നടപ്പാക്കുന്ന കനത്ത സാമ്പത്തിക നടപടികൾ അവസാനിപ്പിച്ചില്ലെങ്കിൽ, അവരെ സംബന്ധിച്ചിടത്തോളം തിരിച്ചടയ്ക്കാൻ സാദ്ധ്യമല്ലാത്ത വിദേശ കടത്തിന്റെ ക്ലേശങ്ങളിൽ നിന്നും ഒഴിവാക്കി അന്താരാഷ്ട്ര സാമ്പത്തിക സംഘടനകൾ അടിച്ചേല്പിക്കുന്ന ദയാരഹിതമായ നിയന്ത്രണങ്ങളിൽ നിന്നും മോചിപ്പിക്കുന്നില്ലെങ്കിൽ, ഒരു മഹാമാരിയും ഇല്ലാതെ തന്നെ കുട്ടികളും സ്ത്രീകളും പ്രായമേറിയവരും ഉൾപ്പെടെ ദശലക്ഷക്കണക്കിനാളുകളെ പ്രതിവർഷം കൊല്ലുന്ന സാമ്പത്തികസാമൂഹിക അസമത്വം മറികടക്കുന്നതിനെക്കുറിച്ച് ചിന്തിക്കുവാൻ പോലുമുള്ള അവസ്ഥയിൽ ആയിരിക്കില്ല നമ്മൾ. ഉത്തരവാദിത്വപ്പെട്ടവരുടെ ഇച്ഛാശക്തിയെ ഉണർത്താനും പ്രവർത്തിപ്പിക്കാനും ഇപ്പോഴും സമയമുണ്ട്. നമ്മളത് വരുംതലമുറകൾക്ക് വിടുകയാണെങ്കിൽ അതൊരുപാട് വൈകിപ്പോകും.

അമേരിക്ക നയിക്കുന്ന മുതലാളിത്ത രാജ്യങ്ങളിൽ നിന്നും സാമ്പത്തിക യുദ്ധത്തിന് ഇരകളായിക്കൊണ്ടിരിക്കുകയാണ് ക്യൂബ. അത് തന്നെ നിങ്ങളെ വലിയ പ്രയാസത്തിലേക്ക് തള്ളിവിട്ടിട്ടുണ്ട്. ഇപ്പോൾ ഈ മഹാമാരി സ്ഥിതി രൂക്ഷമാക്കിയിട്ടുണ്ടാകും. എന്താണ് സാമ്പത്തിക മേഖലയുടെ സ്ഥിതി? എന്തൊക്കെയാണ് മുന്നോട്ടുള്ള വഴികൾ?

ഒരേസമയം പുറത്തുനിന്നുള്ള പണമിടപാട് സ്വീകരിക്കുന്നതിലും വായ്പ എടുക്കുന്നതിലും നേരിടുന്ന പ്രയാസവും ലോക സമ്പദ് വ്യവസ്ഥയുടെ തകർച്ചയും ആഭ്യന്തര സാമ്പത്തികാവസ്ഥയിൽ പ്രതിഫലിക്കുന്നുണ്ട്. ഇതിന്റെ ഫലമായി വിദേശ നിക്ഷേപമുൾപ്പെടെ സർക്കാർ സർക്കാരിതര മേഖലകളിലെ ഉല്പാദന തോതിൽ ഇടിവുണ്ടായിട്ടുണ്ട്.

ഈ കേസിൽ സമയ ദൈർഘ്യത്തെക്കുറിച്ച് ഒരു അനിശ്ചിതാവസ്ഥ ഉണ്ട്. പിന്നെ രോഗത്തിനപ്പുറത്തേക്ക് പോകുന്നതാണ് സാമ്പത്തിക പ്രശ്നങ്ങൾ. ഈ മഹാമാരിയെ നിയന്ത്രണത്തിലാക്കാൻ എപ്പോൾ സാധിക്കും? എങ്ങനെയാണത് സാമ്പത്തിക രംഗത്തെ ബാധിക്കാൻ പോകുന്നത്? കൂടാതെ എങ്ങനെയാണ് സാമ്പത്തിക രംഗം ഒരു തിരിച്ചുവരവിന്റെ സൂചന കാണിക്കാൻ തുടങ്ങുക എന്നതൊക്കെ ചോദ്യങ്ങളാണ്. ഇതിനെല്ലാം അനുസരിച്ച് സാദ്ധ്യമായ ഏറ്റവും തുല്യമായ വിധം വിഭവങ്ങൾ വിതരണം ചെയ്യപ്പെടാൻ പോവുകയാണ്. ഭക്ഷ്യലഭ്യതയ്ക്കും മറ്റും മുൻഗണന നല്കി രാജ്യത്തിന്റെ നിക്ഷേപ പദ്ധതികൾ ക്രമീകരിക്കുകയും നിർമ്മാണാത്മകമാക്കുകയും ചെയ്യും.

ഞങ്ങളുടെ കേന്ദ്രാവിഷ്കൃതമായ സാമ്പത്തിക പ്രവർത്തനത്തെ മുതലാളിത്ത രാജ്യങ്ങൾ ചോദ്യം ചെയ്യുന്നുണ്ട്. എന്നാൽ ആ ആസൂത്രണ രീതിയും ശക്തമായ പൊതുമേഖലയും ഞങ്ങളുടെ കരുത്താണ്. കാരണം വിഭവങ്ങളുടെ വിതരണം മാർക്കറ്റിന്റെ

താല്പര്യമനുസരിച്ച് ക്രമീകരിക്കപ്പെടുകയോ കൂടുതൽ ലാഭം മാത്രം തേടി പോവുകയോ ഇല്ല. ഇത്തരമൊരു പരിതഃസ്ഥിതിയിൽ അതൊരു അധിക കരുത്താണ്. കാരണം ജനങ്ങൾക്കനുകൂലമായ തീരുമാനങ്ങളെ ടുക്കാനുള്ള സാഹചര്യം അതുണ്ടാക്കുന്നു.

മറ്റൊന്നാണ് നിയമത്തിന്റെ പരിധിക്കകത്തുനിന്ന് ബജറ്റിലെ വിഭവങ്ങൾ കൈകാര്യം ചെയ്യാനുള്ള പരമാധികാരം. കൂടാതെ ക്യൂബയിലെ ജനങ്ങളോടല്ലാതെ ഒരു അന്താരാഷ്ട്ര സംഘടനയോടും ഉത്തരം പറയാൻ ഞങ്ങൾ ബാദ്ധ്യസ്ഥരല്ല. അറുപത് വർഷത്തിലധികമായി വളഞ്ഞാക്രമിക്കപ്പെട്ടുകൊണ്ടിരിക്കുന്ന ഒരു സമ്പദ് വ്യവസ്ഥയെ ക്രമീകരിച്ചുകൊണ്ടിരിക്കുന്നതിന്റെ അനുഭവം ഞങ്ങൾക്കുണ്ട്.

ഞങ്ങളുടെ ജനങ്ങൾക്കാവശ്യമായ ഭക്ഷണത്തിന്റെ സ്രോതസ്സ് ഞങ്ങളുടെ കൃഷിയിൽ നിന്നുതന്നെ കണ്ടെത്തേണ്ടതുണ്ട്. ക്യൂബയിലേക്കുള്ള ഭക്ഷണ സാധനങ്ങളുടെ ഇറക്കുമതി ഉയർന്നതാണെന്നത് എല്ലാവർക്കുമറിയുന്ന കാര്യമാണ്. ഇതിനർത്ഥം ഇറക്കുമതി ഇല്ലാതാക്കും എന്നല്ല. ഞങ്ങൾ ദേശീയമായ പരിഹാരങ്ങൾക്ക് ശ്രമിക്കുകയാണ്. കാരണം ഞങ്ങൾക്ക് ഭക്ഷണം വിതരണം ചെയ്തുകൊണ്ടിരിക്കുന്ന രാജ്യങ്ങൾ എപ്പോൾ ഏത് ഭക്ഷണത്തിന്റെ ഉല്പാദനമാണ് അവസാനിപ്പിക്കാൻ പോകുന്നതെന്ന് ഞങ്ങൾക്കറിയില്ലല്ലോ.

നഗരങ്ങൾക്കും ഉപനഗരങ്ങൾക്കും കുടുംബ കൃഷിക്കും ഹ്രസ്വകാല വിളകൾക്കും മുൻഗണന നല്കി ലഭ്യമായ ദേശസാൽകൃത വിഭവങ്ങളുടെ പരമാവധി ഉപയോഗത്തിലൂടെയാകും ഇത് നടപ്പിലാക്കുക. ക്ഷാമം നേരിടുന്ന അരി, പഴം, പയർ, ചോളം, മുട്ട, പന്നി എന്നിവയുടെ ഉല്പാദനത്തിനു മുൻഗണന നല്കി ആഭ്യന്തര പ്രവർത്തനങ്ങളെ ക്രമീകരിക്കുകയും വിഭവങ്ങൾ സാമൂഹികമായി വിനിയോഗിക്കുകയും ചെയ്യും.

ആഗോള സാഹചര്യം പ്രവചനാതീതമാണ്. അതിനാൽ തന്നെ വളരെ സംഘടിതമായ ആസൂത്രണത്തിലൂടെ മാത്രമേ നമുക്ക് പ്രതികരിക്കാനാകൂ. അത് ഈ മഹാമാരിയെ ഏറ്റവും കുറഞ്ഞ സാമ്പത്തികാഘാതത്തോടെ നേരിടാനും തിരിച്ചടികളിൽ നിന്നും എത്രയും വേഗം തിരിച്ച് വരാനും ഞങ്ങളെ സഹായിക്കും.

ഇതിനൊപ്പം കൂട്ടിച്ചേർക്കേണ്ടതാണ് ക്യൂബയ്ക്ക് മേൽ അമേരിക്ക അടിച്ചേല്പിച്ച സാമ്പത്തികവും വാണിജ്യപരവും ധനപരവുമായ ഉപരോധം. രാജ്യത്തിന്റെ സാമ്പത്തികരംഗത്തെ ഞെരിക്കാൻ ലക്ഷ്യമിട്ടുകൊണ്ട് അത് കൂടുതൽ ശക്തമായിട്ടുണ്ട്. ക്യൂബയുമായി സാമ്പത്തിക ഇടപാട് നടത്തുന്നവർക്കുമേൽ സമ്മർദ്ദം തുടരുകയാണ്. ക്യൂബയിലേക്കുള്ള എണ്ണ വിതരണം ഇല്ലാതാക്കാൻ കമ്പനികൾക്കും ടാങ്കർമാർക്കും മേൽ ഭീഷണിയുണ്ട്. ഈ തുടർച്ചയായ പീഡനങ്ങൾക്കും സാമ്പത്തിക വിചാരണയ്ക്കും വൃത്തിഹീനമായ പ്രചാരണങ്ങൾക്കും നടുവിൽ നിന്നാണ് ക്യൂബ പോരാട്ടം തുടരുന്നത്.

ക്യൂബ ഈ വർഷങ്ങളിലായി വളർത്തിയെടുത്ത ആരോഗ്യ സംവിധാനത്തെക്കുറിച്ച് പറയാമോ?

ആരോഗ്യം സാർവ്വത്രികമായ മനുഷ്യാവകാശമാണ്. അത് ഗവണ്മെന്റിന്റെ ഉത്തരവാദിത്വമായി ഏറ്റെടുത്ത് എല്ലാ സാമൂഹ്യ പദ്ധതികളിലും ഉൾപ്പെടുത്തേണ്ടതാണ്. അതിലൂടെ മാത്രമേ ഒരു ജനതയെ ഒന്നായി ഉൾക്കൊള്ളുന്ന ആരോഗ്യ സേവനം ആവശ്യപ്പെടുന്ന സമയത്ത് ഉചിതമായി പ്രതികരിക്കാനാകൂ. ക്യൂബയുടെ ഭരണഘടന ആരോഗ്യത്തെ അവകാശമായി തിരിച്ചറിയുന്നതാണ്. രാജ്യത്തിന്റെ പൂർണ്ണമായും സൗജന്യവും സാർവ്വത്രികവുമായ പൊതുജനാരോഗ്യ സംവിധാനവും അതിന്റെ ഉന്നത നിലവാരത്തിലുള്ള രാഷ്ട്രീയ പ്രതിബദ്ധതയും ആരോഗ്യ പ്രശ്നങ്ങളെ അഭിസംബോധന ചെയ്യാൻ പരസ്പരം ചേർന്നു കൊണ്ടുള്ള പ്രവർത്തനത്തെ പ്രോത്സാഹിപ്പിക്കുന്നതാണ്.

രാജ്യത്തിന്റെ ചട്ടക്കൂടുകളിൽ തന്നെ വിവിധ മേഖലകൾ ചേർന്നു കൊണ്ടുള്ള പ്രവർത്തനം പ്രതിഫലിക്കപ്പെടുന്നതിനാൽ ആരോഗ്യ സംരക്ഷണം, രോഗപ്രതിരോധം, ചികിത്സ, പുനരധിവാസ പദ്ധതികൾ എന്നിവയിലെല്ലാം എല്ലാ സാമൂഹ്യ വിഭാഗങ്ങളുടെയും പങ്കാളിത്തം ഉണ്ട്. പുതിയ വെല്ലുവിളികളും, സാമൂഹിക സാമ്പത്തിക പാരിസ്ഥിതിക മേഖലകളിലെ പ്രത്യാഘാതങ്ങളെ കൂടി പരിഗണിച്ച് വ്യത്യസ്ത വകുപ്പുകളെ ഒത്തുചേർത്ത് നേരിടേണ്ടതാണ്. അതിനുള്ള സംവിധാനം ഉണ്ട് എന്നതാണ് ക്യൂബയുടെ കരുത്ത്.

ക്യൂബയുടെ ദേശീയ ആരോഗ്യ സംവിധാനം വ്യത്യസ്ത തട്ടുകളായി തിരിച്ചിട്ടുള്ളതാണ്. 1) വ്യക്തികളും കുടുംബവും ചേർന്നുകൊണ്ടുള്ള കമ്യൂണിറ്റി, 2) കുടുംബഡോക്ടർ-നഴ്സ് സംഘങ്ങൾ, 3) അടിസ്ഥാന പ്രവൃത്തികൾക്കായുള്ള സംഘങ്ങൾ, 4) സാമൂഹിക പോളിക്ലിനിക്കുകൾ, 5) ഹോസ്പിറ്റലുകൾ, 6) മെഡിക്കൽ ഇൻസ്റ്റിറ്റ്യൂട്ടുകൾ എന്നിങ്ങനെ.

പ്രാദേശിക പോളിക്ലിനിക്കുകളുടെയും ഡോക്ടർമാരും നഴ്സുമാരുമായി കൺസൾട്ടേഷൻ സൗകര്യമുള്ള പ്രാഥമികാരോഗ്യ കേന്ദ്രങ്ങളുടെയും നടത്തിപ്പ് ചുമതല മുനിസിപ്പൽ അധികാരികൾക്കാണ്. രാജ്യത്തെ മൊത്തം ജനങ്ങളുടെയും അടിസ്ഥാന ആരോഗ്യാവസ്ഥ മെച്ചപ്പെടുത്താൻ ലക്ഷ്യമിട്ട് പൊതുവായ കുടുംബഡോക്ടർ-നഴ്സ് മാതൃകയിലാണ് രൂപവല്ക്കരിക്കപ്പെട്ടിട്ടുള്ളത്. ഈ മാതൃകയിൽ എല്ലാ അയൽപക്കങ്ങളിലും ഒരു കുടുംബഡോക്ടറെ നിയോഗിച്ചിട്ടുണ്ടാകും. പ്രസ്തുത പ്രദേശത്തെ എല്ലാ രോഗികളുടെയും സ്ഥിതി പരിശോധിച്ചുകൊണ്ടിരിക്കേണ്ടത് ഇവരാണ്. ആരാണ് ആരോഗ്യപ്രശ്നങ്ങളില്ലാത്തവരെന്നും ആരൊക്കെയാണ് അസുഖബാധിതരെന്നും ആരൊക്കെയാണ് അപകടാവസ്ഥയിലെന്നുമൊക്കെ ഇവർ ലിസ്റ്റ് തയ്യാറാക്കും. എല്ലാവർക്കും രോഗപ്രതിരോധ മരുന്നുകളും ശുശ്രൂഷയും കൃത്യമായ ശ്രദ്ധയും ലഭിക്കുന്നുണ്ടെന്ന് ഉറപ്പാക്കാൻ അവർ ഓരോരുത്തരെയും സന്ദർശിച്ചുകൊണ്ടേയിരിക്കും. ഈ പ്രവർത്തനത്തിലൂടെയാണ് 80 ശതമാനം കേസുകളും പരിഹരിക്കപ്പെടുന്നത്.

രോഗബാധിതർക്ക് ഉയർന്ന തരത്തിലുള്ള ശ്രദ്ധയും പരിചരണവും ആവശ്യമായിട്ടുള്ള സന്ദർഭങ്ങളിൽ ആരോഗ്യ പരിരക്ഷയുടെ അടുത്ത ഘട്ടത്തിലേക്ക് കടക്കുന്നു. അത്തരം രോഗികളെ പ്രോവിൻസുകൾക്ക് കീഴിലുള്ള ആശുപത്രികളിലേക്കോ സങ്കീർണ്ണമായ സാഹചര്യം കൈകാര്യം ചെയ്യുന്ന വിദഗ്ദ്ധ ചികിത്സാ കേന്ദ്രങ്ങളിലേക്കോ അയക്കും. രോഗികൾക്ക് നേരിട്ട് തന്നെ അങ്ങോട്ട് പോകാൻ സ്വാതന്ത്ര്യമുണ്ടെങ്കിലും കുടുംബ ഡോക്ടർ അത്തരം കേസുകൾ നിർദ്ദേശിക്കുകയും വിദഗ്ദ്ധരുമായി ചേർന്ന് പ്രവർത്തിക്കുകയും ചെയ്യുമ്പോഴാണ് സംവിധാനം സുഗമമായി മുന്നോട്ട് പോകുന്നത്. 15 ശതമാനത്തോളം കേസുകൾ ഈ രണ്ടാം ഘട്ടത്തിൽ എത്താറുണ്ട്.

ഒടുവിലായി, മൂന്നാം ഘട്ടം, കേന്ദ്ര സംവിധാനത്തിന്റെ കീഴിലുള്ള സ്പെഷ്യലൈസ്ഡ് ആശുപത്രികളും പ്രത്യേക രോഗങ്ങളെ ചികിത്സിക്കുവാനും അതിനെക്കുറിച്ച് പഠിക്കുവാനുമുള്ള കേന്ദ്രങ്ങളുമാണ്. ഗുരുതരമായ രോഗാവസ്ഥയുടെ സങ്കീർണ്ണതകൾ പേറുന്നവരെ ശുശ്രൂഷിക്കുന്നത് ഇവിടെയാണ്.

ഇതിനു പുറമെ പൊതുജനാരോഗ്യ സംരക്ഷണത്തെ സംബന്ധിച്ച ഒരുകൂട്ടം നയങ്ങൾ ഉണ്ട്. സാംക്രമിക രോഗങ്ങളുടെ നിയന്ത്രണം, ശുചീകരണ പ്രവർത്തനങ്ങളും ജനങ്ങൾക്കിടയിലെ പ്രചാരണവും, മുതിർന്നവർക്കും അംഗപരിമിതർക്കുമുള്ള പരിചരണം, പിന്നെ ഇറക്കുമതി ചെയ്തതും ആഭ്യന്തരമായി ഉല്പാദിപ്പിച്ചതുമായ മരുന്നുകളുടെ പരിശോധനയും കൈകാര്യം ചെയ്യലും എല്ലാം ആരോഗ്യമന്ത്രാലയത്തിന്റെ മേൽനോട്ടത്തിൽ നടക്കുന്ന പ്രവൃത്തികളാണ്. നൂതനമായ ആഭ്യന്തര മരുന്നുല്പാദന കേന്ദ്രങ്ങൾ ക്യൂബ വികസിപ്പിച്ചെടുത്തിട്ടുണ്ട്. അതിന്റെയും മേൽനോട്ടം ആരോഗ്യ മന്ത്രാലയത്തിനാണ്. ഈ ആഭ്യന്തര ഉല്പാദനം മരുന്നുകൾ ഇറക്കുമതി ചെയ്യുന്നതിൽ വരുന്ന ചെലവ് കുറയ്ക്കാൻ ക്യൂബയെ സഹായിക്കുന്നുമുണ്ട്.

ഇന്ത്യാരാജ്യത്തെ ഒരു സംസ്ഥാനമായ കേരളം ഈ മഹാമാരിയുടെ കാലത്ത് നടത്തുന്ന പ്രവർത്തനങ്ങൾ നിങ്ങൾ ശ്രദ്ധിച്ചിട്ടുണ്ടോ? സംസ്ഥാനത്തെ കമ്യൂണിസ്റ്റ് സർക്കാരിന്റെ പ്രവർത്തനം ലോകമാസകലം വാർത്തയായിട്ടുണ്ട്. ശ്രദ്ധിച്ചിട്ടുണ്ടെങ്കിൽ, നിങ്ങളെങ്ങനെയാണ് അതിനെ കാണുന്നത്?

തീർച്ചയായും. ഞങ്ങൾ ആ വാർത്ത പിന്തുടരുന്നുണ്ട്. കേരളത്തിലെ അധികൃതരും ജനങ്ങളും ഒന്നിച്ച് പ്രവർത്തിച്ചുവെന്നും രോഗവ്യാപനത്തെ അടിച്ചമർത്തുവാൻ സാധിച്ചുവെന്നുമാണ് കാണുന്നത്. സാമൂഹികമായ പ്രവർത്തനവും ആസൂത്രണങ്ങളിലൂടെയുള്ള പ്രാദേശിക ഭരണകൂടങ്ങളുടെ പിന്തുണയും അംഗീകരിക്കപ്പെട്ടിട്ടുണ്ട്. കേരളത്തിന്റെ വിശേഷങ്ങൾ അറിയാൻ ഞങ്ങളും ജിജ്ഞാസയുള്ളവരാണ്.

ഹിന്ദുത്വത്തിന്റെ ഹൃദയശൂന്യത

റാം പുനിയാനി/ദയാൽ പലേരി, നിതീഷ് നാരായണൻ

കഴിഞ്ഞ ആഗസ്ത് 25 ന് പ്രൊഫസർ റാം പുനിയാനിക്ക് എഴുപത്തഞ്ച് വയസ്സ് തികഞ്ഞു. കഴിഞ്ഞ രണ്ടര പതിറ്റാണ്ടുകാലമായി രാജ്യത്ത് മതനിരപേക്ഷതയുടെയും ജനാധിപത്യത്തിന്റെയും പൗരാവകാശങ്ങളുടെയും പക്ഷത്തുനിന്ന് ഏറ്റവും ഉച്ചത്തിൽ ഉയർന്നു കേൾക്കുന്ന ശബ്ദങ്ങളിൽ ഒന്നാണ് റാം പുനിയാനിയുടേത്. ദീർഘകാലം ഐ ഐ ടി ബോംബെയിലെ ബയോമെഡിക്കൽ എഞ്ചിനീയറിങ് പ്രൊഫസറും സീനിയർ മെഡിക്കൽ ഓഫീസറുമായിരുന്നു അദ്ദേഹം. മത സൗഹാർദ്ദത്തിനും മനുഷ്യാവകാശങ്ങൾക്കുമായുള്ള പ്രവർത്തനങ്ങളിൽ മുഴുവൻ സമയം മുഴുകുവാനായി 2004 ൽ അദ്ദേഹം ഐ ഐ ടി യിൽ നിന്നും സ്വമേധയാ വിരമിച്ചു. ഇക്കാലത്തിനിടയിൽ ഇരുപതിലധികം പുസ്തകങ്ങൾ അദ്ദേഹത്തിന്റേതായി പ്രസിദ്ധീകരിക്കപ്പെട്ടു, നൂറുകണക്കിന് ലേഖനങ്ങൾ അദ്ദേഹം എഴുതി, രാജ്യമെമ്പാടും സഞ്ചരിച്ച് ആയിരക്കണക്കിന് വേദികളിൽ പ്രസംഗിച്ചു. വർഗ്ഗീയതയുടെ അപകടങ്ങളെ അദ്ദേഹം തുറന്നുകാട്ടി, ഇന്ത്യൻ സംസ്കാരത്തിന്റെ വൈവിദ്ധ്യങ്ങളെക്കുറിച്ച് വാചാലനായി, ഹിന്ദുത്വ ദേശീയതയുടെ ചരിത്രരചനയിലെ കളവുകളും കെട്ടുകഥകളും യുക്തിസഹമായി ഖണ്ഡിച്ചു, ജാതി വ്യവസ്ഥയുടെ കടുത്ത വിമർശകനായി. സ്വാഭാവികമായും നരേന്ദ്ര ധബോൽക്കറിന്റെയും ഗോവിന്ദ പൻസാരയുടെയും നാട്ടുകാരൻ അവരെ പോലെ തന്നെ ഹിന്ദുത്വ ദേശീയത രാഷ്ട്രീയ പദ്ധതിയാക്കിയവരുടെ ശത്രുപട്ടികയിൽ പെട്ടു. 'ഹിന്ദു വിരുദ്ധനായി' അദ്ദേഹം ചിത്രീകരിക്കപ്പെട്ടു. കഴിഞ്ഞ വർഷം ജൂണിൽ ഇത്തരം പ്രവർത്തനങ്ങൾ അവസാനിപ്പിക്കാനാവശ്യപ്പെട്ട് ഭീഷണി കോളുകൾ അദ്ദേഹത്തെ തേടിയെത്തി. അതേ വർഷം മാർച്ചിൽ

പാസ്പോർട്ട് അപേക്ഷയെക്കുറിച്ച് അന്വേഷിക്കാൻ വന്ന ഉദ്യോഗസ്ഥർ എന്ന വ്യാജേന മൂന്ന് പേർ അദ്ദേഹത്തിന്റെ വീട്ടിലെത്തിയിരുന്നു. ഇവർ ആരാണെന്ന് ഇതുവരെ തിരിച്ചറിയപ്പെട്ടിട്ടില്ല.

റാം പുനിയാനി പക്ഷേ, തന്റെ പ്രവർത്തനങ്ങളും അന്വേഷണങ്ങളും ധീരമായി മുന്നോട്ടു കൊണ്ടുപോകുന്നു. വർത്തമാനകാലത്തെ വെല്ലുവിളികളെക്കുറിച്ച് അദ്ദേഹം സംസാരിക്കുന്നു:

കഴിഞ്ഞ ആറുവർഷമായി ഇന്ത്യയിൽ നടന്നുവരുന്ന കാര്യങ്ങൾ നിരീക്ഷിച്ചാൽ രാജ്യത്തിന്റെ രാഷ്ട്രീയ ഭൂപടം വലിയ രീതിയിൽ വലതുപക്ഷത്തേക്ക് ചായ്ഞ്ഞിട്ടുണ്ടെന്ന് കൃത്യമായി പറയാം. പല നിരീക്ഷകരും സൂചിപ്പിച്ചത് ഇന്ത്യ ഒരു ലിബറൽ ജനാധിപത്യത്തിൽ നിന്നും മെജോറിറ്റേറിയൻ ജനാധിപത്യത്തിലേക്ക് നീങ്ങുകയാണെന്നാണ്. ശക്തമാകുന്ന ഹിന്ദു ദേശീയതയുടെ ഈ പശ്ചാത്തലത്തിൽ താങ്കളെങ്ങനെയാണ് ഇന്ത്യൻ രാഷ്ട്രീയത്തിലെയും സമൂഹത്തിലെയും സമീപകാല സംഭവ വികാസങ്ങളെ കാണുന്നത്?

വലതുപക്ഷത്തേക്കുള്ള ചായ്‌വ് കുറച്ച് പതിറ്റാണ്ടുകളായിട്ട് ഉണ്ട്. കഴിഞ്ഞ ആറുവർഷങ്ങളിൽ ഈ വലതുചായ്‌വ് കൂടുതൽ തീവ്രമായിരിക്കുന്നു. ഈ മാറ്റം ജനാധിപത്യ സ്വാതന്ത്ര്യങ്ങളെ വളരെ പ്രകടമായ രീതിയിൽ ദുർബ്ബലപ്പെടുത്തുകയാണ്. ഗവണ്മെന്റിനുനേരെ ഉയരുന്ന വിമർശനങ്ങളെ 'ദേശ വിരുദ്ധം' എന്ന് ചാപ്പയടിക്കുന്നതാണ് ഇതിന്റെ ഏറ്റവും വലിയ സൂചന. എന്തെങ്കിലുമൊക്കെ കാരണങ്ങൾ പറഞ്ഞ് മനുഷ്യാവകാശ പ്രവർത്തകരെ തടവിലാക്കിക്കൊണ്ടിരിക്കുകയാണ്. ഭരണകൂടം സമഗ്രാധിപത്യ പ്രവണതയെ നഗ്നമായി പുൽകുകയാണ്. വളരെ കൃത്യമായിട്ടാണ് ജസ്റ്റിസ് എ പി ഷാ ഇത് 'തിരഞ്ഞെടുക്കപ്പെട്ട സ്വേച്ഛാധിപത്യം' (elected autocracy) പോലെയാണെന്ന് പറഞ്ഞത്. അതിനും മുൻപ്, ബി ജെ പി നേതാവ് എൽ കെ അദ്വാനി പോലുള്ളവർ വരെ ഇതിനെ 'അപ്രഖ്യാപിത അടിയന്തരാവസ്ഥ' എന്ന് വിശേഷിപ്പിച്ചിരുന്നു. ഭൂരിപക്ഷം ഹിന്ദുക്കളും (അതുപോലെ മുസ്ലീങ്ങളും) വിവിധ തരം കഷ്ടതകൾ അനുഭവിക്കുന്നുണ്ടെങ്കിൽ തന്നെയും ജനാധിപത്യപരമായ സ്വാതന്ത്ര്യങ്ങളെ മൂടി വെക്കാൻ ഹിന്ദു ഭൂരിപക്ഷ വാദത്തെ മറയാക്കുകയാണ്. ഭൂരിപക്ഷ സമുദായത്തിൽ പെട്ട ആളുകളും ദുരിതമനുഭവിക്കുന്ന രാഷ്ട്രീയ പ്രതിഭാസമാണത്. ഏറ്റെടുക്കപ്പെട്ടിരിക്കുന്ന വിഷയങ്ങൾ വൈകാരികവും ഭൂരിപക്ഷ സമുദായത്തിന്റെ പേരുപറഞ്ഞുകൊണ്ടുള്ളതുമാണ്. ഇത്തരം വിഷയങ്ങൾ വിഘടനപരമാണ്.

കുറച്ചുകൂടി വിഷയാധിഷ്ഠിതമായി സംസാരിക്കാം. അടുത്തിടെ പാസാക്കിയ പുതിയ വിദ്യാഭ്യാസ നയത്തെ എങ്ങനെയാണ് താങ്കൾ കാണുന്നത്? ആർ എസ് എസ് സംഘടനകൾ പറയുന്നത് അവരുടെ

ആവശ്യങ്ങളിൽ അറുപത് ശതമാനവും ഉൾക്കൊള്ളപ്പെട്ട ഒന്നാണ് ഈ നയം എന്നാണ്. പുതിയ വിദ്യാഭ്യാസ നയം വിദ്യാഭ്യാസത്തിന്റെ വാണിജ്യവല്ക്കരണം ശക്തമാകുന്നതിനെക്കുറിച്ച് പലരും ചൂണ്ടിക്കാട്ടിയിട്ടുണ്ട്. മറ്റൊന്ന്, പലപ്പോഴും ഹിന്ദുമതവുമായി ബന്ധപ്പെട്ട ഭാഷാ പ്രയോഗങ്ങളിലൂടെയുള്ള 'ഇന്ത്യൻ പാരമ്പര്യ'ത്തെക്കുറിച്ചുള്ള ഒരുതരം ഊന്നലാണ്. അതായത് ഭൂതകാലത്തോടും നിലവിലെ സമൂഹത്തോടുമെല്ലാമുള്ള വിമർശനരഹിതമായ ഒരു ചട്ടക്കൂട് അതിനുണ്ട്. ഇതിനെ നമ്മൾ എങ്ങനെയാണ് കാണേണ്ടത്?

'ഇന്ത്യൻ മൂല്യങ്ങൾ' പ്രോത്സാഹിപ്പിക്കുകയെന്ന ലക്ഷ്യത്തെ മറയാക്കി വിഭാഗീയപരമായ ദേശീയതയ്ക്ക് പ്രത്യയശാസ്ത്രപരമായ അടിത്തറ നല്കുകയാണ് പുതിയ വിദ്യാഭ്യാസ നയം. സ്വകാര്യവല്ക്കരണത്തിലൂടെയും വിദേശ സർവ്വകലാശാലകളിലേക്കുള്ള പ്രവേശനത്തിലൂടെയും ഈ നയം സമൂഹത്തിലെ പാർശ്വവല്ക്കരിക്കപ്പെട്ട വിഭാഗങ്ങൾക്ക് മെച്ചപ്പെട്ട വിദ്യാഭ്യാസം അപ്രാപ്യമാക്കും. പഠന മാധ്യമം എന്ന നിലയിൽ ഇംഗ്ലീഷിന് പ്രാധാന്യം നല്കാതിരിക്കുന്നതിലൂടെ, ദരിദ്ര വിഭാഗങ്ങളെ ഇംഗ്ലീഷ് സ്വായത്തമാക്കപ്പെടുന്നതിലൂടെ ലഭിക്കുന്ന അവസരങ്ങളിൽ നിന്ന് ഒഴിവാക്കും. വരേണ്യവർഗ്ഗത്തിന്റെ സാമൂഹ്യ ആധിപത്യം പ്രോത്സാഹിപ്പിക്കപ്പെടുകയും ചെയ്യും. പാഠ്യപദ്ധതിയുടെ ഉള്ളടക്കം വിശ്വാസത്തെ അടിസ്ഥാനമാക്കിയുള്ള അറിവിനെ പ്രോത്സാഹിപ്പിക്കാനും ശാസ്ത്രീയമായ ഉൾക്കാഴ്ചയെ ഒഴിവാക്കാനും പോവുകയാണ്. ഹിന്ദു പാരമ്പര്യങ്ങളെയും രാജാക്കന്മാരെയും മഹത്വവല്ക്കരിച്ചുകൊണ്ട് ചരിത്രത്തെക്കുറിച്ചുള്ള വർഗ്ഗീയമായ വീക്ഷണം പ്രോത്സാഹിപ്പിക്കാൻ ഹിന്ദു വലതുപക്ഷം ഇതിനകം തന്നെ ശ്രമിച്ചിട്ടുണ്ട്. വാസ്തവത്തിൽ, അത് പാഠ്യപദ്ധതിയിൽ ബ്രാഹ്മണിക മൂല്യങ്ങളെ പ്രോത്സാഹിപ്പിക്കും. മുരളി മനോഹർ ജോഷി അവതരിപ്പിച്ച പൗരോഹിത്യ (Priest craft) കർമ്മകാന്ഡ് (മതപരമായ ആചാരങ്ങൾ, ജ്യോതിഷം) തുടങ്ങിയ വിഷയങ്ങൾ തിരികെ വരും. ഹിന്ദു രാഷ്ട്രമെന്ന ആർ എസ് എസ് അജണ്ടയെ മുന്നോട്ടുകൊണ്ടു പോകുന്ന ഒന്നായി വിദ്യാഭ്യാസം മാറ്റിത്തീർക്കപ്പെടും. അത് ഭിന്നിപ്പിക്കുന്നതും ഇന്ത്യൻ ദേശീയതയെക്കുറിച്ചുള്ള സങ്കല്പത്തിൽ നിന്ന് മതന്യൂനപക്ഷങ്ങളെ ഒഴിവാക്കുന്നതുമായിരിക്കും.

ശിവജിയെ ഒരു ഹിന്ദുത്വ ബിംബവും മുഗൾ ഭരണാധികാരികളെ ഇസ്ലാമിക മതഭ്രാന്തരുമൊക്കെയായി ചിത്രീകരിച്ചുകൊണ്ടുള്ള ഹിന്ദുത്വത്തിന്റെ വാദങ്ങളെ താങ്കൾ വ്യാപകമായി തുറന്നുകാട്ടിയിട്ടുണ്ട്. എങ്ങനെയാണ് വിവിധ സംസ്കാരങ്ങളും വിശ്വാസങ്ങളും ഒന്നിച്ച് ജീവിക്കുകയും ഇടപെടുകയുമൊക്കെ ചെയ്തതെന്ന് കാണിച്ചു തന്നിട്ടുമുണ്ട്. പുതിയ വിദ്യാഭ്യാസ നയം നോക്കുക, അത് കണ്ടാൽ ഇന്ത്യൻ വിദ്യാഭ്യാസത്തിന്റെയും വിജ്ഞാനത്തിന്റെയും പാരമ്പര്യം ഒരൊറ്റ ധാരയ്ക്കുമാത്രം അവകാശപ്പെട്ടതാണെന്നാണ് തോന്നുക. എങ്ങ

നെയാണ് വിവിധ സംസ്കാരങ്ങളും മതങ്ങളും തത്വചിന്തകളുമെല്ലാം രാജ്യത്ത് ഒരു വൈജ്ഞാനിക സമൂഹത്തിന്റെ വികാസത്തിൽ സംഭാവന ചെയ്തത് എന്നതിനെക്കുറിച്ച് യാതൊരു പരാമർശവുമില്ല. ഇതിനെക്കുറിച്ച് സംസാരിക്കാമോ?

ജ്യോതിശാസ്ത്രം (ആര്യഭട്ട്), സർജറി (സുശ്രുത്), മെഡിസിൻ (ചരത്) എന്നിവയിലെല്ലാം ഇന്ത്യൻ ഭൂതകാലത്തിന്റേതായ സമൃദ്ധമായ സംഭാവനയുണ്ട്. രാജ്യത്തിന്റെ ചില ഭാഗങ്ങൾ മുസ്ലിം ഭരണാധികാരികൾ ഭരിക്കുന്ന മധ്യകാലഘട്ടത്തിൽ (ഹിന്ദു ഭരണാധികാരികളുമായി സഹകരിച്ചും തിരിച്ച് സഹകരിച്ചും) ഹിന്ദുക്കളും മുസ്ലിങ്ങളും തമ്മിൽ മൂല്യങ്ങളുടെയും ആചാരങ്ങളുടെയും സംസ്കാരത്തിന്റെയും വിപുലമായ കൈമാറ്റം നടന്നിരുന്നു. ഈ കാലഘട്ടത്തെ, ഇന്ത്യൻ (അവരെ സംബന്ധിച്ചിടത്തോളം ഹിന്ദു) പാരമ്പര്യങ്ങൾക്കെതിരായ ആക്രമണമായാണ് ഹിന്ദു വലതുപക്ഷം അവതരിപ്പിക്കുന്നത്. വിവിധ മതങ്ങളിൽ പെട്ടവരും സാഹിത്യ പാരമ്പര്യങ്ങളുമെല്ലാം ഈ കാലഘട്ടത്തിൽ അഭിവൃദ്ധി പ്രാപിച്ചു. അതെല്ലാം കംബളത്തിനടിയിലേക്ക് മറച്ചുവെക്കും, പകരം അവയെല്ലാം ഹിന്ദുക്കൾക്കുമേൽ നടന്ന അടിച്ചമർത്തലായി അവതരിപ്പിക്കപ്പെടും. വർണ്ണജാതി പോലുള്ള 'ബ്രാഹ്മണിസത്തിന്റെ ആധിപത്യത്തോടുകൂടിയ ഹിന്ദുമത'ത്തിന്റെ ഉല്പന്നമായ തിന്മകളെക്കുറിച്ചുള്ള ആക്ഷേപം, വിദേശ ആക്രമണകാരികളുടെ' മേൽ ചുമത്തി എല്ലാ അറിവും പുരാതന ഹിന്ദു ഇന്ത്യയുടെ ഭാഗമാണെന്ന് കാണിക്കാനുള്ള ശ്രമമാണിത്. *മനുസ്മൃതിയിലേത്* പോലുള്ള മൂല്യങ്ങൾ ആധുനികരൂപത്തിൽ സമൂഹത്തിൽ അടിച്ചേല്പിക്കുന്നതിനുള്ള ഒരുക്കമാണിത്.

വ്യാപകമായ സാമൂഹികസാമ്പത്തിക അസമത്വം നിലനില്ക്കുമ്പോഴും ഇന്ത്യയുടെ പ്രതിച്ഛായ ഒരു വിജയകരമായ ജനാധിപത്യം എന്ന നിലയിലാണ്. എന്നിരുന്നാലും ഏറ്റവും പ്രധാനപ്പെട്ട ജനാധിപത്യ സ്ഥാപനങ്ങളിൽ ഉൾപ്പെടെ ഇന്ത്യയിൽ രാഷ്ട്രീയ ജനാധിപത്യം ഒരു പ്രതിസന്ധിയിൽ അകപ്പെട്ടിരിക്കുന്നത് നമുക്കുമുന്നിൽ പ്രകടമാണ്. തിരഞ്ഞെടുപ്പ് കമ്മീഷന്റെ സുതാര്യത വലിയ തോതിൽ ചോദ്യം ചെയ്യപ്പെടുന്നു, തിരഞ്ഞെടുപ്പ് ബോണ്ടുകൾ കൊണ്ടുവന്നതോടെ തിരഞ്ഞെടുപ്പിലെ കോർപ്പറേറ്റ് ഫണ്ടിങ്ങിന് സാധുത നല്കുന്നു, കേന്ദ്ര ഏജൻസികൾ രാഷ്ട്രീയ സ്വാധീനത്തിനടിപ്പെടുന്നു. സമീപകാലത്തെ ബാബറി വിധി ഈ രാഷ്ട്രീയ ജനാധിപത്യം നേരിടുന്ന പ്രതിസന്ധിയുമായി ചേർത്ത് കാണേണ്ടതുണ്ടെന്ന് താങ്കൾക്ക് തോന്നുന്നുണ്ടോ? ബാബറി വിധിയെയും അതിന്റെ അനുമാനങ്ങളെയും അനന്തരഫലങ്ങളെയുമെല്ലാം താങ്കൾ എങ്ങനെയാണ് കാണുന്നത്?

സമൂഹത്തിൽ ജനകീയത ആർജ്ജിച്ചുകഴിഞ്ഞ പ്രബലമായൊരു വ്യവഹാരത്തിന്റെ പ്രതിധ്വനിയാണ് ബാബറി വിധി. ഇപ്പോഴത്തെ

ഭരണകക്ഷി അധികാരത്തിലേക്ക് നടന്നുവന്ന പലകകളിൽ ഒന്നാണത്. 2010 ൽ അലഹബാദ് കോടതി തങ്ങളുടെ വിധിന്യായത്തിൽ രാമൻ കൃത്യമായി ഇന്ന സ്ഥലത്ത് ജനിച്ചുവെന്ന ജനകീയ വിശ്വാസത്തെ അടിസ്ഥാനമാക്കി. ഇപ്പോൾ പള്ളിയിൽ രാം ലല്ല വിഗ്രഹങ്ങൾ സ്ഥാപിച്ചത് കുറ്റകരമാണെന്നും ബാബറി പള്ളി പൊളിച്ചത് കുറ്റകരമാണെന്നും രേഖപ്പെടുത്തിയിട്ടും പള്ളി പൊളിച്ചുമാറ്റിയ കുറ്റകൃത്യത്തിന് പിന്നിലുള്ളവർക്ക് കോടതി മുഴുവൻ സ്ഥലവും നല്കി. ഭരണകൂടത്തിന്റെ എക്സിക്യൂട്ടീവ് വിഭാഗം രാജ്യത്തെ എല്ലാ സ്ഥാപനങ്ങളിലും അതിന്റെ നിഴൽ വീഴ്ത്തുകയാണ്. എക്സിക്യൂട്ടീവിന്റെ പ്രവൃത്തികൾ തിരുത്തേണ്ടവരാണെങ്കിലോ എക്സിക്യൂട്ടീവിന്റെ നിർദ്ദേശങ്ങൾ സൗമ്യമായി പിന്തുടരുന്നു. ഇത് അങ്ങേയറ്റം ആശങ്കാജനകമാണ്. കാരണം ഭരണഘടനയുടെ മൂല്യങ്ങളെ സംരക്ഷിക്കാനും ഭരണഘടനയുടെ തത്ത്വങ്ങളെ പ്രതിരോധിക്കാനുമായി ജുഡീഷ്യറി മുന്നോട്ട് വന്നാൽ മാത്രമേ ജനാധിപത്യം അഭിവൃദ്ധിപ്പെടുകയുള്ളൂ.

ആർട്ടിക്കിൾ 370 റദ്ദാക്കിയതും പൗരത്വ ഭേദഗതി നിയമവും രാജ്യത്തിന്റെ മതേതര ജനാധിപത്യ പ്രകൃതത്തെ തന്നെ മാറ്റിമറിച്ചിട്ടുണ്ട്. ഈ നിയമങ്ങളെ സാധൂകരിക്കാനാണെങ്കിലോ 'ചരിത്രപരമായ അനീതി' യെ പരിഹരിക്കുകയാണ് തങ്ങൾ എന്ന വാദമാണ് ഉയർത്തപ്പെടുന്നതും. എങ്ങനെയാണ് ഇവയെ കാണുന്നത്?

സംസ്ഥാനത്തെ ജനങ്ങളുടെ അഭിപ്രായത്തെ കണക്കിലെടുക്കുകയെന്ന അത്യന്താപേക്ഷിതമായിരുന്ന കാര്യം ചെയ്യാതെയാണ് ആർട്ടിക്കിൾ 370 റദ്ദാക്കിയത്. ചരിത്രം വഞ്ചിക്കപ്പെട്ടിരിക്കുന്നു. കാരണം ഈ ആർട്ടിക്കിളിന്റെ അടിസ്ഥാനത്തിലാണ് ജമ്മു കശ്മീർ സംസ്ഥാനത്തെ ഇന്ത്യയിലേക്ക് കൂട്ടിച്ചേർക്കപ്പെട്ടത്. പൗരത്വ ഭേദഗതി നിയമം പൗരത്വം നിർണ്ണയിക്കാൻ മതത്തെ അടിസ്ഥാനമാക്കാത്ത ഭരണഘടനയെ പൂർണ്ണമായും ലംഘിക്കുന്നതാണ്. ദേശീയ പൗരത്വ പട്ടികയുമായി (എൻ ആർ സി) ചേർത്തുവെക്കുമ്പോൾ മുസ്ലീങ്ങളുടെ അവകാശങ്ങൾ നിഷേധിക്കുവാനുള്ള കൃത്യമായ ഒരുപകരണമായി മാറാം പൗരത്വ ഭേദഗതി നിയമം (സി എ എ). അതുകൊണ്ടാണ് സമീപകാലത്തെ ഏറ്റവും വലിയ ബഹുജന മുന്നേറ്റത്തെ ഷഹീൻ ബാഗിൽ നമ്മൾ കണ്ടത്. ഒരു തരത്തിൽ പറഞ്ഞാൽ, ബഹുസ്വരതയെയും വൈവിദ്ധ്യത്തെയും അടിസ്ഥാനമാക്കിയുള്ള ഇന്ത്യൻ സ്വാതന്ത്ര്യസമരത്തിന്റെ ചരിത്രം ഇതുപോലുള്ള നടപടികളിലൂടെ ഇല്ലാതാക്കപ്പെടുകയാണ്.

നമ്മുടെ ഭരണഘടന ന്യൂനപക്ഷങ്ങൾക്ക് നിഷ്കർഷിച്ചിട്ടുള്ള അവകാശങ്ങൾ തികച്ചും ഏകശിലാത്മകമായ, ഭൂരിപക്ഷവാദപരമായ ഹിന്ദുത്വ സങ്കല്പത്തിന് വിരുദ്ധമാണ്. അതിനാൽതന്നെ തങ്ങളുടെ ഏകശിലാത്മക സങ്കല്പത്തിനനുസൃതമായി രാജ്യത്തെ പുനർനിർവ്വചിക്കുന്ന

തിന്റെ ഭാഗമായി ഏക സിവിൽ കോഡ് ഉടൻതന്നെ നടപ്പിലാക്കുവാനുള്ള തയ്യാറെടുപ്പിലാണ് ഹിന്ദുത്വ ഭരണകൂടം. ഈ നീക്കത്തെപ്പറ്റി താങ്കളുടെ നിലപാട് എന്താണ്?

ന്യൂനപക്ഷങ്ങളുടെ സംരക്ഷണവും സവിശേഷമായ അവകാശങ്ങളും ഒരു ജനാധിപത്യ ഭരണഘടനയുടെ അവിഭാജ്യ ഘടകമാണ്. ഏക സിവിൽ കോഡ് എന്ന ആശയത്തിന് പകരം ലിംഗനീതിയെ ഉൾക്കൊള്ളുന്ന സിവിൽ കോഡ് ആണ് ലക്ഷ്യമാകേണ്ടത്. ഹിന്ദു കോഡ് ബിൽ അവതരിപ്പിച്ചതിലൂടെ അംബേദ്കറും നെഹ്റുവും സിവിൽ കോഡുകൾ ജനാധിപത്യവല്ക്കരിക്കുക എന്ന ലക്ഷ്യമാണ് നിറവേറ്റാൻ ശ്രമിച്ചത്. കഴിഞ്ഞ കുറേ വർഷങ്ങളായി തുടർച്ചയായ വർഗ്ഗീയ കലാപങ്ങളുടെയും സാമൂഹ്യ സാമ്പത്തിക മാറ്റങ്ങളുടെയും ഫലമായി ഇന്ത്യയിലെ മുസ്ലിം ന്യൂനപക്ഷം തുടർച്ചയായ അരികുവല്ക്കരണത്തിനു വിധേയരായിക്കൊണ്ടിരിക്കുകയാണ്. തങ്ങളുടെ മതസ്വത്വത്തിന്റെ പേരിൽ ഇത്തരത്തിലുള്ള അരികുവല്ക്കരണം ഏറ്റുവാങ്ങുന്ന ഒരു വിഭാഗം സ്വാഭാവികമായും സ്വത്വ രാഷ്ട്രീയത്തിലേക്ക് കൂടുതൽ അടുക്കുകയാണ് ചെയ്യുക. അതിനാൽ തന്നെ ഏക സിവിൽ കോഡ് എന്ന ആശയം തങ്ങളുടെ മത സ്വത്വത്തിനു നേരെയുള്ള ഒരു അതിക്രമം ആയി മാത്രമേ അവർക്ക് അനുഭവപ്പെടുകയുള്ളൂ. മുസ്ലിം സമുദായത്തിന്റെ സാമൂഹ്യ, സാമ്പത്തിക, രാഷ്ട്രീയ പിന്നോക്കാവസ്ഥയെ മറികടക്കാനുള്ള പരിശ്രമത്തിലൂടെ, അവരിൽ സംരക്ഷിതരാണെന്ന തോന്നൽ നിലനില്ക്കുന്ന ഒരു അവസ്ഥയിലാണ് ലിംഗനീതി ഉൾകൊള്ളുന്ന സിവിൽ കോഡ് എന്ന ആശയം സാദ്ധ്യമാകേണ്ടത്. മുസ്ലിം സമൂഹം പലതലങ്ങളിൽ നിന്നുള്ള അടിച്ചമർത്തലുകൾ ഏറ്റുവാങ്ങുന്ന ഇന്നത്തെ കാലത്ത് ഏക സിവിൽ കോഡ് എന്ന ആശയം വർഗ്ഗീയവാദികളുടെ രാഷ്ട്രീയ ലക്ഷ്യങ്ങൾക്കുള്ള ഒരു ഉപകരണം മാത്രമാണ്.

രാജ്യത്തിന്റെ മതനിരപേക്ഷ അടിത്തറ നിലനിർത്തുന്നതിനുവേണ്ടി നിരന്തരം പ്രവർത്തിക്കുന്ന ഒരാളാണ് താങ്കൾ. കൊളോണിയൽ കാലഘട്ടത്തിനു മുൻപ് ഇന്ത്യയിൽ നിലനിന്നിരുന്ന മതസൗഹാർദ്ദത്തിലൂന്നിയ അന്തരീക്ഷത്തെക്കുറിച്ചും വൈവിദ്ധ്യത്തെപ്പറ്റിയും താങ്കൾ ധാരാളം എഴുതിയിട്ടുമുണ്ട്. ഇന്നത്തെ ഹിന്ദുത്വകാലത്തു മതനിരപേക്ഷത എന്ന ആശയത്തിനേറ്റ തിരിച്ചടി മറികടക്കാൻ ഇന്ത്യയുടെ മത സൗഹാർദ്ദ പാരമ്പര്യത്തെ ഉപയോഗപ്പെടുത്താൻ കഴിയുമോ?

എല്ലാ വിഭാഗം ജനങ്ങളും സമൂഹത്തിന്റെ പല ധാരകളിൽ പരസ്പരം പല തരത്തിലുള്ള ഇടപെടലുകൾ നടത്തിയാണ് ഇവിടെ ജീവിച്ചിരുന്നത് എന്നത് വളരെ പ്രധാനമാണ്. മദ്ധ്യകാല ഇന്ത്യയിൽ ഹിന്ദുക്കളും മുസ്ലീങ്ങളും തമ്മിൽ വളരെ ആഴത്തിലുള്ള പാരസ്പര്യം നിലനിന്നിരുന്നു. ആ പാരസ്പര്യത്തിന്റെ ഫലമായാണ് ഇന്ത്യൻ സംസ്കാരം

ഉടലെടുത്തത്. ഇവിടെ നിലനിന്നിരുന്ന ഭക്തിസൂഫി പ്രസ്ഥാനം അതിന്റെ ഏറ്റവും പ്രധാനപ്പെട്ട ഭാഗമാണ്. കൊളോണിയൽ വിരുദ്ധ സമരവും അത്തരത്തിൽ നാനാ വിഭാഗങ്ങൾ തമ്മിലുള്ള പാരസ്പര്യം ഊട്ടിയുറപ്പിക്കുന്നതിൽ പ്രധാന പങ്കുവഹിച്ചിട്ടുണ്ട്. ഭക്തി സൂഫി പ്രസ്ഥാനത്തിന്റെയും, ഗാന്ധി മൗലാനാ ആസാദുമാരുടെയും പാരസ്പര്യത്തിന്റെ സത്ത വീണ്ടെടുക്കേണ്ടത് ഇന്നത്തെ വർഗ്ഗീയകാലഘട്ടത്തിൽ അനിവാര്യമായിത്തീർന്നിരിക്കുകയാണ്. ഈ സത്ത തന്നെയാണ് മതത്തിന്റെയോ ജാതിയുടെയോ ലിംഗത്തിന്റെയോ അടിസ്ഥാനത്തിൽ വിവേചനമുണ്ടാകരുത് എന്ന് നിഷ്കർഷിക്കുന്ന നമ്മുടെ ഭരണകൂടത്തിന്റെയും അടിസ്ഥാനം. ഹിന്ദു ദേശീയവാദികളുടെ താല്പര്യത്തിന് വിപരീതമായി ഹിന്ദുമുസ്ലിം സൗഹാർദ്ദം രാഷ്ട്രീയ ലക്ഷ്യമാക്കി പ്രവർത്തിച്ചതിനാണ് ഗാന്ധിയെ ഇല്ലാതെയാക്കിയത് എന്നത് നമ്മൾ മറക്കരുത്. അതേ ഹിന്ദുത്വം ഏറ്റവും ശക്തി പ്രാപിച്ചിരിക്കുന്ന ഇക്കാലത്ത് ഭാരതത്തിന്റെ മത സൗഹാർദ്ദ പാരമ്പര്യം ഏതുവിധേയനെയും നാം വീണ്ടെടുക്കണ്ടതുണ്ട്.

ഹിന്ദു എന്ന് വിളിക്കാവുന്ന ആചാര ബൗദ്ധിക സ്രോതസ്സുകളിൽ സഹിഷ്ണുതയുടെയും മതേതരത്വത്തിന്റെയും പാരമ്പര്യം തേടുന്നതിനെതിരെ, അല്ലെങ്കിൽ തീവ്രഹിന്ദുത്വ സങ്കല്പങ്ങൾക്കു ബദലായുള്ള സഹിഷ്ണുതഹിന്ദു സങ്കല്പത്തെ ഉയർത്തിക്കാട്ടാനുള്ള ശ്രമങ്ങൾക്ക് നേരെ ശക്തമായ ഒരു ദളിത്‌രാഷ്ട്രീയ വിമർശനം നിലനില്ക്കുന്നുണ്ട്. ജാതി വിമുക്തമായ ഒരു ഹിന്ദു സങ്കല്പം സാദ്ധ്യമല്ലെന്നും അതിനാൽ തന്നെ ബദൽ ഹിന്ദു പരികല്പനകൾ ഹിന്ദുത്വത്തെ ചെറുക്കുവാൻ പര്യാപ്തമല്ലെന്നതുമാണവ. അതേസമയം തന്നെ ഹിന്ദു എന്ന സങ്കല്പത്തെ ചരിത്രവല്ക്കരിക്കേണ്ടതും ആ സങ്കല്പത്തിലെ നാനാത്വത്തെ മുന്നോട്ട് കൊണ്ടുവരേണ്ടതും തികച്ചും പ്രാധാന്യമർഹിക്കുന്നതാണ്. എക്കാലത്തും ഹിന്ദുത്വത്തെയും ഹിന്ദുമതത്തേയും വേറിട്ട് മനസ്സിലാക്കിയ ഒരാൾ എന്ന നിലയിൽ ഈ വിമർശനങ്ങളോട് എങ്ങനെയാണ് പ്രതികരിക്കുന്നത്?

ഹിന്ദുമതത്തിലെ ഏറ്റവും പ്രബലമായ ധാര ബ്രാഹ്മണ്യം തന്നെയാണ്. ഹിന്ദുമതം ഒരു ബ്രാഹ്മണ്യ ദൈവശാസ്ത്രമാണെന്നാണ് അംബേദ്കർ എഴുതിയിട്ടുള്ളത്. എന്നാൽ തത്സമയം തന്നെ കബീറിനെ അംബേദ്കർ ഗുരുസ്ഥാനത്താണ് പ്രതിഷ്ഠിച്ചത് എന്നത് ശ്രദ്ധേയമാണ്. കാരണം ബ്രാഹ്മണിക് ധാരയ്ക്കു വിരുദ്ധമായ ഭക്തിപ്രസ്ഥാനത്തിന്റെ പ്രതിനിധിയാണ് കബീർ. സമത്വത്തെ ഉയർത്തിപ്പിടിക്കുന്ന നാഥ്, തന്ത്ര, ശൈവ, സിദ്ധാന്ത തുടങ്ങിയ മറ്റു ധാരകളും ഹിന്ദു പാരമ്പര്യത്തിലുണ്ട്. ഒരു പരിധിവരെ ഗാന്ധി വർണ്ണാശ്രമ വ്യവസ്ഥയെ അനുകൂലിച്ചെങ്കിലും പിന്നീട് ജാതിഅസ്പൃശ്യതക്കെതിരെ സന്ധിയില്ലാത്ത സമരം നടത്തുകയും അംബേദ്കറുമായി നിരന്തരം സംവദിക്കുകയും ചെയ്തിട്ടുണ്ട്. തന്റെ അഭിപ്രായത്തിൽ ബ്രാഹ്മണ്യ ഹിന്ദുമതത്തിൽ നിന്നും തികച്ചും

വിഭിന്നമായ ഒരു ഹിന്ദു സങ്കല്പമാണ് ഗാന്ധി മുന്നോട്ട് വച്ചത്. എന്നാൽ ഹിന്ദു ദേശീയതയാകട്ടെ വലിയ തോതിൽ ബ്രാഹ്മണ്യ ഹിന്ദുമതത്തെ പിൻപറ്റുകയും തങ്ങളുടെ രാഷ്ട്രീയ ലാഭത്തിനായി ഉപയോഗിക്കുകയും ചെയ്യുന്നുണ്ട്. ഹിന്ദുമത ബോധത്തിന്റെ വിശാല അർത്ഥത്തിൽ നിന്നു കൊണ്ട് തന്നെ മനുഷ്യാവകാശത്തിനു വേണ്ടി സമരം ചെയ്യുകയും ഹിന്ദു ദേശീയതയെ എതിർക്കുകയും ചെയ്യുന്ന അനേകം വ്യക്തികളും ധാരകളുമുണ്ട്. അവയൊക്കെത്തന്നെ വളരെ പ്രാധാന്യം അർഹിക്കുന്ന വയുമാണ്. ഹിന്ദു എന്ന സങ്കല്പത്തെ ചരിത്രവല്ക്കരിക്കേണ്ടതും അതിന്റെ വൈവിദ്ധ്യങ്ങളെ മുന്നോട്ടുകൊണ്ടുവരേണ്ടതും ഈ ഹിന്ദു ത്വകാലത്ത് വളരെ പ്രധാനമാണ്. പല വിമർശനങ്ങളും ഗാന്ധിയിൽ ഉന്ന യിക്കാമെങ്കിലും സമത്വം എന്ന ആശയത്തെ കേന്ദ്രമാക്കി ബ്രാഹ്മണ്യ ഹിന്ദു സങ്കല്പങ്ങൾക്കു വിപരീതമായുള്ള ഒരു മതമൂല്യ സങ്കല്പമാണ് ഗാന്ധി മുന്നോട്ടു വച്ചത് എന്നത് നമ്മൾ മനസ്സിലാക്കേണ്ടതും അതിന്റെ സാദ്ധ്യതകളെ ഉപയോഗിക്കേണ്ടതും പ്രധാനമാണ്.

ഇന്ത്യയിൽ നവ ഉദാരവല്ക്കരണം നടപ്പിലാക്കിയ സാഹചര്യത്തിൽ തന്നെയാണ് ഹിന്ദു ദേശീയതയും ശക്തിപ്രാപിച്ചത്. നവലിബറൽ മുതലാളിത്തം ശക്തി പ്രാപിച്ച 1990 കൾക്ക് ശേഷം ലോകമെമ്പാടും തന്നെ തീവ്ര വലതുപക്ഷ ദേശീയമുന്നേറ്റങ്ങൾക്ക് വലിയ സ്വീകാര്യത ലഭിച്ചിട്ടുണ്ട്. നവലിബറലിസവും തീവ്രവലതുപക്ഷവും തമ്മിലുള്ള മൗലികമായ ഒരു ബന്ധത്തെയല്ലേ അത് സൂചിപ്പിക്കുന്നത്? അതിനാൽ തന്നെ കേവലമായ ലിബറൽ ജനാധിപത്യമുദ്രാവാക്യങ്ങൾക്കപ്പുറത്ത് നവലിബറലിസം സൃഷ്ടിക്കുന്ന സാമൂഹ്യസാമ്പത്തിക അസമത്വങ്ങൾ ക്കുള്ള ഒരു ബദൽ പരിപാടി കൂടെയുണ്ടെങ്കിലല്ലേ ഹിന്ദുത്വത്തിനെതി രായുള്ള സമരങ്ങൾ അർത്ഥവത്താകുകയുള്ളൂ?

നവലിബറലിസം ഇന്ത്യയിൽ അവതരിപ്പിക്കപ്പെട്ടത് 1990 കളുടെ തുടക്കത്തിലാണ്. ഹിന്ദുത്വം ശക്തി പ്രാപിച്ചതാകട്ടെ 1980 കളോടെയും. എന്നാൽ ഹിന്ദുത്വം എന്ന രാഷ്ട്രീയ പദ്ധതിക്ക് ഒരു നൂറ്റാണ്ടെങ്കിലും പ്രായമുണ്ട്. നവലിബറലിസത്തിന്റെ വളർച്ചയോടുകൂടി വർദ്ധിച്ച സാമ്പത്തിക അസമത്വങ്ങളും സാമൂഹ്യ അസ്ഥിരതയും ഹിന്ദുത്വത്തിന്റെ വളർച്ചയ്ക്ക് അനുകൂലമായ സാഹചര്യം ഒരുക്കിയിട്ടുണ്ടെന്നതിൽ തർക്കമില്ല. ഒരു മതേതര രാഷ്ട്രീയ സാഹചര്യത്തിലും കോർപ്പറേറ്റുവ ല്ക്കരണം സാദ്ധ്യമാണ് എന്നിരിക്കെത്തന്നെ, അമിതാധികാര ഹിന്ദുത്വ ദേശീയതയുടെ ആധിപത്യം എല്ലാതരം ജനാധിപത്യചെറുത്തുനില്പു കളെയും ദുർബ്ബലപ്പെടുത്തുന്നുണ്ട്. ഹിന്ദുത്വത്തിനെതിരായ ചെറു ത്തുനില്പിൽ ജനക്ഷേമത്തിനായുള്ള അജണ്ടകൾ കൂടി ഭാഗ മാകേണ്ടതുണ്ട്. തൊഴിലുറപ്പ് പദ്ധതി, ആരോഗ്യ സംരക്ഷണത്തിനുള്ള അവകാശം, വിദ്യാഭ്യാസാവകാശം എന്നിവയ്ക്കെല്ലാംവേണ്ടിക്കൂടി നമുക്ക് സമരം ചെയ്യേണ്ടതുണ്ട്. സാധാരണ മനുഷ്യനിലേക്ക് ജനക്ഷേമ

പദ്ധതികൾ എത്തിച്ചേരാനാവശ്യമായ പോരാട്ടം നടത്തുമ്പോൾത്തന്നെ നവ ഉദാരവല്ക്കരണ നയങ്ങൾ എതിർക്കപ്പെടേണ്ടതുണ്ട്.

കോവിഡ് പ്രതിസന്ധി നിലവിലെ മോദി ഭരണകൂടത്തിന്റെ സമ്മതിക്ക് കാര്യമായ വെല്ലുവിളികൾ ഉയർത്തിയിട്ടുണ്ടെന്ന് താങ്കൾ കരുതുന്നുണ്ടോ? ഏറ്റവും പ്രധാനമായി ഈ മഹാമാരി നിലവിലുണ്ടായിരുന്ന സാമ്പത്തിക പ്രതിസന്ധിയെയും പകർച്ചവ്യാധിയുടെ വെല്ലുവിളി നേരിടാൻ ബി ജെ പി സർക്കാരിന്റെ കഴിവില്ലായ്മയും വ്യക്തമായി തുറന്നു കാട്ടിയിട്ടുണ്ട്. അതേസമയം, നവലിബറൽ സമ്മർദ്ദങ്ങൾക്ക് അതീതമായി, ജനങ്ങളുടെ ക്ഷേമത്തിനായി ശക്തമായ പ്രത്യയശാസ്ത്ര പ്രതിബദ്ധതയുള്ള കേരളം പോലുള്ള സർക്കാരുകൾ മഹാമാരിയെ വിജയകരമായി പ്രതിരോധിക്കുന്നതും നമ്മൾ കണ്ടു. ഈ പശ്ചാത്തലത്തിൽ കോവിഡാനന്തര ഇന്ത്യയിൽ ഹിന്ദു വലതുപക്ഷത്തിന്റെ ഭാവി എന്തായിരിക്കും?

ജനങ്ങളുടെ ക്ഷേമം എന്ന അജണ്ട തങ്ങളുടെ കാഴ്ചപ്പാടിൽ ഇല്ലാത്ത ഈ സർക്കാർ സമ്പദ് വ്യവസ്ഥയെ പൂർണ്ണമായും നശിപ്പിച്ചിരിക്കുന്നു. സമൂഹത്തിലെ എല്ലാ വിഭാഗങ്ങളിലും പെടുന്ന ശരാശരി ആളുകൾക്ക് അത് അനന്തമായ ദുരിതങ്ങൾ സൃഷ്ടിച്ചിട്ടുണ്ട്. എന്നിട്ടും ബി ജെ പി ഇതൊരു അവസരമായി കണ്ട്, മാധ്യമനിർമ്മിതമായ ഒരു മഹാനേതാവിന്റെ പ്രതിച്ഛായ സൃഷ്ടിക്കാൻ ശ്രമിക്കുന്നു. അതുവഴി നിലവിലുള്ള പ്രതിസന്ധിയെ മറച്ചുപിടിക്കാൻ ശ്രമിക്കുകയാണ് അവർ ചെയ്യുന്നത്. ഈ പ്രതിസന്ധികാലത്ത് കേരള സർക്കാരിന്റെയും കേന്ദ്ര സർക്കാരിന്റെയും നയങ്ങൾ തമ്മിലുള്ള അന്തരം വളരെ ശ്രദ്ധേയമാണ്. സമൂഹത്തിന്റെ താഴേക്കിടയിലുള്ളവരോട് സഹാനുഭൂതിയുണ്ടെങ്കിൽ ഒരു സർക്കാരിന് എന്തു ചെയ്യാൻ കഴിയും എന്നതിന്റെ ഉത്തരമാണ് കേരളം. മറിച്ച് ഒരു വലിയ പരാജയത്തെപ്പോലും മാധ്യമങ്ങളുടെയും മറ്റു കോർപ്പറേറ്റുകളുടെയും സഹായത്തോടെയും പരസ്യ നിർമ്മാണത്തിലൂടെയും വിജയകരമായ ഒന്നായി അവതരിപ്പിക്കാനുള്ള ഒരു കഴിവ് ബി ജെ പിക്കുണ്ട്. അതാണ് ഹിന്ദു വലതുപക്ഷരാഷ്ട്രീയത്തിന്റെ നിലനില്പിന്റെ അടിസ്ഥാനം. ഭാവിയിൽ ജനങ്ങൾ ഈ ഹിന്ദുത്വ സർക്കാരിന്റെ ഹൃദയശൂന്യത ഓർത്തെടുക്കുമോ അതോ വീണ്ടും കപടദേശീയതയുടെ ആഘോഷങ്ങളിൽ കബളിക്കപ്പെടുമോ എന്നത് നാം കണ്ടറിയേണ്ടതാണ്.

ഭഗത്സിങ് ഇടതുപക്ഷത്തിന്റെ സ്വത്താണ്

ചമൻ ലാൽ/നിതീഷ് നാരായണൻ, ദയാൽ പലേരി

ചമൻ ലാൽ രാജ്യം മുഴുവൻ സഞ്ചരിക്കുകയാണ്. ഇന്ത്യയുടെ ചരിത്രത്തിൽ ഭഗത്സിങ്ങിനെക്കുറിച്ച് ഇത്രയേറെ സംസാരിക്കുകയും എഴുതുകയും ചെയ്ത മറ്റൊരാൾ ഉണ്ടാവില്ല. ജെ എൻ യുവിലെ ഹിന്ദി വിവർത്തന വിഭാഗത്തിലെ പ്രൊഫസർ ആയിരുന്ന എഴുപത്തി മൂന്നുകാരനായ ചമൻ ലാൽ വിരമിച്ച ശേഷം പൂർണ്ണ സമയവും ഭഗത്സിങ്ങിനെക്കുറിച്ചുള്ള അന്വേഷണങ്ങളിലും പ്രചാരണങ്ങളിലും മുഴുകി ജീവിക്കുകയാണ്. മുപ്പത്തഞ്ചോളം പുസ്തകങ്ങളും നൂറുകണക്കിന് ലേഖനങ്ങളും അദ്ദേഹം എഴുതി. ഭഗത്സിങ്ങിനെക്കുറിച്ച് ഇതുവരെ പൊതുസമൂഹത്തിൽ ചർച്ചയാകാതിരുന്ന പല വശങ്ങളും അദ്ദേഹം പരിചയപ്പെടുത്തി. ഭഗത് സിങ്ങിനെ, ആശയപരമായി ദൃഢതയുള്ള, വിപ്ലവകാരിയായ ചിന്തകനും മാർക്സിസത്തെ ഏറ്റവും ഗൗരവപൂർവ്വം സമീപിച്ച കൊളോണിയൽ വിരുദ്ധ സമരനായകനുമായി ചമൻ ലാൽ അടയാളപ്പെടുത്തി. മാർക്സിസത്തിൽ അത്രമേൽ ആകൃഷ്ടനും അതിന്റെ പഠിതാവുമായിരുന്ന ഭഗത്സിങ്ങിനെ അതുപോലെ ഇടതുപക്ഷത്തിന് ഏറ്റെടുക്കാൻ സാധിക്കാഞ്ഞതിൽ പരിതപിച്ചു. ഭഗത്സിങ്ങിനെ ഏറ്റെടുക്കുവാനുള്ള ഹിന്ദുത്വത്തിന്റെ ശ്രമങ്ങളെ ഭഗത്സിങ്ങിന്റെ എഴുത്തുകൾ തന്നെ ഉപയോഗിച്ച് തുറന്നുകാട്ടി. രാജ്യത്തെ ജനാധിപത്യ സമരങ്ങളിൽ, സാമ്രാജ്യത്വ വിരുദ്ധ കൂട്ടായ്മകളിൽ ഒക്കെ ഭഗത്സിങ്ങിന്റെ ആശയങ്ങളുമായി ചമൻ ലാൽ പങ്കെടുത്തുകൊണ്ടിരിക്കുന്നുണ്ട്. 2002 ലെ കേന്ദ്ര സാഹിത്യ അക്കാദമി അവാർഡ് ജേതാവായ അദ്ദേഹം 2016 ൽ കൽബുർഗിയുടെ കൊലപാതകത്തിലും രാജ്യത്ത് ഉയർന്നുവരുന്ന അസഹിഷ്ണുതയുടെയും ഭരണകൂട പിന്തുണയോടുകൂടിയ വെറുപ്പിന്റെയും അന്തരീക്ഷത്തിൽ പ്രതിഷേധിച്ച് പുരസ്കാരം തിരിച്ചു നല്കി. കേന്ദ്ര മാനവ വിഭവ ശേഷി മന്ത്രാലയത്തിനു കീഴിലെ കേന്ദ്ര

ഹിന്ദി ഡയറക്ടറേറ്റ് 2003 ൽ നല്കിയ പുരസ്കാരവും തന്റെ സർവ്വ കലാശാലയ്ക്ക് നേരെ നടക്കുന്ന അതിക്രമങ്ങളിൽ പ്രതിഷേധിച്ച് 2016 ൽ ചമൻ ലാൽ തിരിച്ചു കൊടുത്തു.

ഭഗത്സിങ്ങിന്റെ നൂറ്റി ഇരുപത്തി മൂന്നാം ജന്മദിനമാണ് 2020 സെപ്തംബർ 28 ന്. ഭഗത്സിങ്ങിനെക്കുറിച്ച് ദീർഘമായി സംസാരിക്കുകയാണ് നിലവിൽ ദില്ലിയിലെ ഭഗത്സിങ് ആർകൈവ്സ് ആന്റ് റിസോഴ്സ് സെന്ററിന്റെ ഹോണററി അഡ്വൈസർ കൂടിയായ പ്രൊഫസർ ചമൻ ലാൽ.

പതിറ്റാണ്ടിലേറെയായി താങ്കളുടെ ഇടപെടലുകൾ ഭഗത്സിങ്ങിന്റെ ചിന്തകളെയും പ്രവർത്തനങ്ങളെയും കേന്ദ്രീകരിച്ചും അദ്ദേഹത്തിന്റെ സവിശേഷമായ പദവി വ്യത്യസ്ത രീതിയിൽ രേഖപ്പെടുത്തിക്കൊണ്ടും ആണ്. ഇത്തരമൊരു പഠനപ്രവർത്തനത്തിനായി ജീവിതത്തിന്റെ വലിയൊരു ഭാഗം സമർപ്പിക്കുന്നതിലേക്ക് താങ്കളെ നയിച്ച കാര്യങ്ങൾ എന്തൊക്കെയാണ്? ഭഗത്സിങ്ങിലേക്കുള്ള ആ പ്രവേശന കവാടം എന്തായിരുന്നു.? അതു പറഞ്ഞുകൊണ്ട് നമുക്ക് ആരംഭിക്കാം.

1931 ൽ തന്റെ രക്തസാക്ഷിത്വം മുതൽ ഇന്ത്യയിൽ ജനകീയമായി മാറിയ ഭഗത്സിങ്ങെന്ന പ്രതിബിംബത്തിലേക്ക് മറ്റേതൊരു ചെറുപ്പക്കാരനും ആകർഷിക്കപ്പെടുന്നതുപോലെ തന്നെയായിരുന്നു അത്. പതിനേഴാം വയസ്സ് മുതൽ, 1964 മുതലിങ്ങോട്ട് പഞ്ചാബിലെ ബതിന്ദ ജില്ലയിലെ എന്റെ ജന്മനഗരമായ റാംപുര ഫുലിലെ പബ്ലിക് ലൈബ്രറിയിലെ ഒരു സ്ഥിരം വായനക്കാരനായിരുന്നു ഞാൻ. പിന്നീട് ഞാൻ ഹിന്ദി പോക്കറ്റ് ബുക്സ് ദില്ലിയിലെ ഒരു ബുക്ക് ക്ലബ്ബിൽ അംഗമായി. എട്ട് രൂപ അടച്ചാൽ അവർ ഒമ്പത് രൂപയ്ക്കുള്ള പുസ്തകങ്ങൾ നല്കിയിരുന്നു. അക്കാലത്ത് പോക്കറ്റ് പുസ്തകങ്ങളുടെ വില ഒന്നോ രണ്ടോ മൂന്നോ റുപ്പീസ് ഒക്കെ ആയിരുന്നു. അങ്ങനെ ഒരു തവണ എനിക്ക് മൻമത് നാഥ് ഗുപ്തയുടെ *ഭാരത് കേ ക്രാന്തികാരി* (*ഭാരതത്തിന്റെ വിപ്ലവകാരികൾ*) എന്ന ഹിന്ദി പുസ്തകം കിട്ടി. മൻമത് നാഥ് ഗുപ്ത തന്നെ ഒരു വിപ്ലവകാരിയായിരുന്നു. 1925 ലെ കകോരി ട്രെയിൻ കൊള്ള കേസിൽ പ്രായപൂർത്തിയാകാത്തതുകൊണ്ടു മാത്രം കൊലമരത്തിൽ നിന്നും രക്ഷപ്പെട്ടയാളായിരുന്നു അദ്ദേഹം. ആ കേസിലാണ് റാംപ്രസാദ് ബിസ്മിലും അഷ്ഫഖുള്ള ഖാനും ഉൾപ്പെടെയുള്ളവർ തൂക്കിലേറ്റപ്പെടുന്നത്. രാജ്യത്തിനു വേണ്ടി ജീവത്യാഗം ചെയ്ത പതിനാറോ പതിനെട്ടോ വിപ്ലവകാരികളുടെ രേഖാചിത്രങ്ങളായിരുന്നു ആ പുസ്തകത്തിന്റെ ഉള്ളടക്കം. ഭഗത്സിങ് അതിലൊരാളായിരുന്നു. മൻമത് നാഥ് ഗുപ്ത ഭഗത്സിങ്ങിന്റെ സഖാക്കളിൽ ഒരാൾ കൂടിയായിരുന്നു. ആ പുസ്തകം എന്നെ വല്ലാതെ ആവേശം കൊള്ളിക്കുകയും ഏതാനും മാസങ്ങൾ കൊണ്ട് ഞാൻ ആ പുസ്തകം മുഴുവനും എന്റെ മാതൃഭാഷയായ പഞ്ചാബിയിലേക്ക് വിവർത്തനം ചെയ്യുകയും ചെയ്തു. 1970–71 കാലഘട്ടത്തിൽ ആ രേഖാചിത്രങ്ങളെല്ലാം തന്നെ *ദേശ് ഭഗത് യാദൻ* എന്ന ദ്വൈവാരികയിൽ പ്രസിദ്ധീകരിച്ചു. ഇതിഹാസതുല്യനായ ഗദ്ദാറൈറ്റ് വിപ്ലവകാരി ബാബ ഗുർമുഖ് സിങ് ജലന്ധറിലെ ഗദ്ദാർ

മെമ്മോറിയൽ ഹാളിൽ നിന്നും എഡിറ്റ് ചെയ്തു കൊണ്ടിരുന്നതായി രുന്നു ആ ദ്വൈവാരിക. അന്നുമുതൽ ഇന്ത്യൻ സ്വാതന്ത്ര്യസമരത്തോടും വിപ്ലവകാരികളോടുമുള്ള വല്ലാത്തൊരു അഭിനിവേശം എന്നിൽ രൂപപ്പെട്ടു. പിന്നീട് അത് മാർക്സിസം-ലെനിനിസത്തിൽ നിന്ന് പ്രചോദനം ഉൾക്കൊണ്ട് പ്രത്യയശാസ്ത്രപരമായി ഏറ്റവും മുന്നേറിയ സോഷ്യലിസ്റ്റ് വിപ്ലവകാരിയായി മാറിയ ഭഗത്സിങ്ങിൽ കേന്ദ്രീകരി ക്കപ്പെടുകയായിരുന്നു.

ആധുനിക ഇന്ത്യ കെട്ടിപ്പടുക്കപ്പെടുന്നതിൽ ഭഗത്സിങ്ങിന്റെ ഇടം എവിടെയാണ്?

ഭഗത്സിങ്ങിന്റെ സ്ഥാനം പുതിയൊരു ഇന്ത്യയെക്കുറിച്ചുള്ള സ്വപ്നം സൃഷ്ടിച്ചതിലാണ്. അതൊരിക്കലും നടപ്പിൽ വന്നിട്ടില്ല. ഭഗത്സിങ്ങിന്റെ സ്വപ്നങ്ങൾക്കും കാഴ്ചപ്പാടുകൾക്കും അനുസരിച്ചുള്ള ഒന്നായി ഇന്ത്യയെ രൂപപ്പെടുത്തിയെടുക്കുന്നതിനെക്കുറിച്ച് ചിന്തിച്ചുകൊ ണ്ടുള്ള ഒന്നേയായിരുന്നില്ല 1947 ലെ സ്വാതന്ത്ര്യം. തൊഴിലാളികളും കർഷകരും ചൂഷണം ചെയ്യപ്പെടാത്ത, അവരുടെ അദ്ധ്വാനത്തിന്റെ ഫലം അവർക്ക് തന്നെ ലഭിക്കുന്ന ചൂഷണരഹിതമായ സമൂഹമെന്നതാ യിരുന്നു ഇന്ത്യയെ ക്കുറിച്ചുള്ള അദ്ദേഹത്തിന്റെ സങ്കല്പം. രാജ്യത്തെ യുവാക്കൾ തൊഴിൽ രഹിതരല്ലാത്തതും വിദ്യാർത്ഥികൾ നവ സോഷ്യലിസ്റ്റ് ഇന്ത്യയെന്ന ഭഗത് സിങ്ങിന്റെ സ്വപ്നത്തെ മുന്നോട്ടു കൊണ്ടുപോകാൻ പ്രവർത്തിക്കുന്നതുമായ ഒന്നായിരുന്നു അത്.

വളരെ ധീരനായ സ്വാതന്ത്ര്യസമര സേനാനിയായി ഭഗത്സിങ് ചിത്രീ കരിക്കപ്പെട്ടിട്ടുണ്ട്. എന്നാൽ വളരെ അപൂർവ്വമായി മാത്രമാണ് അദ്ദേഹ ത്തിന്റെ ചിന്തകളെക്കുറിച്ച് നമ്മൾ സംസാരിക്കുന്നത്. ഒരു ആശയ ത്തോടുകൂടിയ മനുഷ്യൻ എന്ന നിലയിൽ. ഈ വിടവിനെ താങ്കൾ എങ്ങ നെയാണ് കാണുന്നത്?

തീർച്ചയായും അദ്ദേഹം ധീരനും ഭയരഹിതനുമായ ഒരു സ്വാതന്ത്ര്യ പോരാളിയാണ്. ലോകത്തെ തന്നെ അത്യപൂർവ്വങ്ങളിൽ ഒരാൾ. ഭയരാ ഹിത്യത്തിന്റെ കാര്യത്തിൽ ചെ ഗുവേരയുമായി മാത്രം താരതമ്യം ചെയ്യാൻ സാധിക്കുന്നൊരാൾ. എന്നാൽ അദ്ദേഹം തന്റെ വ്യക്തിത്വ ത്തിന്റെ ഈ സവിശേഷതയിൽ മാത്രം ഒതുങ്ങിയ ഒരാൾ ആയിരുന്നില്ല. അതിനേക്കാളെല്ലാം എത്രയോ വലുതായിരുന്നു അദ്ദേഹത്തിന്റെ വ്യക്തി സവിശേഷതകൾ. തൊഴിലാളികളെയും കൃഷിക്കാരെയും സോഷ്യലിസ്റ്റ് വിപ്ലവത്തിന്റെ പ്രധാന ശക്തികളായി സംഘടിപ്പിച്ച് ഇന്ത്യയിൽ സോഷ്യ ലിസ്റ്റ് വിപ്ലവം സൃഷ്ടിക്കുകയെന്ന വ്യക്തമായ പ്രത്യയശാസ്ത്ര വീക്ഷ ണമുള്ള ഇന്ത്യയിലെ ഒരു സോഷ്യലിസ്റ്റ് ചിന്തകനായിരുന്നു അദ്ദേഹം. ഇതുവരെയായി കണ്ടെത്തപ്പെട്ടിട്ടുള്ള അദ്ദേഹത്തിന്റെ നൂറ്റിമുപ്പതോളം വരുന്ന എഴുത്തുകളും അദ്ദേഹത്തിന്റെ ജയിൽ കുറിപ്പുകളും ഇത് വ്യക്തമാക്കുന്നുണ്ട്. ഏതാനും വർഷങ്ങൾക്കുമുൻപുവരെ ഭഗത് സിങ്ങിന്റെ എഴുത്തുകൾ കേന്ദ്ര ശ്രദ്ധയിലേക്ക് കൊണ്ടുവരപ്പെട്ടിരുന്നില്ല.

അതുകൊണ്ടുതന്നെ അദ്ദേഹത്തിന്റെ വ്യക്തിത്വം ഒരു ധീരനായ സ്വാതന്ത്ര്യസമര പോരാളി എന്ന നിലയിലേക്ക് മാത്രമായി ചുരുക്കപ്പെട്ടു. രാജ്യത്തെ രാഷ്ട്രീയ വ്യവസ്ഥയെ സംബന്ധിച്ചിടത്തോളവും അതാ യിരുന്നു അഭികാമ്യം. വിപ്ലവ ചിന്തകനായ ഭഗത്സിങ് സ്വാതന്ത്ര്യാനന്തര ഇന്ത്യയിലെ ഭരണാധികാരികൾക്കും ഒരു ഭീഷണിയായിരുന്നു.

ഭഗത്സിങ്ങിനെ 'ഒരു മാർക്സിസ്റ്റ് പാതയിലെ ഗതിനിർണ്ണായക മായിരുന്ന വിപ്ലവകാരി' എന്നാണ് നിങ്ങൾ വിളിച്ചത്. ഭഗത്സിങ്ങിന്റെ മാർക്സിസവുമായുള്ള ഇടപെടൽ വിശദീകരിക്കാമോ?

ബ്രിട്ടീഷ് കോളനിവാഴ്ചക്കെതിരായ ഇന്ത്യൻ വിപ്ലവ പാരമ്പര്യം ദീർഘമേറിയതാണ്. ഈസ്റ്റ് ഇന്ത്യാ കമ്പനി ഇന്ത്യയിൽ ഭരണം സ്ഥാപിച്ച 1757 മുതൽ തന്നെ രാജ്യത്തിന്റെ വിവിധ ഭാഗങ്ങളിലായി ഓരോ സമയത്തും വിപ്ലവ പ്രവർത്തനങ്ങൾ ഉണ്ടായിട്ടുണ്ട്. പക്ഷേ, 1913 –15 കാലത്തെ ഗദ്ദർ വിപ്ലവ പ്രസ്ഥാനത്തിനു മുൻപ് എല്ലാ വിപ്ലവ പ്രസ്ഥാ നങ്ങൾക്കും മതപരമായ മാനങ്ങൾ ഉണ്ടായിരുന്നു. ആദ്യമായി ഗദ്ദർ പാർട്ടി മതത്തെ രാഷ്ട്രീയ പ്രസ്ഥാനങ്ങളുടെ പുറത്ത് നിർത്തുകയും അതിനെ വിപ്ലവകാരികളുടെ സ്വകാര്യവും വ്യക്തിപരവുമായ കാര്യമാക്കി മാറ്റുകയും ചെയ്തു. 1913 ൽ ഗദ്ദർ പാർട്ടി രൂപീകരണം നടന്ന അമേരിക്കയിൽ ഗുരുദ്വാരകൾ യോഗങ്ങൾ ചേരാൻ ഉപയോ ഗിച്ചിരുന്നെങ്കിലും യാതൊരുവിധ മതപരമായ ചടങ്ങുകളും ആചാര ങ്ങളും ഗദ്ദർ വിപ്ലവ പ്രസ്ഥാനത്തിന്റെ ഭാഗമാക്കിയിരുന്നില്ല. ഭഗത്സി ങ്ങിന്റെ സഖാവായിരുന്ന ശിവ് വർമ്മ ഗദ്ദർ പാർട്ടിയെ വിശേഷിപ്പിച്ചത് ഇന്ത്യയിലെ ആദ്യത്തെ മതേതര വിപ്ലവ പ്രസ്ഥാനം എന്നാണ്. ഗദ്ദർ പ്രസ്ഥാനത്തിന്റെ ആശയപരമായ വളർച്ചയുടെ അടുത്ത ഘട്ടമായിരുന്നു ഭഗത്സിങ്ങും അദ്ദേഹം രൂപീകരിച്ച സംഘടനകളായ നവ്ജവാൻ ഭാരത് സഭയും ഹിന്ദുസ്ഥാൻ സോഷ്യലിസ്റ്റ് റിപ്പബ്ലിക്കൻ അസോസിയേഷനും.

1915 ലെ ഗദ്ദർ മൂവ്മെന്റിന്റെ കാലത്ത് റഷ്യൻ സോഷ്യലിസ്റ്റ് വിപ്ലവം പൂർണ്ണമായിരുന്നില്ല. പക്ഷേ, നിരവധി ഗദ്ദർ പ്രവർത്തകർ സോവിയറ്റ് സോഷ്യലിസ്റ്റ് വിപ്ലവത്തിനുശേഷവും 1921 ൽ യൂണിവേ ഴ്സിറ്റി ഓഫ് ഈസ്റ്റേൺ ടോയ്ലേഴ്സ് ആരംഭിച്ചപ്പോഴുമൊക്കെ മോസ്കോവിലേക്ക് പോവുകയും മാർക്സിസത്തിൽ പരിശീലനം നേടിയ ശേഷം വിപ്ലവം നടത്താനായി ഇന്ത്യയിലേക്ക് മടങ്ങുകയും ചെയ്തിരുന്നു. ഇക്കൂട്ടത്തിൽ പെട്ട പല ഗദ്ദാറൈറ്റ് വിപ്ലവകാരികളുമായും ഭഗത്സിങ് ബന്ധപ്പെട്ടിരുന്നു എന്നുമാത്രമല്ല ഗദ്ദാറൈറ്റുകൾ പ്രസിദ്ധീകരിച്ചിരുന്ന പഞ്ചാബിഉറുദു ജേർണലായ *കിർത്തി*യിൽ പ്രവർത്തിക്കുക പോലും ചെയ്തിരുന്നു. ഇന്ത്യയിലെ ആദ്യകാല കമ്യൂണിസ്റ്റുകളായ മുസഫർ അഹമദ്, ഷൗക്കത്ത് ഉസ്മാനി, സത്യഭക്ത് തുടങ്ങിയവരുമായും അദ്ദേഹത്തിന് ബന്ധമുണ്ടായിരുന്നു. ഇവയെല്ലാം ഒരു മാർക്സിസ്റ്റ് എന്ന നിലയിലേക്കുള്ള ഭഗത് സിങ്ങിന്റെ ആശയപര മായ വികാസത്തിന് കാരണമായി. വധശിക്ഷ നടപ്പിലാക്കപ്പെടുന്നതിന് കേവലം ഒന്നര മാസം മുൻപ് അദ്ദേഹം എഴുതിയ അങ്ങേയറ്റം

ഉൾക്കാഴ്ചയോടുകൂടിയ നീണ്ട ലേഖനത്തിലാണ് ഇത് ഏറ്റവും നന്നായി പ്രതിഫലിച്ചിരിക്കുന്നത്.

ഭഗത്സിങ്ങിനെ രാഷ്ട്രീയമായി ഏറ്റെടുക്കുവാനുള്ള ശ്രമങ്ങളെക്കുറിച്ച് താങ്കളുടെ അഭിപ്രായമെന്താണ്? നേരത്തെ ഖാലിസ്ഥാൻ പ്രസ്ഥാനവും ഇപ്പോൾ ആർ എസ് എസും ഭഗത്സിങ്ങിനെ തങ്ങളുടേതാക്കി മാറ്റാൻ പരമാവധി ശ്രമിക്കുന്നതായി കാണാം. ഭഗത്സിങ്ങിന്റെ വിപ്ലവകരമായ മാർക്സിസ്റ്റ് രാഷ്ട്രീയത്തെ പൂർണ്ണമായും തുടച്ചുമാറ്റുന്ന വിധത്തിലാണത്. ഈ അപഹരിക്കലിനെ, അതിന്റെ വിവക്ഷകളെ ഒക്കെ എങ്ങനെയാണ് കാണുന്നത്?

ഭഗത്സിങ്ങിന്റെ ജനകീയത കാരണം എല്ലാ പാർട്ടികൾക്കും അദ്ദേഹത്തെ അവരുടെ ഇടുങ്ങിയ രാഷ്ട്രീയ താല്പര്യങ്ങൾക്ക് അനുയോജ്യമായ ഒരാളാക്കി അവതരിപ്പിക്കണമെന്നാണ് താല്പര്യം, ഡോ. ബി ആർ അംബേദ്കറെ സ്വായത്തമാക്കാൻ ശ്രമിക്കുന്നത് പോലെ തന്നെ. ഭഗത്സിങ്ങിനെ തങ്ങളുടേതാക്കാൻ ശ്രമിക്കുന്നത് രണ്ട് തരത്തിലാണ്. അതിലൊന്ന് ഭഗത്സിങ്ങിന്റെ പ്രത്യയശാസ്ത്രപരമായ ധാരണയെ മനഃപൂർവ്വം തുടച്ചു മാറ്റിക്കൊണ്ടുള്ളതാണ്, മറ്റൊന്ന്, ഭഗത്സിങ്ങിന്റെ ചിന്തകളിലെ വിപ്ലവവുമായി ബന്ധപ്പെട്ട ഭാഗങ്ങളെക്കുറിച്ചുള്ള അജ്ഞത നിലനിർത്തുന്നതിലൂടെയും. ഭഗത്സിങ്ങിന്റെ പ്രത്യയശാസ്ത്രപരമായ ധാരണയെ വ്യക്തമായി പുറത്തുകൊണ്ടുവരാതിരിക്കാൻ ഖാലിസ്ഥാനികളും ആർ എസ് എസും ശ്രമിക്കുന്നു. ഒപ്പം അവരുടെ ഇടുങ്ങിയതും വിഭാഗീയവുമായ ഫാസിസ്റ്റ് കാഴ്ചപ്പാടിനകത്തേക്ക് അദ്ദേഹത്തെ ഉൾപ്പെടുത്താൻ ശ്രമിക്കുകയുമാണ്. ഭഗത്സിങ്ങിന്റെ രചനകൾ ഉപയോഗിച്ച് അവരെ തുറന്നു കാട്ടേണ്ടതുണ്ട്.

മറ്റൊരുതലത്തിൽ നോക്കുകയാണെങ്കിൽ, ആശയപരമായി ഏറെ മുന്നോട്ടുപോയ വിപ്ലവകാരിയായ ഒരു ചിന്തകൻ എന്ന നിലയിലുള്ള ഭഗത്സിങ്ങിനെ പലർക്കും അറിയില്ല. ധീരനും ഭയരഹിതനുമായ ഒരു ഹീറോ എന്ന നിലയിൽ മാത്രം അവർ ഭഗത്സിങ്ങിനെ സ്നേഹിക്കുകയാണ്. അദ്ദേഹത്തിന്റെ കൃതികൾ ഇംഗ്ലീഷ്, ഹിന്ദി, പഞ്ചാബി, ഉറുദു, മറാത്തി ഭാഷകളിൽ പൂർണ്ണമായും ബംഗാളി, തെലുഗു, മലയാളം, തമിഴ് ഉൾപ്പെടെ പല ഭാഷകളിലും ഭാഗികമായും ഇപ്പോൾ പ്രസിദ്ധീകരിക്കപ്പെട്ടിട്ടുണ്ട്. ഈ എഴുത്തുകൾ പ്രചരിപ്പിച്ച് ഭഗത്സിങ്ങിലെ വിപ്ലവകാരിയായ ചിന്തകന്റെ വശം ജനങ്ങളെ ബോധ്യപ്പെടുത്തേണ്ടതുണ്ട്.

മാർക്സിസ്റ്റ് പാതയിലെ ഭഗത്സിങ്ങിന്റെ രാഷ്ട്രീയത്തെക്കുറിച്ച് കൂടുതൽ മനസ്സിലാക്കാനുള്ള ശ്രമങ്ങളെ വലിയ അസഹിഷ്ണുതയോടെയാണ് ആർ എസ് എസ് കാണുന്നത്. താങ്കളുടെ തന്നെ ചില പ്രഭാഷണങ്ങളെ അവർ തടസ്സപ്പെടുത്തിയിട്ടുണ്ട്. ഭഗത്സിങ്ങിനെക്കുറിച്ചുള്ള ബിപൻ ചന്ദ്രയുടെ രചനകൾ നിരോധിക്കണമെന്ന് അവർ ആവശ്യപ്പെട്ടു. ഭഗത്സിങ്ങിന്റെ യഥാർത്ഥ രാഷ്ട്രീയത്തോടുള്ള ആർ എസ് എസിന്റെ ഈ അസഹിഷ്ണുതയെ താങ്കൾ എങ്ങനെയാണ് വായിക്കുന്നത്?

അതിൽ അത്ഭുതപ്പെടാനൊന്നുമില്ല. മതമൗലികവാദ സംഘടനകളെ പോലെ ആർ എസ് എസും ചരിത്ര വസ്തുതകളോട് ഒരിക്കലും സഹിഷ്ണുത കാണിച്ചിട്ടില്ല. അവർ ചരിത്രമെന്ന പേരിൽ മിത്തുകൾ സൃഷ്ടിക്കുകയും ആ മിത്തുകളെ ചോദ്യം ചെയ്യുന്ന ഏതൊരാളും അവരുടെ ആക്രമണത്തിന്റെ ഇരകളാകുകയും ചെയ്യുന്നു.

അക്കാദമിക് ലോകത്ത് ആദ്യമായി ബിപൻ ചന്ദ്ര പ്രത്യയശാസ്ത്ര പരമായ ലക്ഷ്യമുള്ള ഒരു വിപ്ലവ ചിന്തകനെന്ന നിലയിൽ ഭഗത്സിങ്ങിനെ കേന്ദ്രീകരിച്ചു പഠിച്ചു. ഭഗത്സിങ്ങിന്റെ രചനകൾ വിവിധ സമാഹാരങ്ങളിലേക്കായി ശേഖരിച്ചുകൊണ്ട് ഈ സമീപനത്തെ ഞാൻ കൂടുതൽ മുന്നോട്ട് കൊണ്ടുപോയി. സംവാദങ്ങൾക്ക് കെല്പില്ലാത്തവരായതിനാൽ തന്നെ ഭഗത്സിങ്ങിന്റെ ചിന്തകളെക്കുറിച്ച് അദ്ദേഹത്തിന്റെ തന്നെ എഴുത്തുകളിലൂടെ ഞാൻ സംസാരിക്കുമ്പോൾ ആർ എസ് എസോ അവരുടെ അനുയായികളോ സംവാദങ്ങളിലേക്കോ ചർച്ചകളിലേക്കോ കടക്കാറില്ല. അതുകൊണ്ടവർ പ്രാസംഗികനെ ആക്രമിക്കും. അതാണ് ദില്ലി യൂണിവേഴ്സിറ്റിയിലെ എന്റെ പ്രഭാഷണത്തോട് അവർ ചെയ്തത്, അവർക്കതിൽ വിജയിക്കാൻ കഴിഞ്ഞിരുന്നില്ലെങ്കിലും. അവരുടെ വിനാശകരമായ ശ്രമങ്ങൾക്കിടയിലും ഭഗത്സിങ്ങിന്റെ സോഷ്യലിസ്റ്റ് പ്രത്യയശാസ്ത്രത്തിൽ കേന്ദ്രീകരിച്ചുള്ള എന്റെ സംസാരം തുടർന്നു. എന്നെ ക്ഷണിച്ച ദില്ലി യൂണിവേഴ്സിറ്റിയിലെ പുരോഗമനകാരികളായ വിദ്യാർത്ഥികൾ എന്റെ ഭാഷണം തീരുന്നതുവരെ എനിക്കൊപ്പം ഉറച്ചുനിന്നു.

ചെ ഗുവേരയ്ക്ക് സമാനമായൊരു ലോകവ്യാപകമായ അംഗീകാരത്തിന് ഭഗത്സിങ് അർഹനാണ്. ആ താരതമ്യം താങ്കൾ എങ്ങനെ കാണുന്നു, ഭഗത്സിങ്ങിന്റെയും അദ്ദേഹത്തിന്റെ ആശയങ്ങളുടെയും ആഗോള പ്രസക്തി എന്താണ്?

അതെ, കൊളോണിയൽ ചൂഷണ ഭരണത്തിൽ നിന്നുള്ള മോചനത്തിനും പൊതുവെ മനുഷ്യ വിമോചനത്തിനുമെല്ലാമുള്ള മാർഗ്ഗമായി മാർക്സിസത്തെ സ്വീകരിച്ച കൊളോണിയൽ വിരുദ്ധ ചിന്താഗതിക്കാരനായ വിപ്ലവകാരിയെന്ന നിലയിൽ ലോക അംഗീകാരത്തിന് ഭഗത് സിങ് അർഹനാണ്. പതുക്കെ പതുക്കെ ഒരു ദക്ഷിണേഷ്യൻ വിപ്ലവകാരിയായി അദ്ദേഹം അംഗീകരിക്കപ്പെടുന്നുണ്ട്. തീർച്ചയായും ക്രമേണ ലോക വിമോചനസമര പാരമ്പര്യത്തിൽ ചെ ഗുവേരയെപ്പോലുള്ള വിപ്ലവകാരികൾക്കൊപ്പം അദ്ദേഹം ഇടം നേടും. തികഞ്ഞ നിർഭയത്വത്തിന്റെയും മാർക്സിസത്തെ മനുഷ്യ വിമോചന സിദ്ധാന്തമായി സ്വീകരിച്ചതിന്റെയും പേരിൽ ഭഗത്സിങ്ങിനെയും ചെ ഗുവേരയെയും തമ്മിൽ താരതമ്യപ്പെടുത്താവുന്നതാണ്. ചൈനയെ പോലെ വലിയൊരു രാജ്യമായ ഇന്ത്യയിലെ ജനങ്ങൾ ഭഗത്സിങ്ങിന്റെ ആശയങ്ങൾ പിന്തുടർന്ന് വിമോചനം നേടുമ്പോൾ അദ്ദേഹത്തിന്റെ ആഗോള പ്രസക്തി പല മടങ്ങ് വർദ്ധിക്കും.

ഇന്ത്യയിലെ കമ്യൂണിസ്റ്റ് പാർട്ടികളും ഇടതുപക്ഷ പ്രസ്ഥാനങ്ങളും ഭഗത് സിങ്ങിന്റെ സ്വാധീനത്തെയും പ്രതിനിധാനത്തെയും വേണ്ടവിധത്തിൽ സ്വാംശീകരിച്ചില്ലെന്നും രാഷ്ട്രീയമായി ഉപയോഗപ്പെടുത്തിയില്ലെന്നും ഒരു വിമർശനമുണ്ടല്ലോ. എന്താണ് താങ്കളുടെ പ്രതികരണം?

അത് ദുഃഖകരമായ ഒരു വസ്തുതയാണ്. ഇന്ത്യയിൽ കമ്യൂണിസ്റ്റ് പ്രസ്ഥാനത്തിന്റെ ആദ്യകാലം തൊട്ടുതന്നെ ചേർത്തുവായിക്കേണ്ട പേരാണ് ഭഗത്സിങ്. ആദ്യകാല കമ്യൂണിസ്റ്റ് പ്രസ്ഥാനത്തിന്റെ നേതാക്കളുമായി വളരെ അടുത്ത ബന്ധമാണ് ഭഗത്സിങ്ങിനുണ്ടായിരുന്നത്. ഷൗക്കത്ത് ഉസ്മാനി, മുസഫർ അഹ്മദ്, സത്യഭക്ത്, രാധ മോഹൻ ഗോകുൽജി തുടങ്ങിയ കമ്യൂണിസ്റ്റുകാരോട് അദ്ദേഹത്തിന് ബന്ധമുണ്ടായിരുന്നു. പഞ്ചാബിൽ അദ്ദേഹം സോഹൻ സിങ് ജോഷുമായി അടുത്തു ബന്ധപ്പെട്ടിരുന്നു. ഇതിൽ പിന്നീട് സി പി ഐ അഖിലേന്ത്യ ജനറൽ സെക്രട്ടറി ആയി മാറിയ അജയ് ഘോഷ് എച്ച് എസ് ആർ എ യിൽ അംഗവും ഭഗത്സിങ്ങും അദ്ദേഹത്തിന്റെ സഖാക്കളും തൂക്കിലേറ്റപ്പെട്ട ലാഹോർ ഗൂഢാലോചന കേസിൽ വിചാരണ നേരിട്ട ആളുമായിരുന്നു എന്നത് വളരെ പ്രധാനമായി ഓർത്തെടുക്കേണ്ടതാണ്. ഭഗത് സിങ് എന്ന വിപ്ലവകാരിയുടെ ഖ്യാതിയും പ്രാധാന്യവും സോവിയറ്റ് മോസ്കോയിൽ വരെ എത്തിയിരുന്നു എന്നതിന് തെളിവാണ് സ്റ്റാലിൻ ഷൗക്കത്ത് ഉസ്മാനിയോട് ഭഗത്സിങ്ങിനെ മോസ്കോയിലേക്കു അയക്കണം എന്നാവശ്യപ്പെട്ട സംഭവം. നെഹ്റുവും അത് ആഗ്രഹിച്ചതായി ഉസ്മാനിയുടെ ഓർമ്മക്കുറിപ്പുകളിൽ പറയുന്നുണ്ട്.

ചരിത്രം ഇങ്ങനെയായിരിക്കെ , കോൺഗ്രസ് പാർട്ടി ഭഗത്സിങ്ങിനെ കേവലം ഒരു ധീര സ്വാതന്ത്ര്യസമര സേനാനിയായി മാത്രമാക്കി ചുരുക്കുകയും ആർ എസ് എസ് തങ്ങളുടെ വർഗ്ഗീയ ദേശീയ താല്പര്യത്തിന് ഉതകുന്ന ഹിന്ദു ദേശീയ വാദിയാക്കി അദ്ദേഹത്തിന്റെ ചരിത്രം വക്രീകരിക്കുകയുമാണ് ചെയ്തത്. സി പി ഐ ആവട്ടെ ഭഗത്സിങ്ങിനെ ഒരു പുരോഗമനവാദിയായ വിപ്ലവകാരിയായിട്ടാണ് വിലയിരുത്തിയതെങ്കിലും സ്വാതന്ത്ര്യ സമരത്തിലെ തങ്ങളുടെ തന്നെ മുൻഗാമിയായി രേഖപ്പെടുത്താൻ തയ്യാറായില്ല. അജയ് ഘോഷ് തൊട്ട് ശിവ് വർമ്മ വരെയുള്ള പല പിൻകാല കമ്യൂണിസ്റ്റ് നേതാക്കളും തങ്ങളെ ഏറ്റവും സ്വാധീനിച്ച വ്യക്തിയായി ഭഗത്സിങ്ങിനെ വിലയിരുത്തിയിട്ടുണ്ടെങ്കിലും അവിഭക്ത കമ്യൂണിസ്റ്റ് പാർട്ടിയോ, സി പി ഐ (എം) മോ നക്സൽ പ്രസ്ഥാനങ്ങളോ ആരും തന്നെ ഭഗത്സിങ്ങിനെ തങ്ങളുടെ ഒരു ഐക്കൺ ആയി ഉയർത്തിക്കൊണ്ടുവന്നില്ല. അങ്ങനെ ചെയ്യുന്നതിലൂടെ ലഭിക്കുമായിരുന്ന, ഭഗത്സിങ് പ്രതിനിധാനം ചെയ്ത, ഇന്ത്യൻ ജനതയെ വലിയ രീതിയിൽ സ്വാധീനിച്ച ഒരു വിപ്ലവാത്മക ദേശീയതയുടെ പിന്മുറക്കാരായി തങ്ങളെ അടയാളപ്പെടുത്താനുള്ള അവസരമാണ് അവർക്ക് നഷ്ടമായത്.

പെരിയോറിനെ പോലുള്ള പുരോഗമനവാദികൾ 1934 ൽ തന്നെ ഭഗത് സിങ്ങിന്റെ *ഞാൻ എന്തുകൊണ്ടാണ് നിരീശ്വരവാദിയാകുന്നത്* (Why I am an Athiest) പോലുള്ള രചനകൾ തമിഴിലേക്ക് പരിഭാഷപ്പെടുത്തിയെങ്കിലും അദ്ദേഹത്തിന്റെ സമ്പൂർണ്ണ കൃതികൾ 1970 വരെ

പൊതു മണ്ഡലത്തിൽ പ്രസിദ്ധീകരിക്കപ്പെട്ടിരുന്നില്ല. സി പി ഐ നേതാവായിരുന്ന പി ജീവനന്ദനത്തിന്റെ സഹായത്തോടെയാണ് പെരിയോർ ആ പരിഭാഷ പ്രസിദ്ധീകരിച്ചത്. ഈ അടുത്ത കാലത്ത്, ബി ആർ അംബേദ്കറിനെപോലെ തന്നെ ഭഗത്സിങ്ങിനും യുവാക്കളിൽ വർദ്ധിച്ചു വരുന്ന സ്വാധീനം മനസ്സിലാക്കിയ ശേഷം മാത്രമാണ് ഭഗത്സിങ്ങിന്റെ ലെഗസി ശരിയായ വിധത്തിൽ ഏറ്റെടുക്കാത്തതിൽ പറ്റിയ വീഴ്ച ഇടതുപക്ഷം മനസ്സിലാക്കിയത്.

ജനാധിപത്യ സമൂഹത്തെപ്പറ്റിയുള്ള ഭഗത്സിങ്ങിന്റെ സങ്കല്പങ്ങൾ എങ്ങനെയായിരുന്നു? ഇന്നത്തെ കാലത്തു ഭഗത്സിങ്ങിന്റെ പ്രസക്തി എന്താണ്?

വ്യക്തിപരമായും രാഷ്ട്രീയപരമായും അടിമുടി ജനാധിപത്യവാദിയായിരുന്നു അദ്ദേഹം. തന്റെ സഖാക്കളുമായി നിരന്തരം സംഭാഷണങ്ങളിൽ ഏർപ്പെട്ടിരുന്ന, വളരെ ജനകീയനായിരുന്ന, വലിയ സ്വീകാര്യതയുണ്ടായിരുന്ന ഒരു നേതാവായിരുന്നു ഭഗത്സിങ്. അദ്ദേഹത്തിന്റെ സഹപ്രവർത്തകർ എല്ലാം തന്നെ വളരെ അടുത്ത ഒരു സുഹൃത്തുകൂടി ആയിട്ടാണ് അദ്ദേഹത്തെ കണ്ടിരുന്നത്. കൂടുതൽ ആശയ വ്യക്തതയ്ക്കു വേണ്ടി തന്റെ സഖാക്കൾക്കിടയിൽ ധാരാളം പുസ്തകങ്ങൾ അദ്ദേഹം വിതരണം ചെയ്തിരുന്നു. ഭഗവാൻ ദാസ് തനിക്കു മാർക്സിന്റെ *മൂലധനം* നല്കിയതിനെക്കുറിച്ചും അത് ഗ്രഹിക്കാൻ സാധിക്കാതെ പോയതിനെക്കുറിച്ചും പിന്നീട് എഴുതിയിട്ടുണ്ട്. ലാഹോറിലെ ദ്വാരക ദാസ് ലൈബ്രറിയിൽ നിന്ന് ഭഗത്സിങ്ങിന് ജയിലിലേക്കു പുസ്തകങ്ങൾ ലഭിക്കുമായിരുന്നു. തന്റെ സഹതടവുകാർക്കു വേണ്ടിയും അദ്ദേഹം പുസ്തകങ്ങൾ ആവശ്യപ്പെടാറുണ്ടായിരുന്നു. അദ്ദേഹത്തിന്റെ സഹതടവുകാരനും സാമ്പത്തിക ശാസ്ത്രജ്ഞനുമായിരുന്ന കോൺഗ്രസ് നേതാവ് ഡോക്ടർ ആലത്തിനു വേണ്ടി മാൽകം ഡാൽറിങ് രചിച്ച *Punjab Peasant in Prosperity and Debt* എന്ന പുസ്തകം ഭഗത് ആവശ്യപ്പെട്ടതായി രേഖകളുണ്ട്. കോൺഗ്രസ് നേതാക്കളോട് വിമർശനാത്മകമെങ്കിലും വളരെ ഊഷ്മളമായൊരു ബന്ധം ഭഗത്സിങ് എക്കാലവും കാത്തുസൂക്ഷിച്ചിരുന്നു. എല്ലാവർക്കും അഭിപ്രായ സ്വാതന്ത്ര്യമുള്ള, ഒരു ജനാധിപത്യ സോഷ്യലിസ്റ്റ് സമൂഹമാണ് ഭഗത്സിങ് വിഭാവനം ചെയ്തത്. വിദ്യാർത്ഥി പ്രസ്ഥാനങ്ങളും ബഹുജന സംഘടനകളും എല്ലാ രാഷ്ട്രീയ പ്രസ്ഥാനങ്ങളും രാഷ്ട്രീയ വ്യത്യാസങ്ങളെ നിലനിർത്തിക്കൊണ്ടുതന്നെ പരസ്പരം ബഹുമാനിക്കാനും യോജിപ്പിന്റെ തലങ്ങളിൽ ഒരുമിച്ച് നിന്ന് സമരം ചെയ്യാനുമുള്ള പാഠങ്ങൾ ഭഗത്സിങ്ങിൽ നിന്നും ആർജ്ജിക്കേണ്ടതുണ്ട്.

www.ingramcontent.com/pod-product-compliance
Lightning Source LLC
LaVergne TN
LVHW040754051026
849519LV00007BA/2553
9789393468901